E-Z DICKENS SIÊU ANH HÙNG SÁCH TẬP MỘT VÀ TẬP HAI

HÌNH XĂM THIÊN THẦN; BA

Cathy McGough

Stratford Living Publishing

ĐỘC GIẢ NÓI GÌ

Năm sao - Cuốn sách yêu thích của độc giả: Hình xăm thiên thần

"Sau một thảm kịch khiến một cậu bé trở thành mồ côi, cậu phát hiện ra mình có sức mạnh đặc biệt giúp cứu sống người khác trong cuốn tiểu thuyết phiêu lưu dành cho thanh thiếu niên E-Z Dickens Siêu anh hùng (Tập 1: Hình xăm thiên thần) của Cathy McGough. Ezekiel Dickens, 13 tuổi, được bạn bè và gia đình gọi là E-Z, là một cậu bé bình thường với niềm đam mê bóng chày. Một tai nạn cướp đi cha mẹ cậu và khiến cậu phải ngồi xe lăn.

Câu đố và ma quỷ xuất hiện khắp nơi trong cuốn tiểu thuyết phiêu lưu siêu nhiên dành cho thanh thiếu niên E-Z Dickens Siêu anh hùng của Cathy McGough. Với thông điệp tích cực, câu chuyện này có thể giúp những người đang chịu đựng chấn thương và tổn thương chữa lành vết thương và thay đổi quan điểm của mình.

BỐN SAO - NHÀ PHÊ BÌNH AMAZON - CUỐN MỘT: HÌNH XĂM THIÊN THẦN

Khi E-Z tỉnh dậy trong bệnh viện sau một tai nạn thảm khốc, cha mẹ anh đã qua đời và cậu bé 13 tuổi không thể cử động ngón chân. Mặc dù bị giam cầm trong xe lăn, anh phát hiện ra mình có thể bay - với đôi cánh mọc ra từ cánh tay nơi lẽ ra phải có hình xăm. Anh không bị bỏ rơi trong thế giới mới lạ này, vì có chú Sam của anh bước vào để nuôi dưỡng anh, cùng với những thực thể siêu nhiên xuất hiện khi bạn ít ngờ tới nhất.

Tôi thích E-Z. Cậu bé có tính cách độc đáo, và dù tai nạn đã phá vỡ giấc mơ trở thành cầu thủ bóng chày chuyên nghiệp, cậu không tự thương hại bản thân mà kéo người đọc theo mình. Thái độ của cậu rất truyền cảm hứng (dù cậu có đôi cánh, không có ý chơi chữ). Độc giả sẽ cổ vũ cho cậu. Thật tốt khi thấy một nhân vật khuyết tật đóng vai trò trung tâm trong cốt truyện, thay vì chỉ đứng ngoài lề và đóng góp ít cho hành động. Xin gửi lời khen ngợi đến tác giả. Tôi cũng thích ý tưởng về những hồn ma ban cho E-Z sức mạnh đặc biệt, nhưng tôi mong họ được phát triển hơn như những nhân vật chính khác. Tuy nhiên, đây là một câu chuyện thông minh. Cuốn sách sẽ thu hút độc giả tuổi teen. Làm tốt.

Năm sao - Người đánh giá trên Amazon - CUỐN HAI: BA

E-Z DICKENS SIÊU ANH HÙNG CUỐN HAI: BA của Cathy McGough là một câu chuyện phiêu lưu siêu anh hùng tuyệt vời. Các nhân vật chính, E-Z, Lia và Alfred, sẽ đưa bạn vào một cuộc phiêu lưu với những bất ngờ mà bạn không ngờ tới. Và các Thiên thần có liên quan gì đến nhiệm vụ của họ? Hãy tự mình khám phá. Tôi thực sự thích cốt truyện, phong cách viết và câu chuyện, khiến tôi hồi hộp cho đến chương cuối cùng.

Tôi khuyên bạn nên đọc cuốn sách này nếu bạn thích siêu anh hùng, hồi hộp, hành động, phiêu lưu, thanh thiếu niên, YA hoặc tiểu thuyết.

TOC

Dành riêng

Dành cho Dorothy, người đã tin tưởng.

SÁCH 1:

E-Z

Thứ sinh vật đầu tiên bay đến ngực E-Z và đáp xuống, cằm đưa về phía trước, hai tay chống hông. Nó quay một vòng theo chiều kim đồng hồ. Quay nhanh hơn, từ tiếng vỗ cánh của nó, một bài hát vang lên. Bài hát là một tiếng rên rỉ trầm buồn. Một bài hát buồn từ quá khứ, để tưởng nhớ một cuộc đời đã không còn. Thứ sinh vật đó ngả người ra sau, đầu tựa vào ngực E-Z. Việc quay tròn dừng lại nhưng bài hát vẫn tiếp tục vang lên.

Con sinh vật thứ hai tham gia, thực hiện cùng nghi thức, nhưng quay ngược chiều kim đồng hồ. Chúng tạo ra một bài hát mới, không có tiếng "beep-beep" hay "zoom-zoom". Bởi khi chúng hát, từ tượng thanh không cần thiết. Trong khi đó, trong giao tiếp hàng ngày với con người, chúng lại cần. Bài hát này chồng lên bài hát kia, trở thành một bản nhạc vui tươi, cao vút. Một bài ca cho những điều sắp đến, cho một cuộc đời chưa từng tồn tại. Một bài hát cho tương lai.

Một làn sương kim cương bắn ra từ hốc mắt vàng của chúng khi chúng quay tròn hoàn hảo. Làn sương kim cương bắn từ mắt chúng lên cơ thể đang ngủ của E-Z. Sự trao đổi tiếp tục cho đến khi cơ thể anh ta được phủ kín bởi kim cương từ đầu đến chân.

Thiếu niên tiếp tục ngủ say. Cho đến khi kim cương xuyên qua da thịt anh ta – rồi anh ta mở miệng hét lên nhưng không có tiếng nào phát ra.

"Anh ta đang tỉnh dậy, beep-beep."

"Nâng anh ta lên, zoom-zoom."

Cùng nhau, chúng nâng anh ta dậy khi anh ta mở đôi mắt đờ đẫn.

"Ngủ thêm đi, beep-beep."

"Đừng cảm thấy đau đớn, zoom-zoom."

Ôm lấy cơ thể anh ta, hai sinh vật đó chấp nhận nỗi đau của anh ta vào bản thân mình.

"Dậy đi, beep-beep," anh ta ra lệnh.

Và chiếc xe lăn từ từ nâng lên. Nó di chuyển đến vị trí dưới cơ thể E-Z và chờ đợi. Khi một giọt máu rơi xuống, chiếc ghế bắt lấy nó. Hấp thụ nó. Nuốt chửng nó – như thể nó là một sinh vật sống.

Khi sức mạnh của chiếc xe lăn tăng lên, nó cũng trở nên mạnh mẽ hơn. Sớm thôi, chiếc xe lăn có thể giữ chủ nhân của mình lơ lửng giữa không trung. Điều này cho phép hai sinh vật hoàn thành nhiệm vụ của mình. Nhiệm vụ kết nối chiếc xe lăn và con người. Kết nối họ mãi mãi bằng sức mạnh của bụi kim cương, máu và đau đớn.

Khi cơ thể thiếu niên run rẩy, những vết thương trên da anh ta lành lại. Nhiệm vụ đã hoàn thành. Bụi kim cương đã trở thành một phần bản chất của anh ta. Vì vậy, âm nhạc dừng lại.

"Xong rồi. Giờ anh ta đã bất khả xâm phạm. Và anh ta có sức mạnh siêu phàm, beep-beep."

"Đúng vậy, và điều đó tốt, zoom-zoom."

Chiếc xe lăn trở lại sàn nhà, và thiếu niên trở về giường.

"Anh ta sẽ không nhớ gì về điều này, nhưng đôi cánh thật sự của anh ta sẽ bắt đầu hoạt động rất sớm, beep-beep."

"Còn những tác dụng phụ khác thì sao? Khi nào chúng sẽ bắt đầu, và liệu chúng có thể nhận ra được không, zoom-zoom?"

"Điều đó tôi không biết. Anh ta có thể có những thay đổi về thể chất... đó là rủi ro đáng để chấp nhận để giảm bớt đau đớn, beep-beep."

"Đồng ý, zoom-zoom."

NGUYÊN NHÂN

Tất cả các gia đình đều có mâu thuẫn. Một số gia đình cãi nhau về mọi chuyện nhỏ nhặt. Gia đình Dickens đồng ý với hầu hết mọi thứ. Âm nhạc không phải là một trong số đó.

"Nào bố," E-Z, cậu bé 12 tuổi, nói. 'Con chán quá và họ đang phát toàn bộ album của Muse trên vệ tinh lúc này."

"Con không mang tai nghe à?' mẹ cậu, Laurel, hỏi.

"Chúng ở trong balo của con trong cốp xe." Cậu thở dài.

"Chúng ta có thể dừng lại và lấy chúng..."

Martin, bố của cậu bé đang lái xe, nhìn đồng hồ. "Con muốn đến cabin trên núi trước khi trời tối. Muse ổn với bố. Hơn nữa, chúng ta sắp đến nơi rồi."

Laurel xoay núm điều khiển hệ thống vệ tinh trong chiếc xe mui trần đỏ mới tinh của họ. Cô do dự một lúc ở kênh Classic Rock. Người dẫn chương trình nói: "Bài tiếp theo là bài hát kinh điển của Kiss, I Wanna Rock N Roll All Night. Đừng chạm vào núm điều khiển."

"Chờ đã, bài đó hay mà!" cậu bé hét lên.

"Gì cơ, không nghe Muse nữa à?" Laurel hỏi, tay vẫn đặt trên núm điều khiển.

"Sau Kiss thì được chứ?"

"Kiss vậy thì," Martin nói, bật cần gạt nước kính chắn gió. Mưa chưa rơi, nhưng sấm sét đã vang dội. Cành cây và rác rưởi bay loạn xạ vào trong xe khi họ leo lên núi.

Laurel hắt hơi và đặt một chiếc bookmark vào trang sách. Cô khoanh tay run rẩy. "Gió thổi mạnh quá. Mở mui xe lên được không?"

"Tôi đồng ý," E-Z nói, gỡ những cành cây khỏi mái tóc vàng.

THWACK.

Không có thời gian để hét lên — khi âm nhạc đột ngột im bặt.

Tai cậu bé vẫn ù đi vì tiếng nổ kèm theo bốn túi khí bung ra. Máu chảy xuống trán cậu khi chạm vào thứ trên chân mình: một cây cổ thụ. Máu tụ lại xung quanh thân cây gỗ. Cậu vuốt ngón tay dọc thân cây. Nó cảm giác như da thịt; cậu là cây, và cây là cậu.

"Mẹ? Bố?" cậu khóc nức nở, ngực phập phồng. "Mẹ? Bố? Xin hãy trả lời!"

Anh cần gọi cứu hộ. Điện thoại của anh đâu? Va chạm đã hất nó ra xa. Anh có thể thấy nó, nhưng quá xa để với tới. Hay là không? Anh là một cầu thủ bắt bóng, và người ta nói cánh tay ném của anh như cao su. Anh tập trung, duỗi người hết cỡ cho đến khi với được.

Tín hiệu mạnh mẽ khi những ngón tay đầy máu của anh bấm số 9-1-1, rồi kết nối bị ngắt. Để họ tìm thấy anh, anh cần sử dụng dịch vụ mới được nâng cấp. Anh gõ E9-1-1. Điều này cho phép cơ quan chức năng truy cập vị trí, số điện thoại và địa chỉ của anh.

"Dịch vụ khẩn cấp. Có chuyện gì khẩn cấp?"

"Cứu với! Chúng tôi cần giúp đỡ! Làm ơn. Bố mẹ tôi!"

"Trước tiên, hãy cho tôi biết bạn bao nhiêu tuổi? Tên bạn là gì?"

"Tôi mười hai tuổi. Họ gọi tôi là E-Z."

"Vui lòng xác nhận địa chỉ và số điện thoại của bạn."

Anh làm theo.

"Chào E-Z. Hãy kể cho tôi nghe về bố mẹ bạn. Bạn có thể nhìn thấy họ không? Họ có tỉnh táo không?"

"Tôi, tôi không thể nhìn thấy họ. Một cây đổ vào xe, đè lên họ và chân tôi. Cứu với. Làm ơn."

"Chúng tôi đang xác định vị trí của bạn."

E-Z nhắm mắt lại.

"E-Z?" Lớn tiếng hơn, 'E-Z!"

Cậu bé tỉnh lại. 'Tôi, xin lỗi, tôi."

"Chúng tôi đang gửi trực thăng. Hãy cố gắng tỉnh táo. Cứu hộ đang trên đường đến."

"Cảm ơn," mắt cậu khép hờ, cậu cố mở ra. 'Tôi phải tỉnh táo. Cô ấy bảo phải tỉnh táo.' Tất cả những gì cậu muốn là ngủ, ngủ để chấm dứt mọi đau đớn.

Trên đầu cậu, hai ánh sáng, một xanh và một vàng, nhấp nháy trước mắt. Trong giây lát, cậu tưởng thấy đôi cánh nhỏ đập phành phạch khi hai vật thể lơ lửng.

"Anh ta trong tình trạng nguy kịch," người mặc áo xanh nói, tiến lại gần để xem xét kỹ hơn.

"Hãy giúp anh ta," người mặc áo vàng nói, bay cao hơn.

E-Z giơ tay, định vẫy những ánh sáng nhấp nháy. Một tiếng kêu chói tai làm đau tai anh.

"Anh có đồng ý giúp chúng tôi không?" những ánh sáng cất tiếng.

"Tôi đồng ý. Hãy giúp tôi."

Rồi mọi thứ chìm vào bóng tối.

HOÀN THÀNH

Sam, chú của E-Z đang nằm viện khi cậu tỉnh dậy. Cậu bé không hỏi câu hỏi – bố mẹ cậu ở đâu – vì cậu không muốn nghe câu trả lời. Nếu cậu không biết, cậu có thể giả vờ rằng họ vẫn khỏe mạnh. Rằng họ sẽ bước vào phòng cậu và ôm chầm lấy cậu bất cứ lúc nào. Nhưng sâu thẳm trong lòng, cậu biết, thậm chí cậu tin rằng họ đã chết. Anh ta tưởng tượng trong đầu, mình sẽ kéo chăn ra và chạy đến bên họ, rồi họ sẽ ôm nhau thành một vòng tròn và khóc vì may mắn. Nhưng khoan đã, tại sao anh ta không thể cử động ngón chân? Anh ta thử lại, tập trung hết sức nhưng vẫn không có gì xảy ra.

Sam, người đang nhìn, nói: "Không có cách nào đơn giản để nói với con điều này," trong khi anh ta đang cố kìm nén tiếng nấc.

"Chân tôi," E-Z nói, 'Tôi, tôi không cảm thấy chúng."

Chú Sam siết chặt tay cháu trai. 'Chân của con…"

"Ôi không. Đừng nói với tôi. Đừng."

Anh giật tay ra khỏi chú. Anh che mặt, tạo thành một rào cản giữa mình và thế giới khi nước mắt tuôn trào trên má.

Chú Sam do dự. Cháu trai anh đã khóc, đã đau buồn, nhưng anh phải nói cho cậu biết về cha mẹ cậu. Không có cách nào dễ dàng để nói điều đó, nên anh buột miệng: "Cha mẹ con. Anh trai tôi và mẹ con... họ không qua khỏi."

Biết và nghe những lời đó là hai chuyện khác nhau. Một điều làm nó trở thành sự thật. E-Z ngửa đầu ra sau và gào thét như một con thú bị thương, run rẩy và muốn chạy trốn, bất cứ đâu. Chỉ cần chạy đi.

"E-Z, ta ở đây với con."

"Không! Đó không phải sự thật. Ông đang nói dối. Tại sao ông lại nói dối con?" Cậu bé giãy giụa, nắm chặt hai tay thành nắm đấm và đập xuống giường, gào thét không ngừng.

Sam bấm nút gần giường. Anh cố trấn an E-Z, nhưng cậu ta đã mất kiểm soát, giãy giụa và chửi bới. Hai y tá đến; một người tiêm kim trong khi người kia cùng Sam cố giữ cậu ta yên lặng và thì thầm rằng mọi chuyện sẽ ổn.

Sam nhìn chằm chằm, khi đứa cháu trai của anh, đang ở trong giấc mơ hay bất cứ nơi nào anh ta đang ở – nở một nụ cười. Anh trân trọng nụ cười đó, nghĩ rằng sẽ còn lâu nữa anh mới được thấy nó trên khuôn mặt đứa cháu trai của mình. Con đường phía trước sẽ dài và đầy gian nan. Đứa cháu trai của anh sẽ phải đối mặt với ngày mà cuộc đời anh ta tan vỡ. Một khi anh ta làm được điều đó, anh ta có thể chiến đấu và cùng nhau, họ có thể xây dựng cho anh ta một cuộc sống mới. Mới – khác biệt – không còn như trước. Không gì có thể trở lại như xưa.

Tất cả chỉ vì họ đã ở sai nơi, sai thời điểm. Nạn nhân của thiên nhiên: một cây cổ thụ. Cây cổ thụ đó đã trở thành vũ khí của thiên nhiên do sự vô tâm của con người. Cấu trúc gỗ đã chết, rễ cây lộ ra trên mặt đất, tranh giành ánh sáng trong nhiều năm. Và khi họ nói với anh rằng cây đã được đánh dấu chữ X để chặt vào mùa xuân – anh muốn hét lên.

Thay vào đó, anh gọi luật sư giỏi nhất mà anh biết. Anh muốn ai đó phải trả giá – phải chi trả cho hai cuộc đời bị cắt ngắn quá sớm, và cho đôi chân và cuộc đời tan vỡ của cháu trai anh.

Nhưng có ý nghĩa gì đâu? Quá khứ không thể thay đổi – nhưng trong tương lai, anh sẽ giúp cháu trai tìm đường đi. Lúc đó, Sam đã vạch ra một kế hoạch.

Sam trông giống như phiên bản trưởng thành của Harry Potter (không có vết sẹo). Là người thân duy nhất còn sống của E-Z, anh sẽ nhận trách nhiệm chăm sóc cháu trai. Một vai trò mà anh đã bỏ bê trong quá khứ. Anh sẽ cố gắng trở thành người anh trai Martin của mình – không phải để thay thế anh ấy.

Anh gạt bỏ những lý do biện minh đang dâng trào trong lòng. Những lý do muốn dùng công việc để trốn tránh trách nhiệm. Anh sẽ bỏ đi, xóa bỏ mọi nghĩa vụ. Rồi anh có thể ngừng tự trách mình. Ngừng ghét bản thân vì tất cả thời gian đã mất.

Trong khi cháu trai ngủ say, anh gọi cho CEO của công ty phần mềm. Với tư cách là một lập trình viên cao cấp hàng đầu trong lĩnh vực của mình, anh hy vọng họ sẽ tìm ra giải pháp. Anh nói với họ điều mình muốn làm.

"Được thôi, Sam. Anh có thể làm việc từ xa. Mọi thứ sẽ không thay đổi. Anh hãy làm những gì anh phải làm. Chúng tôi luôn ủng hộ anh. Gia đình là trên hết – luôn luôn."

Khi ngắt kết nối, anh quay lại bên giường cháu trai. Hiện tại, anh sẽ chuyển về nhà gia đình để E-Z có thể ở gần bạn bè và trường học. Cùng nhau, họ sẽ hàn gắn mọi thứ và xây dựng lại cuộc sống. Đó là nếu anh không hoàn toàn mất kiểm soát. Là một người độc thân, anh hầu như không có kinh nghiệm gì với trẻ con – huống chi là thanh thiếu niên.

***

Sau khi rời bệnh viện – bị số phận xô đẩy – họ không còn lựa chọn nào khác ngoài việc tạo dựng một sợi dây gắn kết vượt xa tình máu mủ.

E-Z kháng cự, chối bỏ thực tế rằng anh có thể tự mình làm mọi thứ. Cuối cùng, anh không còn cách nào khác ngoài việc chấp nhận sự giúp đỡ được đưa ra.

Sam đã đứng ra – luôn ở bên anh – như thể anh biết chính xác điều mà cháu trai mình cần trước khi anh ấy kịp nói ra.

Và anh đã ở bên E-Z vào ngày tồi tệ thứ hai trong cuộc đời anh – khi anh được thông báo rằng anh sẽ không bao giờ đi lại được nữa.

"Vào đi," Bác sĩ Hammersmith, một trong những bác sĩ phẫu thuật thần kinh chỉnh hình hàng đầu, nói.

E-Z ngồi trên xe lăn, theo sau là Sam.

Hammersmith nổi tiếng với việc chữa trị những ca bệnh nan y và ông sẽ chữa trị cho anh ta. Trong những lần tư vấn trước đó, ông đã hứa với cậu bé rằng anh ta sẽ chơi bóng chày trở lại.

"Tôi xin lỗi," Hammersmith nói. Sau vài giây im lặng khó chịu, ông lật vài tờ giấy để lấp đầy khoảng trống.

"Chính xác thì ông xin lỗi về điều gì?" E-Z hỏi, dùng hết sức đẩy ghế để tiến về phía trước. Không thể làm được, anh ta vẫn ngồi nguyên tại chỗ.

"Điều anh ấy hỏi," Sam nói, dễ dàng di chuyển ghế về phía trước.

Hammersmith ho khan. "Chúng tôi hy vọng rằng vì mọi thứ đang hoạt động bình thường, tình trạng liệt có thể chỉ là tạm thời. Đó là lý do tôi gửi anh đi làm thêm xét nghiệm và đề nghị vật lý trị liệu. Nhưng bây giờ không còn nghi ngờ gì nữa, tôi xin lỗi phải nói với anh, E-Z, anh sẽ không bao giờ đi lại được nữa."

"Sao anh có thể làm thế với cậu ấy?" Sam hỏi.

Sự tuyệt vọng trong lời nói của anh ta thấm vào tâm trí mọi người. "Đưa tôi ra khỏi đây, chú Sam!"

"Đợi đã," Hammersmith nói, không dám nhìn thẳng vào mắt họ. "Tôi đã nhờ sự giúp đỡ từ các đồng nghiệp trên toàn thế giới. Kết luận của họ cũng giống nhau."

"Cảm ơn nhiều."

"E-Z, đã đến lúc anh phải tiếp tục. Tôi không muốn cho anh hy vọng hão huyền nữa."

Sam đứng dậy, đặt tay lên tay vịn xe lăn.

"Chúng ta sẽ tìm ý kiến thứ hai, thứ ba, thứ tư!"

"Cậu có thể làm thế," Hammersmith nói, "nhưng chúng ta đã làm rồi. Nếu có điều gì mới mẻ ngoài kia - bất cứ điều gì chúng ta có thể khai thác - thì chúng ta đã làm rồi. Có thể mọi thứ sẽ thay đổi trong cuộc đời cậu, E-Z. Lĩnh vực nghiên cứu tế bào gốc đang có những tiến bộ. Trong thời gian chờ đợi, tôi không muốn cậu sống cuộc đời mình cho những điều có thể xảy ra."

Rồi quay sang Sam,

"Đừng để cháu trai cậu lãng phí cuộc đời. Giúp anh ta tái thiết và trở lại cuộc sống. À, và tôi không muốn nhắc đến điều này, nhưng chúng ta cần lấy lại xe lăn sớm – dường như chúng ta đang thiếu một chiếc. Nếu anh không phiền, hãy sắp xếp lại."

"Được," Sam nói, khi họ rời văn phòng của Hammersmith mà không nói thêm lời nào. Anh đặt xe lăn vào cốp xe, thắt dây an toàn và khởi động xe.

"Sẽ ổn thôi."

E-Z, người có những giọt nước mắt lăn dài trên má, lau chúng đi. "Tôi xin lỗi."

"Con không bao giờ phải xin lỗi tôi, con trai, vì đã thể hiện cảm xúc của mình."

Sam đập mạnh hai nắm đấm xuống vô lăng, rồi lùi xe ra khỏi bãi đỗ, bánh xe kêu rít.

Họ lái xe im lặng trong vài phút, rồi anh với tay bật radio. Âm thanh lấp đầy khoảng lặng giữa hai người, cho E-Z cơ hội khóc nức nở mà không cảm thấy xấu hổ.

Khi xe rẽ vào lối vào nhà, cả hai đã bình tĩnh và đói bụng. Kế hoạch là xem binge một vài chương trình và gọi pizza.

Mấy ngày sau, một chiếc xe lăn mới toanh được giao đến.

***

Thai đèn: một vàng và một xanh nhấp nháy gần chiếc xe lăn mới của E-Z.

"Cái này không được, bíp-bíp."

"Tôi đồng ý, nó hoàn toàn không được. Anh ta cần thứ gì đó nhẹ hơn, chắc chắn hơn, chống cháy, chống đạn và thấm hút, zoom-zoom."

"Người-mà-anh-biết đã nói chúng ta không nên lãng phí thời gian – vậy nên, hãy làm đi, trước khi con người tỉnh dậy, beep-beep."

Đèn nhấp nháy xung quanh xe lăn. Một cái thay thế phần kim loại và cái còn lại thay thế bánh xe. Khi quá trình hoàn tất, chiếc xe trông giống hệt như trước, nhưng thực tế không phải vậy.

E-Z thì thầm trong giấc ngủ.

"Hãy rời khỏi đây! Beep beep!"

"Tôi ở ngay sau bạn! Zoom zoom!"

Và họ làm theo trong khi đứa trẻ vẫn ngủ say.

***

Một năm sau, E-Z cảm thấy như Uncle Sam đã luôn ở đó. Không phải là ông đã thay thế cha mẹ cậu. Không, ông không thể làm điều đó, và thực ra ông cũng không bao giờ thử – nhưng họ đã trở nên thân thiết. Họ là bạn. Họ hơn cả bạn bè, họ là gia đình. Đó là gia đình duy nhất mà cậu bé mười ba tuổi còn lại trên thế giới.

"Con muốn cảm ơn chú," cậu nói, cố gắng không để nước mắt lăn xuống.

"Không cần phải cảm ơn, thằng bé."

"Nhưng con phải cảm ơn, chú Sam. Nếu không có chú, con đã bỏ cuộc rồi."

"Con mạnh mẽ hơn thế."

"Con không. Từ sau tai nạn, con luôn sợ hãi, ý con là thật sự sợ hãi. Con thường mơ thấy ác mộng."

"Ai cũng có lúc sợ hãi; nói ra sẽ giúp đỡ. Ý tôi là nếu cậu muốn nói chuyện với tôi về điều đó."

"Đôi khi nó xảy ra vào ban đêm – khi cậu đang ngủ. Tôi không muốn đánh thức cậu."

"Tôi ở ngay bên cạnh và tường không dày lắm. Chỉ cần gọi tôi và tôi sẽ đến. Tôi không phiền đâu."

"Cảm ơn, tôi hy vọng không cần phải làm vậy nhưng biết có người ở đây thật tốt."

Họ quay lại xem ti vi và không bao giờ nhắc lại chuyện đó nữa.

Cho đến một đêm, khi E-Z tỉnh dậy la hét và Sam như đã hứa có mặt ở đó.

Anh bật đèn. "Tôi ở đây. Cậu có sao không?"

E-Z đang bám chặt vào mép giường, như thể sắp rơi xuống vách đá. Anh giúp cậu nằm lại trên nệm.

"Cảm thấy tốt hơn chưa?"

"Vâng, cảm ơn."

"Muốn nói về chuyện đó không? Tôi có thể pha sô cô la nóng."

"Có kẹo marshmallow không?"

"Dĩ nhiên. Tôi sẽ quay lại ngay."

"Được." E-Z nhắm mắt lại trong giây lát, và những tiếng ồn chói tai lại vang lên. Anh bịt tai và nhìn những ánh sáng vàng xanh nhấp nháy trước mắt. Anh bỏ tay ra, nghe thấy tiếng chân trần của chú Sam dậm dập trên hành lang.

"Đây này," Sam nói, đặt tách cacao nóng vào tay cháu trai. Anh ngồi xuống xe lăn, nhấp một ngụm và thở dài.

Với tay trái, E-Z vung tay vào không khí, suýt làm đổ cốc.

"Cậu đang làm gì vậy?"

"Cậu không nghe thấy sao? Tiếng ồn chói tai kia?"

Sam lắng nghe kỹ, không nghe thấy gì. Anh lắc đầu. "Nếu cậu nghe thấy tiếng lạ, sao lại cố đuổi nó đi?"

E-Z tập trung vào ly đồ uống nóng, rồi nuốt một viên marshmallow nhỏ. "Chắc chú không thấy đèn thì phải?"

"Đèn? Loại đèn nào?"

"Hai đèn: một xanh và một vàng. Kích thước bằng đầu ngón tay. Ở đây, lúc sáng lúc tắt – từ sau vụ tai nạn. Nó chói tai và nhấp nháy trước mắt tôi. Thật phiền phức."

Sam đến đầu giường và nhìn từ góc độ của cháu trai. Anh không mong đợi thấy gì – và tất nhiên là không – nỗ lực đó chỉ để trấn an. "Không, nhưng hãy kể cho tôi nghe thêm, để tôi có thể hiểu rõ hơn về cách nó bắt đầu."

"Trong vụ tai nạn, tôi thấy hai ánh sáng, vàng và xanh lá cây, và, đừng cười, nhưng tôi nghĩ chúng đã nói chuyện với tôi. Đó là lý do tại sao tôi bị ác mộng."

"Loại ánh sáng nào? Ý cậu là như đèn Giáng sinh à?"

"À, không, không phải như đèn Giáng sinh. Chẳng có gì đâu. Chúng đã biến mất rồi. Có lẽ là rối loạn stress sau chấn thương (PTSD) hoặc ảo giác."

"PTSD và ảo giác là hai thứ hoàn toàn khác nhau. Tôi nghĩ cậu nên nói chuyện với ai đó. Ý tôi là ai đó, ngoài tôi."

"Ý cậu là bạn bè của tôi à?"

"Không, tôi muốn nói là một chuyên gia."

POP.

POP.

Chúng lại xuất hiện. Nhấp nháy trước mũi anh và khiến anh nhắm mắt lại. Anh cố gắng kiềm chế. Không đánh đuổi chúng. Khi Sam cầm tách cà phê bằng một tay và sờ trán bằng tay kia, anh vỗ vào không khí. "Đi khỏi đây!"

Sam nhìn chằm chằm vào cháu trai mình, người đang đứng bất động như một tác phẩm điêu khắc băng tại Lễ hội Mùa Đông. Sam búng tay trước mắt anh ta, nhưng không có phản ứng nào. E-Z thở dài, ngả người ra sau, hít một hơi thật sâu và trong vài giây, anh ta đã ngáy như một người lính. Sam kéo chăn lên. Anh hôn lên trán cháu trai mình, rồi trở về phòng. Cuối cùng, anh cũng chìm vào giấc ngủ.

Ngày hôm sau, Sam đề nghị E-Z viết ra cảm xúc của mình, có thể vào một cuốn nhật ký. Trong khi đó, anh sẽ tìm hiểu về việc đặt lịch hẹn với một chuyên gia.

"Anh nói là bác sĩ tâm lý à?"

"Hoặc một nhà tâm lý học. Và trong thời gian chờ đợi, hãy viết ra. Khi gặp họ, hãy ghi lại ngoại hình của họ – ghi lại những gì bạn thấy."

"Nhật ký à? Tôi trông giống Oprah Winfrey sao?"

"Không," Sam nói. "Con trai, con đang gặp ác mộng, nghe thấy tiếng động cao vút và thấy ánh sáng. Đó có thể là dấu hiệu của PTSD hoặc một vấn đề y tế nào đó, như con đã nói. Tôi cần điều tra và nói chuyện với bác sĩ của con, lấy ý kiến của ông ấy. Trong khi đó, ghi lại suy nghĩ của mình, giữ một cuốn nhật ký có thể giúp ích. Nhiều người đàn ông đã viết nhật ký hoặc giữ một cuốn nhật ký."

"Nói cho tôi biết một người mà tôi biết tên?"

"Để xem, Leonardo da Vinci, Marco Polo, Charles Darwin."

"Ý tôi là một người trong thế kỷ này."

"Con đã nhắc đến Oprah rồi."

✳ ✳ ✳

E-Z's sức khỏe tinh thần đã cải thiện sau vài buổi trị liệu với một nhà trị liệu/cố vấn. Cô ấy rất thân thiện và không phán xét cậu thiếu niên, như cậu lo lắng cô sẽ làm. Thay vào đó, cô đưa ra những gợi ý và chiến lược cụ thể để giúp cậu bình tĩnh và vượt qua khó khăn. Cô cũng khuyên cậu viết tất cả ra giấy – trong một cuốn nhật ký hoặc sổ tay, giống như chú Sam của cậu đã gợi ý.

Thay vào đó, cậu đã viết một câu chuyện ngắn cho bài tập ở trường, lấy cảm hứng từ loài chim yêu thích của mẹ cậu: một con bồ câu. Sau khi nhận được điểm A+ cho bài viết, giáo viên của cậu đã gửi câu chuyện của cậu tham gia một cuộc thi viết toàn tỉnh. Ban đầu, cậu cảm thấy buồn vì cô đã gửi câu chuyện của cậu mà không hỏi ý kiến. Nhưng khi cậu giành giải, cậu vô cùng hạnh phúc. Từ đó, giáo viên của cậu đã gửi câu chuyện của cậu tham gia một cuộc thi viết toàn quốc.

Trong khi cháu trai của anh đang đắm chìm trong nghệ thuật viết lách, Sam lại theo đuổi một sở thích mới: nghiên cứu gia phả. Một đêm khi họ đang ăn tối, anh đột nhiên nói:

"Bây giờ cậu đã viết được một truyện ngắn và có chút thành công, có lẽ cậu nên thử viết một cuốn tiểu thuyết."

"Tôi? Một cuốn tiểu thuyết? Không đời nào."

"Anh có máu văn chương," chú Sam tiết lộ. 'Qua việc truy tìm lịch sử gia đình, tôi phát hiện ra anh và tôi có quan hệ họ hàng với Charles Dickens duy nhất."

"Thế thì có lẽ CHÚ nên viết tiểu thuyết đi.' Anh cười.

"Tôi không phải là người có truyện ngắn đoạt giải."

Ánh đèn xanh và vàng nhấp nháy trên đĩa của anh. Ít nhất anh không nghe thấy tiếng ồn cao vút khi chú Sam nói liên tục.

"…. Dù sao đi nữa, cậu và tôi, chúng ta là họ hàng xuyên thời gian với Charles Dickens. Hãy nhìn xem cậu đã vượt qua bao nhiêu khó khăn. Cậu là một đứa trẻ tuyệt vời - cậu còn gì để mất?"

Tên anh ta là Ezekiel Dickens, và đây là câu chuyện của anh ta.

1

Trong mười ba năm đầu đời, anh ta được biết đến với nhiều cái tên khác nhau. Ezekiel, tên thật của anh. E-Z, biệt danh của anh. Catcher trong đội bóng chày của anh. Nhà văn truyện ngắn. Con trai của cha mẹ anh. Cháu trai của chú anh. Bạn thân nhất. Bây giờ họ có một cái tên mới cho anh.

Không phải là anh ấy ghét từ "c" đó. Thực ra, một số biệt danh khác anh ấy còn không thích hơn. Như những lời bình luận của một số người, vì họ nghĩ mình đang nói đúng đắn. "À, đó là đứa trẻ bị liệt phải ngồi xe lăn." Họ nói vậy trong khi chỉ tay vào anh – như thể họ nghĩ anh còn bị điếc nữa. Hoặc họ sẽ nói, "Tôi rất tiếc khi nghe tin anh phải ngồi xe lăn." Điều đó khiến anh ta thấy khó chịu. Nhưng điều khiến anh ta thực sự bực mình là: "À, cậu là đứa dùng xe lăn bây giờ." Thấy ai đó, đặc biệt là một người trẻ tuổi ngồi xe lăn, khiến một số người cảm thấy khó chịu. Nếu họ cảm thấy như vậy, tại sao họ phải nói ra?

Điều này gợi lại một ký ức từ lâu. Ký ức về cha mẹ anh ta, đang xem bộ phim Bambi trên truyền hình vào một chiều thứ Bảy mưa. Mẹ anh làm những viên bỏng ngô nổi tiếng của mình. Họ có nước ngọt, M&Ms, kẹo marshmallow và

Twizzlers yêu thích của bố. Thumper, chú thỏ, nói: "Nếu không thể nói điều gì tốt đẹp, thì đừng nói gì cả." Khi mẹ Bambi qua đời, đó là lần đầu tiên anh thấy bố mẹ mình khóc vì một bộ phim. Vì quá sốc trước hành động của họ, chính anh cũng không rơi lệ.

Một số kẻ ngốc nghếch ở trường gọi anh là "cậu bé cây". Một vài trong số đó là những vận động viên từng ngưỡng mộ anh khi anh còn là "vua" sau gôn. Anh ghét cái biệt danh "cậu bé cây". Anh không thương hại bản thân (không phải lúc nào cũng vậy) và cũng không muốn ai thương hại mình.

Khi đến ngày đầu tiên trở lại trường, anh đã làm điều đó với sự giúp đỡ của bạn bè. PJ (tên thật là Paul Jones) và Arden đã hỗ trợ và động viên anh khi cần thiết. Họ nhanh chóng được biết đến với cái tên "The Tornado Trio". Chủ yếu vì mỗi nơi họ đến đều gây ra hỗn loạn. Đó là lúc E-Z học cách chấp nhận những điều bất ngờ.

Vậy nên, khi bạn bè anh ghé qua vào một buổi sáng vài tháng sau để đón anh đi học – rồi nói họ không đi – anh không quá ngạc nhiên. Khi họ nói phải bịt mắt anh – điều đó thì không ai ngờ.

Trong ghế sau, anh hỏi: "Chúng ta đang đi đâu?" Không ai trả lời. "Tôi có thích không?"

"Có," bạn bè anh nói.

"Vậy sao phải bí mật thế?"

"Vì đó là một bất ngờ," PJ nói.

"Và cậu sẽ thích hơn khi đến nơi."

"Nhưng tớ không thể chạy trốn." Anh ta cười khẩy.

Mẹ Arden đỗ xe. "Cảm ơn mẹ," anh ta nói.

"Gọi cho mẹ khi cần mẹ đến đón," bà nói.

Hai người bạn giúp E-Z lên xe lăn và họ đi.

"Chỉ mình tớ thôi, hay là chiếc xe lăn này nhẹ hơn mỗi lần chúng ta lấy ra?" Arden hỏi.

"Là cậu đấy!" PJ trả lời.

Khi họ đi qua địa hình gồ ghề, E-Z ngửi thấy mùi cỏ mới cắt. Khi bạn bè tháo khăn che mắt, anh thấy mình đang ở sân bóng chày. Nước mắt trào lên khi anh nhìn thấy các đồng đội cũ, đội đối thủ và Huấn luyện viên Ludlow. Họ đang mặc đồng phục, xếp hàng dọc theo đường kẻ phấn mới vẽ.

"Chào mừng trở lại!" họ reo hò.

E-Z lau nước mắt bằng ống tay áo khi chiếc ghế di chuyển gần hơn đến sân bóng. Kể từ khi tai nạn cướp đi giấc mơ chơi bóng chày chuyên nghiệp của anh, anh đã tránh xa trò chơi này. Với cổ họng nghẹn ngào, anh quá xúc động đến mức không thể thở được.

"Anh ấy không nói được lời nào," PJ nói, đẩy nhẹ Arden bằng khuỷu tay.

"Đây là lần đầu tiên."

"Cảm ơn các cậu. Các cậu đã đúng khi nói đây là một bất ngờ."

"Đợi ở đây," bạn bè anh ra lệnh.

E-Z bị bỏ lại một mình để ngắm nhìn sân bóng chày. Nơi từng là nơi anh yêu thích nhất trên đời. Anh lại rơi nước mắt khi nhìn cỏ xanh lấp lánh dưới ánh mặt trời. Anh lau nước mắt khi bạn bè trở lại mang theo túi dụng cụ.

Arden cúi xuống, "Bất ngờ nhé, hôm nay cậu là người bắt bóng!"

"Cậu nói gì vậy? Tớ không thể chơi được!" anh nói, đập tay vào tay vịn xe lăn.

"Đây, xem này, trong khi tụi tớ chuẩn bị cho cậu," PJ nói, đưa điện thoại cho anh và bấm play.

E-Z nhìn chằm chằm đầy ngạc nhiên khi những người chơi giống anh bước ra sân bóng chày. Anh nhìn kỹ hơn vào những chiếc ghế có bánh xe được độ lại. Một cầu thủ lăn đến vạch đánh bóng, đánh trúng quả bóng và lao vun vút quanh các gôn.

"Wow! Thật tuyệt vời!"

"Nếu họ làm được, cậu cũng làm được!" Arden nói khi đeo miếng bảo vệ đầu gối cho bạn mình, trong khi PJ cố định miếng bảo vệ ngực. Trên đường ra sân, bạn bè ném cho anh chiếc mặt nạ bắt bóng và găng tay.

"Batter up!" Huấn luyện viên Ludlow gọi.

Người ném bóng tung quả bóng nhanh đầu tiên vào khu vực đánh bóng và anh ta bắt được.

Quả bóng thứ hai là một quả bóng bay cao. E-Z lao tới, bay lên, nâng mình lên. Anh ta với tay. Anh ta thậm chí còn bất ngờ khi bắt được nó. Họ không để ý, nhưng anh ta đã nâng mình lên. Mông anh ta đã rời khỏi ghế, và anh ta không biết mình đã làm điều đó như thế nào.

"Wow," PJ nói, 'đó là một pha bắt bóng tuyệt vời."

"Ừ, nếu không có chiếc ghế, có lẽ cậu đã bỏ lỡ nó."

E-Z mỉm cười và tiếp tục chơi. Khi trận đấu kết thúc, anh cảm thấy tốt. Bình thường. Anh cảm ơn các bạn đã giúp anh lấy lại nhịp điệu.

"Lần sau, cậu đánh đi,' PJ nói.

E-Z khịt mũi khi mẹ Arden đưa họ qua cửa hàng drive-through, rồi trở lại trường. Nếu họ vội vàng, họ sẽ kịp đến trước khi tiết học tiếp theo bắt đầu. Học sinh chen chúc trong hành lang, anh lăn xe đến tủ đồ của mình. Bạn bè nghe thấy tiếng lạch cạch của bánh xe trên sàn linoleum – và họ nhường đường.

E-Z là học sinh đầu tiên tại trường cần sử dụng xe lăn, nhưng anh đã trở thành huyền thoại trước khi mất khả năng đi lại. Anh đã phải rất cố gắng để xin giúp đỡ, nhưng một khi đã làm, anh đã nhận được sự hỗ trợ. Anh đã có sự tôn trọng của mọi người với tư cách một vận động viên, anh đã giành được nhiều giải thưởng cá nhân và cùng đội. Anh cần giành lại sự tôn trọng đó với tư cách một con người mới.

Sau trận đấu, họ trở về trường và kết thúc ngày học. Vì chỉ là buổi học nửa ngày, E-Z khá mệt mỏi khi mẹ Arden và bạn bè đưa anh về nhà sau giờ học.

Sau khi cảm ơn họ, anh bước vào nhà.

"Con về rồi, chú Sam."

"Ta thấy rồi, con có một ngày tốt không?" Sam hỏi.

"Vâng, một ngày tốt." Anh duỗi người và ngáp.

"Đi nào. Chú có thứ muốn cho cháu xem. Một bất ngờ."

"Lại nữa à," E-Z nói, theo chú Sam xuống hành lang. Phòng đầu tiên bên phải là phòng của bố mẹ anh – sẽ trở thành phòng khách một ngày nào đó. Cho đến lúc đó, nó vẫn y nguyên như họ đã để lại – và sẽ vẫn như vậy cho đến khi E-Z quyết định khác.

Thỉnh thoảng, chú Sam đề nghị giúp E-Z dọn dẹp phòng, nhưng cháu trai luôn trả lời như vậy.

"Cháu sẽ làm khi sẵn sàng."

Sam miễn cưỡng đồng ý. Ông quyết tâm cháu trai phải tiến bước. Đây là bước đầu tiên hướng tới mục tiêu đó. Kể từ đó, ông đã trò chuyện với nhà tư vấn, người khuyên Sam nên khuyến khích E-Z nói nhiều hơn về cha mẹ mình. Bà ấy nói rằng việc đưa họ vào cuộc sống hàng ngày của anh sẽ giúp anh hồi phục nhanh hơn. Họ tiếp tục đi dọc hành lang, qua phòng tắm, và dừng lại trước căn phòng chứa đồ.

"Ta-dah!" Ông Sam nói khi đẩy anh vào.

E-Z ngạc nhiên khi nhìn thấy văn phòng đã được trang trí lại hoàn toàn. Ở giữa, trước cửa sổ nhìn ra vườn, là một chiếc bàn làm việc. Trên đó đã được setup sẵn một chiếc máy tính chơi game mới tinh và hệ thống âm thanh. Anh ta đẩy ghế vào dưới bàn – vừa vặn hoàn hảo – và vuốt ve bàn phím. Gần đó là máy in, chồng giấy và thùng rác – tất cả đều được sắp xếp gọn gàng trong tầm tay.

Bên trái anh là một kệ sách. Anh lăn ghế lại gần. Kệ đầu tiên chứa sách về viết lách và tác phẩm kinh điển. Anh nhận ra vài cuốn yêu thích của bố mẹ. Kệ thứ hai chứa các giải thưởng, trong đó có giải thưởng viết lách của anh. Kệ thứ ba và thứ tư chứa tất cả sách yêu thích thời thơ ấu của anh. Hai kệ dưới cùng trống rỗng. Ánh mắt anh lia lên đỉnh kệ sách, anh phải lùi ghế ra sau để nhìn lên trên.

Sam bước vào phòng bên cạnh. Anh đặt tay lên vai cháu trai.

"Những thứ đó, tôi không chắc liệu có quá sớm không. Tôi..."

Điểm nhấn: một bức ảnh gia đình. Một giọt nước mắt lăn xuống má anh khi nhớ lại ngày chụp ảnh. Đó là trong một studio chụp ảnh nhỏ ở trung tâm thành phố. Tất cả đều ăn mặc chỉnh tề. Bố trong bộ vest xanh. Mẹ trong chiếc váy xanh mới với chiếc khăn quàng đỏ quanh cổ. Anh trong bộ vest xám – chính là bộ anh mặc trong đám tang của họ.

Anh cố kìm nén tiếng nấc, nhớ lại khung cảnh trong studio của nhiếp ảnh gia. Studio tràn ngập không khí Giáng sinh – dù lúc đó mới chỉ là tháng Bảy. Anh mỉm cười, nghĩ về những đồ trang trí Giáng sinh sến sẩm và lò sưởi giả. Vài tuần sau, tấm thiệp được gửi đến, nhưng đối với bố mẹ anh, Giáng sinh đó chưa bao giờ đến. Anh quay ghế về phía cửa ra và bước xuống hành lang, chú anh theo sau.

"Tôi biết sẽ mất thời gian. Tôi xin lỗi nếu đã đi quá xa quá nhanh, nhưng đã hơn một năm rồi và chúng tôi, tôi và nhà tư vấn của anh, nghĩ rằng đã đến lúc."

E-Z tiếp tục nói. Anh muốn thoát khỏi đó. Trốn vào phòng và đóng cửa lại, nhưng rồi một điều quan trọng chợt lóe lên trong đầu anh. Chú anh không thể biết được lịch sử của bức ảnh đó. Nếu chú biết, chú sẽ không đặt nó ở đó. Sau tất cả những gì chú đã làm cho anh, anh nợ chú một lời giải thích. Anh dừng lại.

"Chúng ta chưa bao giờ dùng nó, nó được dành cho thiệp Giáng sinh, nhưng họ không kịp làm thiệp."

"Tôi thật sự xin lỗi. Tôi không biết."

"Tôi biết chú không biết, nhưng điều đó không làm nỗi đau bớt đi."

Cả thể xác lẫn tinh thần đều mệt mỏi, anh bước gần hơn đến phòng mình. Cuộc đối thoại nội tâm của anh tiếp tục với những lời động viên tích cực. Nhắc nhở anh rằng mọi thứ sẽ trông tốt hơn vào sáng mai. Bởi vì hầu hết mọi thứ đều như vậy.

"Nó được dành cho anh để viết. Hãy nhớ, anh là một tác giả đoạt giải thưởng, và anh có dòng máu của nhà văn."

Anh gần như đã đến phòng mình – tại sao chú anh không để anh đi? Cơn giận của anh bùng lên.

"Tôi đã viết một truyện ngắn, nhưng điều đó không có nghĩa là tôi có thể viết nhiều hơn hoặc muốn viết. Ông nói tôi có dòng máu của Charles Dickens chảy trong huyết quản, nhưng điều tôi muốn là trở thành người bắt bóng cho đội L.A. Dodgers. Chỉ vì họ gọi tôi là 'cậu bé cây' – điều đó không có nghĩa là tôi phải chấp nhận. Tại sao tôi phải chấp nhận?"

"Tôi mong anh đừng để họ ảnh hưởng đến anh."

"Tôi là cậu bé cây! Nếu không có cái cây khốn kiếp đó!" anh hét lên, quay người đột ngột và đập khuỷu tay vào tường. Xương cánh tay anh đau nhói.

"Anh có sao không?"

E-Z gầm gừ đáp lại, rồi tiếp tục vào phòng. Anh định đập cửa thật mạnh. Thay vào đó, anh bị kẹt nửa người trong cửa. Bánh xe ghế của anh bị khóa.

"Chết tiệt!"

Sam buông ghế mà không nói lời nào. Đóng cửa khi ra ngoài.

E-Z nhặt vài vật dụng không dễ vỡ và ném vào tường. Để trấn tĩnh, anh tưởng tượng cha mẹ mình đang nói với anh rằng họ tự hào về anh. Anh nhớ điều đó. Nhưng nếu cha anh ở đây bây giờ, ông sẽ mắng anh vì đã hành động như một đứa trẻ hư. Mẹ anh cũng sẽ mắng anh, nhưng bằng giọng nhẹ nhàng và ân cần hơn. Anh lau nước mắt. Cảm giác xấu hổ khiến cơ thể anh mệt mỏi đến mức gục xuống ghế xe lăn.

Chú Sam hỏi qua cánh cửa đóng kín: "Cậu có sao không?"

"Để tôi yên!" E-Z trả lời. Mặc dù anh cần sự giúp đỡ của chú. Không có chú, anh không thể mặc pyjama hay lên giường. Anh ta sẽ phải ngủ trên ghế, trong bộ quần áo. Sâu thẳm trong lòng, anh ta luôn biết sự thật. Nếu anh ta ngừng quan tâm, thì mọi người khác cũng sẽ ngừng quan tâm. Rồi anh ta sẽ thật sự cô đơn.

Anh ta đẩy ghế lăn đến cửa sổ và nhìn ra bầu trời đêm. Âm nhạc. Đó là điều duy nhất thực sự kết nối họ như một gia đình. Dù họ có khác biệt về thể loại âm nhạc, nhưng khi một bài hát hay vang lên trên đài, họ sẽ gác lại mọi thứ.

Một con mèo đen gầy gò băng qua sân cỏ. Mẹ anh luôn muốn họ đến New York xem Cats trên Broadway. Anh ước gì họ đã đi cùng nhau. Tạo ra một kỷ niệm. Bây giờ họ sẽ không bao giờ làm được. Bài hát đó, điều gì đó về kỷ niệm khiến anh với tay lấy điện thoại. Anh chọn một bài rock nặng, vặn volume lên cao. Anh dùng nắm đấm đập theo nhịp trên tay ghế, hát theo lời bài hát.

Cho đến khi anh nhảy theo nhạc quá mạnh, ngã khỏi ghế và rơi xuống sàn. Lúc đầu, nhìn căn phòng từ dưới đất, anh muốn khóc. Thay vào đó, anh bắt đầu cười và không thể dừng lại.

"Cậu có sao không trong đó?" Sam hỏi.

"Ừm, tớ cần cậu giúp." Bụng anh đau vì cười quá nhiều.

Phản ứng ban đầu của Sam là hoảng hốt - khi thấy cháu trai nằm trên sàn ôm bụng. Khi nhận ra anh ta đang ôm bụng vì cười, anh ta cũng ngã xuống sàn bên cạnh.

Sau đó, khi Sam chuẩn bị ra về, anh nói: "Mày sẽ ổn thôi, thằng nhóc."

"Chúng ta sẽ ổn thôi."

Đó là lúc họ hứa sẽ xăm hình cùng nhau.

2

"Sorry, hôm nay tớ không thể chơi bóng chày với các cậu được."

"Thôi mà," Arden nói. 'Lần trước cậu cũng không tệ đến thế mà."

"Biến đi,' E-Z đáp. Anh tăng tốc để gặp chú mình và va vào Mary Garner, Trưởng nhóm cổ vũ.

"Ôi, xin lỗi, Mary."

Đó là lần đầu tiên anh thấy cô kể từ vụ tai nạn. Anh ngước lên, mái tóc cô xõa xuống như một tấm rèm che mắt anh: nó có mùi quế và mật ong.

"Đồ ngốc," cô nói. "Nhìn đường đi chứ."

Cô lùi lại và bước đi. Đám bạn cô theo sau.

Anh mỉm cười, nghiêng cổ để nhìn cô. Bạn bè anh đến bên cạnh và làm theo. Arden huýt sáo.

Cô liếc qua vai và giơ ngón tay giữa về phía họ.

"Chúa ơi, cô ấy tuyệt vời quá," PJ nói.

"Cô ấy xinh đẹp," Arden nói.

"Rất xinh."

Khi rời khỏi trường, PJ hỏi: "Vậy, hãy nói cho chúng tôi biết tại sao cậu không muốn chơi hôm nay."

"Đúng vậy, giúp chúng tôi hiểu đi," Arden nói, nhăn mặt và đảo mắt. "Chúng tôi vô dụng nếu không có cậu."

"Này, Uncle Sam và tớ đã hứa với nhau. Sẽ làm một việc gì đó cùng nhau - một việc lớn - sau giờ học hôm nay."

Bạn bè của cậu khoanh tay chặn đường đi của chiếc ghế.

"Cậu vẫn định loại chúng tớ ra - và cậu thậm chí không thèm nói lý do?" PJ tóc đỏ nói.

"Cậu là một thằng khốn."

"Chúng tớ sẽ không bao giờ làm thế với cậu."

Họ bước đi, tăng tốc.

E-Z tăng tốc, nhưng không kịp. "Đợi đã! Chúng ta đi xăm hình!"

Bạn bè anh dừng lại.

"Tôi sẽ xăm hình để tưởng nhớ mẹ và bố - đôi cánh chim bồ câu, một bên mỗi vai."

"Chúng tôi sẽ đi cùng cậu!"

"Tôi nghĩ các cậu sẽ nghĩ tôi là kẻ sướt mướt."

Họ tiếp tục đi mà không nói gì trong chốc lát.

"Uncle Sam sẽ gặp tôi ở tiệm xăm."

3

Khi Sam thấy cháu trai mình đang chơi với bạn bè, anh ta rất ngạc nhiên.

"Tôi tưởng thỏa thuận này chỉ giữa chúng ta, tức là bí mật?"

"Bọn họ muốn đưa tôi đi xem trận đấu – tôi phải nói với họ."

"Được rồi, cũng được. Nhưng tôi không có thói quen thay mặt cha mẹ họ hoặc cho phép thay mặt họ." Rồi quay sang PJ và Arden, 'Tôi đồng ý cho hai đứa ở đây, nhưng chỉ cha mẹ các con mới có thể phê duyệt hình xăm của các con."

"Chờ đã!' PJ nói. 'Tớ chưa bao giờ nghĩ đến việc xăm hình."

"Cha mẹ tớ chắc chắn sẽ từ chối,' Arden nói. Cha mẹ anh đang gặp rắc rối, và anh đã tận dụng điều đó. Anh ta hành động như thể những cuộc cãi vã liên tục của họ không làm anh ta phiền lòng. Thỉnh thoảng, khi không thể chịu đựng được nữa, anh ta tìm đến nhà bạn bè để trốn tránh.

"Của tôi cũng vậy." PJ là con trai cả và có hai em gái 5 và 7 tuổi. Bố mẹ anh khuyến khích anh làm gương tốt và phần lớn thời gian anh làm được. Bằng cách tập trung vào tương lai trong thể thao, anh giữ mình trên đúng hướng.

Cả hai thiếu niên chia sẻ khoảnh khắc sáng tạo, vỗ tay vào nhau.

"Gì vậy?" Sam hỏi.

"Chúng ta sẽ nói cho họ biết tại sao E-Z làm vậy, và rằng chúng ta muốn xăm hình để ủng hộ anh ấy," PJ nói.

Arden gật đầu.

"Chờ đã. Vậy hai thằng ngốc này muốn dùng cái chết của bố mẹ tôi làm cớ để đi xăm hình sao?"

Sam mở miệng nhưng không nói được lời nào.

PJ và Arden đỏ mặt, nhìn xuống mặt đường.

E-Z tha cho họ. "Được thôi."

Sam đóng miệng lại khi anh và hai cậu bé tạo thành một vòng tròn bán nguyệt quanh chiếc xe lăn.

"Nhưng hứa với tôi một điều - không được xăm bướm."

"Này, sao các cậu lại ghét bướm vậy?" Sam hỏi.

4

Tóm lại, PJ và Arden đã thuyết phục bố mẹ cho phép họ xăm hình.

"Sẽ ra ngay," nghệ sĩ xăm hình nói, liếc nhìn bốn người họ. Trước gương là một khách hàng nam vạm vỡ đang thêm một hình xăm mới vào bộ sưu tập của mình. Hình xăm mới này nằm giữa ngón cái và ngón trỏ. 'Anh là Sam phải không?' người thợ xăm hỏi.

Bụng Sam hơi khó chịu, vì anh đã đọc rằng tay là một trong những vị trí đau nhất để xăm hình. "Vâng, tôi đã nói chuyện với anh qua điện thoại. Đây là cháu trai tôi E-Z, và bạn của nó là PJ và Arden."

"Cả bốn người đều muốn xăm hình hôm nay sao? Vì tôi chỉ dự định làm cho hai người thôi."

"Xin lỗi về điều đó. Chúng ta có thể dời lịch nếu cần, hoặc tôi có thể xăm vào ngày khác," Sam nói với vẻ mong muốn.

"May mắn thay, con gái tôi sắp đến giúp tôi. Vậy, chào mừng đến Tattoos-R-Us. Các bạn có thể đợi ở đó. Hãy tự lấy một ly nước. Có một số brochure mà các bạn có thể xem qua. Có thể giúp các bạn quyết định vị trí xăm. Mỗi vùng trên cơ thể có ngưỡng đau khác nhau." Người đàn ông to con đang xăm hình khẽ cười.

"Cảm ơn," Sam đáp rồi bước về phía khu vực chờ. Khi ngồi xuống sofa, đầu gối anh rung rung khiến PJ và Arden rùng mình. Họ bước sang phòng bên và nhìn lên bảng thông báo. Để trấn tĩnh, Sam lẩm bẩm: "Tôi đã tìm hiểu trên mạng, họ kinh doanh đã 25 năm và người chúng ta vừa nói chuyện là chủ tiệm. Họ có uy tín tốt với Hiệp hội Thương mại Tốt hơn. Ngoài ra, trang web của họ có rất nhiều đánh giá năm sao."

Mọi ánh mắt đều hướng về phía một phụ nữ xinh đẹp mặc trang phục gothic bước vào cửa hàng. Cô khoảng ba mươi tuổi và trông giống con gái của chủ tiệm. Cô có hình xăm trên mọi phần da lộ ra và những chiếc khuyên tai rải rác khắp nơi.

"Xin lỗi tôi đến muộn," cô nói, đặt tay lên vai cha mình. Cô liếc nhìn khu vực chờ, thì thầm gì đó với ông. Cô nở nụ cười tươi tắn và quay về phía khách hàng.

"Xin chào, tôi là Josie." Cô đưa tay ra và bắt tay từng người. "Đó là Rocky kia. Ông ấy là chủ cửa hàng và tôi là con gái ông ấy."

"Tôi là Sam, và đây là cháu trai tôi E-Z và hai người bạn của anh ấy, PJ và Arden." Anh ta ngã xuống thay vì ngồi xuống lại.

Josie đi lấy cho anh ta một ly nước.

E-Z đang nghĩ về việc xăm trên lưỡi cô ấy chắc hẳn rất đau, rồi anh ta nói với chú mình, "Anh không cần phải làm thế."

"Anh gọi tôi là gà sao?" anh ta nói, toàn thân run rẩy khi Josie đặt ly nước vào tay anh ta. Khi anh ta đưa ly lên môi, một ít nước văng ra.

"Các cậu là những người chưa từng xăm hình, đúng không?" Josie hỏi.

E-Z nghĩ cô ấy có giọng nói ngọt ngào, giống Stevie Nicks, ca sĩ yêu thích của cha anh ta trong ban nhạc Fleetwood Mac, khi cô ấy hát về Rhiannon, phù thủy.

Họ không cần trả lời, vì sự im lặng đã nói lên tất cả.

"Thôi, các cậu sẽ được Rocky chăm sóc tốt. Anh ấy là thợ xăm giỏi nhất trong thị trấn. Sẽ đau đấy, các cậu ạ. Đúng, sẽ đau. Nhưng đó là loại đau mà John Cougar hát về. Các cậu biết đấy - Hurts So Good."

Sam nhăn mặt. "Thực sự đau đến mức nào?"

"Điều đó phụ thuộc vào ngưỡng chịu đau của bạn – và vị trí bạn chọn. Có một cuốn brochure ở đó, mô tả các vùng cơ thể khác nhau cùng mức độ đau."

E-Z cảm thấy mặt mình nóng bừng, và gương mặt bạn bè cũng có sắc thái tương tự. Anh liếc nhìn Sam, nhận thấy gương mặt anh ta đã chuyển sang sắc xanh nhạt.

Josie tiếp tục. "Sau hình xăm đầu tiên, bạn có thể sẽ thích nó và muốn làm thêm."

Sam đứng dậy, cơ thể run rẩy vì sợ hãi.

"Anh ấy cần hít thở không khí trong lành," E-Z nói, kéo chú mình về phía cửa.

Ra ngoài, Sam đi qua lại trên vỉa hè, tim đập thình thịch như muốn nhảy ra khỏi lồng ngực. "Ước gì mình đã hút thuốc."

"Tôi biết ơn vì anh đã xuống đây cùng tôi, thật sự, nhưng thành thật mà nói, anh không cần phải làm điều đó. Tôi biết chúng ta đã hứa, và đây là điều tôi muốn làm – để tưởng nhớ mẹ và cha tôi – nhưng anh không nợ tôi gì cả. Tại sao không đi dạo, uống cà phê và chúng ta sẽ nhắn tin cho anh khi xong, được không?"

"Tôi đã nói sẽ luôn ở bên anh. Tôi đang ở đây vì anh. Tôi ghét kim tiêm. Và máy khoan. Tôi nghĩ mình có thể làm được, nhưng bây giờ tôi nhận ra nỗi sợ hãi mạnh hơn tôi. Tôi thật là một kẻ hèn nhát."

"Anh luôn ở bên em, chú Sam. Anh không cần phải chứng minh điều đó với em hay với ai khác bằng cách xăm hình mà anh không muốn. Bây giờ, đi đi. Em sẽ gọi cho anh khi xong việc." Anh đẩy xe lăn lên dốc, bạn bè anh theo sau. Anh liếc nhìn Sam qua vai. Anh chàng tội nghiệp đó cứng đờ như tượng.

"Tôi sẽ ổn thôi. Đi đi."

Sam cười. "Nhưng trước khi đi, cậu phải đưa cho tôi lá thư tôi viết đêm qua, để tôi thêm tên PJ và Arden vào. Vì không có sự cho phép của tôi – không ai trong số các cậu được xăm hình."

"Ý hay đấy," E-Z nói khi đưa tờ giấy xuống hàng. Bây giờ đã ký tên, nó được đưa trở lại. Anh ta cho vào túi, rồi họ vào trong nơi Josie đang chờ.

"Được rồi, đến lượt cậu. Nếu cậu định tè ra quần, tớ sẽ chỉ cho cậu nhà vệ sinh ngay bây giờ."

"Cút đi," E-Z nói khi đẩy ghế vào vị trí.

***

Khi Rocky đang hoàn tất công việc ở quầy, Josie đưa cho E-Z một cuốn sách có hình xăm.

"Tôi đã biết mà không cần xem. Tôi muốn một cánh chim bồ câu, mỗi bên vai." Lại là những ánh đèn xanh và vàng. Anh ta rất muốn đuổi chúng đi, nhưng không muốn Josie nghĩ anh ta cũng điên rồ.

Josie lật qua cuốn sách. "Đây có phải là những gì anh muốn không?"

Anh gật đầu, rồi nhìn cô trong gương khi cô rửa tay, sau đó đeo một đôi găng tay đen. Cô lấy các ống mực từ bao bì vô trùng và đặt chúng lên bàn.

"Anh có giấy phép của phụ huynh hoặc người giám hộ không? Tôi giả định anh chưa đủ 18 tuổi?"

E-Z mỉm cười và đưa cô tờ giấy.

"Mọi thứ trông ổn. Bây giờ đến việc quan trọng hơn. Anh có lông ở lưng không?" Cô mỉm cười. "Nếu có, chúng ta cần làm sạch và cạo trước. Ý tôi là toàn bộ lưng."

"Chắc chắn là không."

Tiếng cười khúc khích của bạn bè anh từ khu vực chờ khiến anh cũng mỉm cười. Trong khi đó, Josie biến mất vào phòng sau và có tiếng nhạc. Trong giây lát, Another Brick in the Wall, rồi im lặng.

"Này, sao cô làm thế?" anh hỏi.

"Tôi ghét tất cả các bài hát của Pink Floyd." Cô tiếp tục chuẩn bị.

"Anh không thể nói thế, trừ khi anh chưa bao giờ nghe Dark Side of the Moon."

"Tôi đã nghe, nó tệ lắm," cô nói khi kéo áo anh qua đầu. 'Oh!"

POP.

POP.

Và hai đèn tắt ngóm.

Rocky bước lại và đứng bên cạnh cô. 'Cái quái gì vậy?"

"Cái quái gì vậy, đúng vậy," Josie nói.

Điều đó khiến PJ và Arden bước lại.

"Tôi không hiểu, E-Z. Tại sao cậu lại nói dối?"

"Tất nhiên anh ấy không nói dối – E-Z không bao giờ nói dối," Arden nói.

"CÁI GÌ!?" E-Z hỏi, cố gắng di chuyển ghế để có thể nhìn thấy những gì họ đang thấy. "Nói dối? Về chuyện gì? Nói cho tôi biết, bất cứ điều gì. Tôi có thể chịu đựng được."

Josie hỏi: "Tại sao cậu lại nói dối về việc chưa từng xăm hình?"

*** * ***

" Tôi không có!" E-Z lắp bắp, không hiểu cô ấy đang nói gì.

"Đợi đã," Arden nói. "Này, nếu mày nói dối, chắc chắn phải có lý do chính đáng."

"Chuyện đã lộ rồi!" PJ nói. "Tuy nhiên, anh ta không thể làm được điều đó mà không có sự cho phép của người lớn."

Rocky cầm một chiếc gương tay và đặt nó sao cho E-Z có thể nhìn thấy những gì họ đang thấy. Hai hình xăm, một trên vai phải và một trên vai trái. Cánh.

"Cái quái gì vậy?"

"Anh ấy nói với tôi rằng anh ấy muốn có cánh," Josie nói. "Tôi nghĩ cậu là một đứa trẻ tốt."

"Tôi là người tốt! Thật sự, tôi không biết chúng đến từ đâu, và đây không phải là loại cánh tôi muốn. Tôi muốn cánh chim bồ câu. Những cái này trông giống cánh thiên thần hơn."

"Thôi nào, bạn ơi," Rocky nói. "Những hình xăm này được làm bởi một chuyên gia. Đã lâu rồi. Và chúng là những cánh thiên thần rất tuyệt vời. Tôi xin khen ngợi người đã làm chúng. Hãy nói với họ nếu họ bao giờ cần việc làm, hãy đến gặp tôi."

"Tôi thề, tôi không xăm hình. Đây là lần đầu tiên tôi vào tiệm xăm. Hỏi chú tôi. Ông ấy sẽ xác nhận. Ông ấy biết."

"Chuyện này không có nghĩa lý gì," Arden nói.

Rocky lắc đầu. 'Ít nhất cũng thừa nhận đi, thằng nhóc."

"Hai người có muốn xăm hình không?' Josie hỏi, tay chống hông.

"Không," họ trả lời.

"Đàn ông thật là nói dối," Josie nói khi họ đóng cửa lại.

"Thôi quên đi, em yêu, đã đến giờ ăn tối rồi," rồi anh ta treo biển "Đóng cửa" lên cửa.

$$***$$

Sam quay lại thấy ba cậu bé đang chờ bên ngoài studio. Dáng vẻ của họ trông kỳ lạ. Cậu bé tóc đỏ PJ khoanh tay trước ngực, còn cậu bé da olive Arden thì tay chống hông. Trong khi đó, cháu trai của anh ta gần như khóc.

"Cảm ơn trời, chú Sam, cảm ơn trời chú đã quay lại."

Anh vội vàng tiến lại gần. "Ôi không, có đau lắm không? Sẽ đỡ hơn trong vài ngày. Sẽ ổn thôi. Để chú xem nào." Anh huýt sáo khi cháu trai cúi người để anh có thể kéo áo lên. "Chúa ơi, chắc phải đau lắm."

"Chắc là vậy," PJ nói.

"Khi anh ấy lần đầu bị như vậy."

"Lần đầu? Cái gì?"

"Nó đã có chúng khi cô ấy cởi áo nó ra."

"Điều chúng ta không hiểu là, làm sao?"

"Anh có ý gì? Tôi có thể đảm bảo với anh là nó không có chúng hôm qua."

"Thấy chưa, tôi đã bảo chú Sam sẽ ủng hộ tôi mà." Nếu họ không tin anh, họ sẽ tin chú anh, nhưng tại sao họ lại nghĩ anh nói dối? Họ biết anh không phải là người nói dối.

"Theo Rocky, anh ta đã có những thứ này từ lâu rồi."

"Thấy không, chúng đã lành hết rồi?" PJ nói. 'Rocky và Josie rất bực mình, và họ có quyền được như vậy vì E-Z cũng ngạc nhiên như chúng ta khi thấy chúng."

"Còn hai người,' Sam hỏi, 'xăm hình của hai người thế nào?"

"Chúng tôi quyết định không làm nữa,' PJ nói.

"Nó không cảm thấy đúng."

Sam nói: "Hãy kể cho chúng tôi nghe chuyện gì đã xảy ra. Giải thích đi, vì tôi không thể hiểu nổi."

"Tôi không thể. Chú Sam, chú biết họ không có ở đó hôm qua. Tôi không có lời giải thích. Tất cả những gì tôi muốn là về nhà." Anh ta bắt đầu di chuyển, gõ nhịp vào bánh xe của chiếc ghế, nhanh hơn, nhanh hơn nữa. Anh ta muốn thoát khỏi đây, bất cứ đâu. Nếu họ không tin anh ta, thì kệ họ.

Khi anh ta đến cuối con đường, đèn giao thông chuyển từ xanh sang đỏ. Một cô bé một mình đã bắt đầu bước qua đường. Cô bé bước xuống vỉa hè, lúc đó một chiếc xe van cắm trại đang rẽ cua. Chiếc xe lăn của anh ta bị nhấc bổng khỏi mặt đất và lao về phía cô bé. Anh ta với tay ra, nắm lấy cô bé. Vừa kịp lúc để cứu cô bé khỏi bị xe cán qua.

Giờ đã an toàn, chiếc xe lăn chạm đất, và anh ta đưa cô bé đến nơi an toàn. Trước mặt anh ta, một con thiên nga trắng to hơn bình thường đang đứng. Nó giơ cánh lên như một cái vẫy tay, rồi bay đi.

"Thiên nga," cô bé nói, khi anh ta nhìn quanh tìm cha mẹ cô bé.

E-Z nhân cơ hội hòa vào đám đông và biến mất quanh góc đường, rồi anh gảy mạnh vào nan hoa xe lăn hơn bao giờ hết và nhanh chóng rời khỏi khu vực, cách đó vài khối nhà.

"Cậu có thấy không?" Arden reo lên, dừng lại ở góc đường. 'Ái chà,' anh nói khi người phụ nữ phía sau va vào anh. 'Ái chà,' anh nghe thấy tiếng va chạm phía sau, những người đi bộ khác phía sau anh cũng va vào nhau.

PJ đứng vững, khi người đàn ông phía sau lao vào anh. Anh nói với Arden: "Ừ, tớ thấy rồi… nhưng tớ không chắc mình thấy gì. Hình xăm đôi cánh là một chuyện, còn cái này… là gì vậy? Một phép màu?"

"Đó là ảo giác," Sam nói, khi điện thoại rung lên. Đó là tin nhắn từ E-Z yêu cầu anh đến gần bãi đỗ xe cửa hàng đồ gia dụng ngay lập tức. "E-Z cần tôi, hai người có thể về nhà được không?"

"Được, không sao, Sam."

"Hy vọng anh ấy không sao."

Sam quay lại xe, cố giữ bình tĩnh trong khi cố lý giải những gì vừa xảy ra.

Cả hai cậu bé đều không muốn nói về những gì họ đã thấy – chiếc xe lăn của E-Z bay lên không trung.

"Cậu có thấy không?" những người xung quanh thì thầm khi đám đông tụ tập.

"Ước gì tôi đã chuẩn bị điện thoại," một phụ nữ nói.

Một phụ nữ khác cầm micro và máy quay chen lên phía trước. Khi đèn giao thông chuyển sang xanh, cô ta băng qua đường, theo sau là một cặp vợ chồng đang khóc – cha mẹ của hai cô bé. Phía sau họ là tài xế của chiếc xe van.

"Cảm ơn trời, anh đã ở đó," anh ta khóc. 'Tôi không thấy cô bé. Anh là anh hùng, cậu bé. Cảm ơn anh."

"Mẹ ơi!' đứa trẻ gọi, khi mẹ cô bé ôm cô vào lòng. Cô và chồng ôm cô bé chặt hơn, trong khi phóng viên tiến lại gần và người quay phim ghi lại khoảnh khắc đó.

Gần đó, người đàn ông suýt đâm vào cô bé đang khóc nức nở. Nhà báo và nhiếp ảnh gia trò chuyện với anh ta. "Anh đã cứu cô bé, và cả tôi. Cậu bé, cậu bé trong xe lăn."

Họ cố tìm anh ta, nhưng anh ta đã biến mất. Anh ta đang trốn tránh, như một tội phạm. Chờ đợi Uncle Sam đến cứu anh ta. Cố gắng hiểu chuyện gì đã xảy ra. Cố gắng không hoảng loạn.

Trở lại hiện trường, hai đèn, một xanh và một vàng, chiếu sáng mọi người trong khu vực. Sau đó, họ phá hủy tất cả các đoạn phim đã quay.

"Chúng ta đang làm gì ở đây?" phóng viên hỏi.

"Không biết," người quay phim trả lời.

Trên đường về nhà, E-Z cảm thấy mình như một anh hùng. Nhưng anh biết anh hùng thực sự là chiếc xe lăn, chiếc xe lăn đã bay lên.

E-Z Dickens là một Thiên thần Hình xăm.

$$* * *$$

" Tôi đã bay cùng Uncle Sam. Tôi thực sự đã bay."

Sam lái xe vào lối vào và đỗ xe.

"Anh đã thấy chứ? Anh đã thấy tôi cứu cô bé đó. Tôi không thể đến kịp, và chiếc xe lăn của tôi biết điều đó nên đã cất cánh khỏi mặt đất và lao về phía cô bé."

"Đúng, tôi thấy rồi. Đó là điều phi thường. Ý tôi là cách cậu cứu cô bé khỏi nguy hiểm. Nhưng chiếc xe lăn của cậu không cất cánh. Đó là sức đẩy, đẩy cậu về phía trước. Với cơn hưng phấn và tốc độ cậu phải di chuyển để đến đó, nó cảm giác như cậu đang bay – nhưng cậu không bay."

"Tôi đã bay. Chiếc xe lăn đã rời khỏi mặt đất."

"E-Z, thôi đi. Anh biết và tôi cũng biết là không có chuyện bay. Anh phải biết điều đó. Ý tôi là, anh nghĩ mình là ai? Một thiên thần quỷ quái sao?"

Sam bước ra khỏi xe, kéo xe lăn ra khỏi cốp và đến giúp cháu trai ngồi vào. Khi làm vậy, vai phải của E-Z cọ vào mép cửa, và anh ta kêu lên vì đau.

"Nước!" anh ta hét lên. "Cảm giác như tôi đang bốc cháy."

Sam chạy vào bếp và mang ra một chai nước.

E-Z đổ nước lên vai mình. Cơn đau dịu đi một chút, nhưng vai bên kia lại cảm thấy như đang bốc cháy. Anh ta đổ nốt phần nước còn lại lên đó. Sam đẩy anh ta vào nhà, trong khi E-Z cố gắng xé áo mình ra. Sam giúp anh ta kéo áo qua đầu.

"Ôi không!" Sam hét lên, che mũi. Vai của cháu trai anh giờ trông và có mùi như thịt nướng cháy. Anh vội vàng chạy vào bếp lấy thêm nước.

Trên đường đi, E-Z tiếp tục hét lên cho đến khi ngất xỉu.

5

t trời tối om và anh ta hoàn toàn cô độc, chỉ có bóng trăng lờ mờ trải dài trên bầu trời.

Hai tay anh khoanh trước ngực, giống như những xác chết được đặt trong quan tài mở tại một đám tang. Anh lắc nhẹ hai tay. Khi đã thư giãn, anh đặt chúng lên tay vịn của xe lăn, nhưng phát hiện ra mình không ở trong đó. Sợ hãi, anh sợ mình sẽ ngã nhào; anh lại khoanh hai tay trước ngực. Nhưng chờ đã, anh không ngã khi mở tay ra lần trước - anh làm lại và vẫn đứng thẳng.

E-Z giữ một tay chặt vào ngực, tay phải duỗi thẳng hết cỡ. Đầu ngón tay chạm vào thứ gì đó mát lạnh và kim loại. Với tay trái, anh làm tương tự, lại chạm vào kim loại. Anh nghiêng người về phía trước, chạm vào tường phía trước, rồi làm tương tự phía sau. Khi di chuyển, ghế dưới anh dịch chuyển, co giãn như hệ thống treo. Chính hệ thống này đang giữ anh ta đứng thẳng, hay là không?

PFFT.

Tiếng sương mù tràn vào không khí. Ấm áp, nó làm tăng khứu giác của anh ta, bao phủ anh ta trong một bó hoa oải hương và cam chanh.

Anh ta chìm vào giấc ngủ sâu, trong đó anh ta mơ những giấc mơ không phải là mơ, vì chúng là ký ức. Tai nạn – nó đang xảy ra một lần nữa – lặp đi lặp lại. Anh ta ngửa đầu ra sau và gầm lên.

"Xin chờ một lát," một giọng nữ nói.

Đó là giọng nói robot, giống như giọng nói trong bản ghi âm khi không có người ở đó.

Quá sợ hãi để chìm vào giấc ngủ, anh hỏi: 'Ai ở đó? Xin hãy nói. Tôi đang ở đâu?"

"Bạn đang ở đây,' giọng nói đáp, rồi cười khanh khách. Tiếng cười vang dội trong container hình silo, đập vào tai anh khi nó đến rồi đi.

Khi tiếng cười dừng lại, anh quyết định thoát ra. Dùng hết sức lực, anh duỗi tay và đẩy. Cảm giác thật tốt. Làm bất cứ điều gì – ban đầu – cho đến khi chứng sợ không gian hẹp chiếm ưu thế.

PFFT.

Làn sương xịt, lần này gần hơn, phun thẳng vào mắt anh. Axit citric bỏng rát, nước mắt trào ra như thể anh vừa cắt hành, và anh đứng dậy.

Chờ một phút...

Anh ngã xuống lần nữa. Anh cử động ngón chân. Anh làm lại. Anh duỗi chân phải. Rồi chân trái. Chúng hoạt động. Chân anh hoạt động. Anh nâng mình lên...

Một giọng nam nói: "Xin hãy ngồi xuống."

Anh véo đùi phải rồi đùi trái. Ai ngờ véo một cái lại thấy dễ chịu đến vậy? Không ai có thể ngăn anh. Miễn là anh còn có thể dùng chân, anh sẽ đứng dậy.

Có tiếng động trên đầu anh ta, giống như thang máy đang di chuyển. Tiếng động ngày càng lớn. Anh ta ngước lên. Trần nhà silo đang hạ xuống. Càng lúc càng to. Cuối cùng, nó dừng hẳn.

"Ngồi xuống," giọng nam ra lệnh.

E-Z cố gắng đứng dậy, nhưng trần nhà từ từ hạ xuống – cho đến khi anh ta không thể đứng được nữa. Anh ta ngồi im lặng, chờ đợi thứ đó thu lại như thang máy đang nâng lên đỉnh – nhưng nó không nhúc nhích.

PFFT.

"Hãy để tôi ra!"

"Thêm laudanum," giọng phụ nữ nói.

Tường dừng lại, rồi phun ra một liều lượng cực dài.

PPPFFFTTT.

Đó là tiếng cuối cùng anh ta nghe thấy.

✳✳✳

B Trở lại giường, anh ta tự hỏi liệu mình có bị điên không và tưởng tượng toàn bộ vụ việc trong silo chỉ là một trò đùa. Nó cảm thấy thật, nó có mùi thật. Và hai giọng nói – tại sao chúng không hiện ra? Anh ta gãi đầu, thấy hai ánh sáng trước mắt. Như trước đây, một ánh sáng xanh và một ánh sáng vàng.

"Xin chào?" anh thì thầm, khi một tiếng rít cao vút như đàn muỗi tấn công anh. Anh giơ tay phải ra sau, đánh mạnh về phía trước. Nhưng trước khi tay chạm vào, anh đông cứng lại, tay vẫn dang giữa không trung. Mắt anh đờ đẫn, như con gà bị thôi miên.

POP.

POP.

Hai ánh sáng biến thành hai sinh vật. Mỗi con đẩy một vai, và E-Z ngã xuống gối, nhắm mắt và ngủ say.

"Chúng ta nên làm ngay bây giờ, beep-beep," ánh sáng vàng trước đây nói.

"Hãy chắc chắn rằng anh ta đã ngủ, zoom-zoom," ánh sáng xanh trước đây nói.

"Được rồi, hãy bắt tay vào việc, beep-beep."

"Chúng ta đã có sự đồng ý của anh ta chưa, zoom-zoom?"

"Anh ta đã nói sẽ làm, nhưng anh ta không nhớ. Tôi lo rằng đó không phải là một thỏa thuận ràng buộc. Có thể chỉ là một phần, và người-mà-bạn-biết ghét những thứ không hoàn chỉnh. Chưa kể, phần con người của anh ta sẽ bị kẹt giữa hai thế giới beep-beep."

"Đúng, tôi thích anh ta quá nên không thể để anh ta trở thành kẻ kẹt giữa hai bên, zoom-zoom."

"Thích hay không thích không liên quan. Đừng quên chuyện con thiên nga. Chưa kể – tại sao con người lại nói 'đừng nhắc đến' trước khi nhắc đến điều họ không muốn nói?" Không chờ câu trả lời. "Chúng ta sẽ rơi vào tình thế khó khăn và người-mà-bạn-biết sẽ rất giận beep-beep."

"Nhưng con người đã có đôi cánh xăm trổ. Thử thách không bắt đầu cho đến khi đối tượng đồng ý." Cô búng tay và một cuốn sách xuất hiện. Cô vỗ cánh tạo ra làn gió lật trang sách. "Xem đây, nó nói cánh chỉ được lắp đặt SAU KHI đối tượng được chấp thuận. Vậy khi anh ta nói đồng ý, đó chắc chắn là lời cam kết zoom-zoom." Cô giơ hai tay lên, cuốn sách bay lên, như thể sắp đập vào trần nhà nhưng thay vào đó nó biến mất qua trần.

Họ bay đi, một con đậu trên vai E-Z và một con trên đầu anh.

"Tôi không làm đâu," anh nói mà không mở mắt.

"Ngủ thêm đi, zoom-zoom," cô nói, chạm vào mắt anh.

"Shhhh, beep-beep."

"Mẹ ơi, về đi. Làm ơn về đi!"

"Cậu bé rất bồn chồn, zoom-zoom."

"Cậu bé đang mơ, beep-beep."

E-Z mở miệng và ngáy như một chú voi con. Cơn gió giữ họ lơ lửng – không cần phải vỗ cánh. Họ cười khúc khích, cho đến khi anh ta đóng miệng lại. Họ rơi tự do. Bằng cách vỗ cánh điên cuồng, họ nhanh chóng lấy lại thăng bằng.

"Ôi không, anh ấy đang nghiến răng, beep-beep."

"Con người có những thói quen kỳ lạ, zoom-zoom."

"Đứa trẻ con người này đã trải qua quá nhiều. Bằng cách thực hiện những quyền này, anh ấy sẽ cảm thấy ít đau đớn hơn, beep-beep."

Con vật đầu tiên bay lên ngực E-Z và đáp xuống, cằm đưa về phía trước, tay đặt lên hông. Nó quay một vòng theo chiều kim đồng hồ. Quay nhanh hơn, từ tiếng vỗ cánh của nó, một bài hát vang lên. Bài hát là một tiếng rên rỉ trầm buồn. Một bài hát buồn từ quá khứ để kỷ niệm một cuộc đời đã không còn. Con vật ngả đầu về phía sau, đầu tựa vào ngực E-Z. Việc quay tròn dừng lại nhưng bài hát vẫn tiếp tục.

Con sinh vật thứ hai tham gia, thực hiện cùng nghi thức, nhưng quay ngược chiều kim đồng hồ. Chúng tạo ra một bài hát mới, không có tiếng "beep-beep" và "zoom-zoom". Bởi khi chúng hát, từ tượng thanh không cần thiết. Trong khi đó, trong giao tiếp hàng ngày với con người, chúng lại cần. Bài hát này chồng lên bài hát kia, trở thành một bản nhạc vui tươi, cao vút. Một bài ca cho những điều sắp đến, cho một cuộc sống chưa từng tồn tại. Một bài hát cho tương lai.

Một luồng bụi kim cương bắn ra từ hốc mắt vàng của chúng. Chúng quay tròn hoàn hảo. Bụi kim cương bắn ra từ mắt chúng phủ lên cơ thể đang ngủ của E-Z. Sự trao đổi tiếp tục cho đến khi cơ thể anh ta được phủ kín bụi kim cương từ đầu đến chân.

Thiếu niên tiếp tục ngủ say. Cho đến khi bụi kim cương xuyên qua da thịt anh ta – rồi anh ta mở miệng hét lên nhưng không có tiếng nào phát ra.

"Anh ta đang tỉnh dậy, beep-beep."

"Nâng anh ta lên, zoom-zoom."

Cùng nhau, chúng nâng anh ta lên khi anh ta mở đôi mắt đờ đẫn.

"Ngủ tiếp đi, beep-beep."

"Đừng cảm thấy đau đớn, zoom-zoom."

Ôm lấy cơ thể anh ta, hai sinh vật đó chấp nhận nỗi đau của anh ta vào bản thân mình.

"Dậy đi, beep-beep," anh ta ra lệnh.

Và chiếc xe lăn được nâng lên. Nó di chuyển đến vị trí dưới cơ thể E-Z và chờ đợi. Khi một giọt máu rơi xuống, chiếc ghế bắt lấy nó. Hấp thụ nó. Tiêu hóa nó – như thể nó là một sinh vật sống.

Khi sức mạnh của chiếc ghế tăng lên, nó cũng trở nên mạnh mẽ hơn. Sớm thôi, chiếc ghế có thể giữ chủ nhân của mình lơ lửng giữa không trung. Điều này cho phép hai sinh vật hoàn thành nhiệm vụ của mình. Nhiệm vụ kết nối chiếc ghế và con người. Kết nối họ mãi mãi bằng sức mạnh của bụi kim cương, máu và đau đớn.

Khi cơ thể thiếu niên run rẩy, những vết thương trên da anh ta lành lại. Nhiệm vụ đã hoàn thành. Bụi kim cương đã trở thành một phần bản chất của anh ta. Vì vậy, âm nhạc dừng lại.

"Xong rồi. Giờ anh ta đã chống đạn. Và anh ta có sức mạnh siêu phàm, beep-beep."

"Đúng vậy, và điều đó tốt, zoom-zoom."

Chiếc xe lăn trở lại sàn nhà, và thiếu niên trở về giường.

"Hắn sẽ không nhớ gì, nhưng đôi cánh thật sự của hắn sẽ bắt đầu hoạt động rất sớm, beep-beep."

"Còn những tác dụng phụ khác? Khi nào chúng sẽ bắt đầu, và có thể nhận ra được không, zoom-zoom?"

"Điều đó tôi không biết. Hắn có thể có những thay đổi về thể chất... đó là rủi ro đáng chấp nhận để giảm đau, beep-beep."

"Đồng ý zoom-zoom."

Mệt mỏi, hai sinh vật ôm chặt vào ngực E-Z và chìm vào giấc ngủ. Không biết họ ở đó, khi anh duỗi người vào buổi sáng – họ rơi xuống sàn.

"Ồ, xin lỗi," anh nói với những sinh vật có cánh trước khi quay người và tiếp tục ngủ.

***

" A, anh đã dậy chưa?" Sam hỏi, rồi mở cửa một khe nhỏ.

Cháu trai anh đang ngáy khò khò, nhưng chiếc ghế của nó không còn ở chỗ anh để khi giúp nó lên giường. Anh nhún vai rồi quay về phòng mình, đọc vài chương của David Copperfield. Nhiều giờ sau, anh quay lại phòng cháu trai.

"Gõ cửa."

"À, chào buổi sáng," E-Z nói.

"Vào được không?"

"Được."

"Bạn ngủ ngon không?"

"Tôi nghĩ là vậy." Anh duỗi người rồi tựa lưng vào đầu giường.

"Sao ghế của bạn lại ở đây? Tôi tưởng đã để nó dựa vào tường."

Anh nhún vai.

"Và nhìn xem tay vịn – bạn có sơn chúng không?"

Anh cúi xuống, thấy vết đỏ, lại nhún vai. "Có chuyện gì xảy ra với tôi vậy?"

"Anh ngất xỉu. Điều tôi không hiểu là tại sao. Anh nói cảm thấy vai như bốc cháy. Tôi tìm kiếm trên mạng theo mô tả của anh và một phương thuốc thảo dược xuất hiện. Thật kinh ngạc những gì có thể tìm thấy trên đó. Tôi pha trộn dầu oải hương với nước và lô hội vào bình xịt, rồi xịt trực tiếp lên da anh. Họ nói nó sẽ mang lại sự thoải mái ngay lập tức. Họ không đùa đâu vì anh thư giãn và ngủ thiếp đi."

"Cảm ơn, tôi cảm thấy tốt hơn nhiều." Anh cố gắng ra khỏi giường, nhưng những tiếng zzzzz vang lên trong đầu anh như thể anh là Wile E. Coyote. "Tôi nghĩ tôi sẽ nằm thêm một lúc nữa."

"Ý hay đấy. Tôi có thể lấy gì cho anh không?"

"Một ít bánh mì nướng? Với mứt dâu?"

"Được thôi, con trai." Anh ta rời khỏi phòng, nói sẽ quay lại ngay. Khi trở lại với thức ăn trên khay, cháu trai anh ta cố ăn nhưng không thể nuốt được gì.

"Có lẽ chỉ cần nước thôi."

Sam mang một chai nước, E-Z cố uống nhưng cũng không thể giữ được.

"Tôi nghĩ tôi sẽ tiếp tục nghỉ ngơi." Mắt anh ta vẫn mở, nhìn thẳng về phía trước. "Bây giờ là mấy giờ?"

"Bây giờ là 5 giờ sáng và hôm nay là thứ Bảy. Anh đã ngất đi mười hai tiếng đồng hồ. Anh làm tôi sợ chết khiếp."

Sự kết nối, mùi oải hương ở cả hai nơi khiến E-Z cảm thấy kỳ lạ. Liệu anh đã trải qua một sự giao thoa giữa hai thế giới? Điều đó quá trùng hợp, nếu như cái silo đó thực sự tồn tại. Hay đó chỉ là một giấc mơ? Một cơn ác mộng. Nhưng đôi chân anh vẫn hoạt động bên trong cái container kim loại đó. Anh sẽ quay lại ngay lập tức – chấp nhận mọi rủi ro – để lấy lại khả năng đi lại.

"E-Z?"

"Ừm, gì vậy? Tôi. Thật sự, tôi muốn nhắm mắt và nghỉ ngơi thêm một chút."

Sam rời khỏi phòng, đóng cửa lại.

E-Z lơ mơ giữa tỉnh và mê, trong khi vụ tai nạn lặp đi lặp lại. Stevie Nicks với đôi cánh trắng cung cấp nhạc nền. Trong nền, hai ánh sáng – một xanh và một vàng – nhấp nháy lên xuống.

✳ ✳ ✳

Trong vài ngày tiếp theo, anh ta cố gắng ghép nối các mảnh ghép trong đầu bằng cách lập danh sách những điểm tương đồng:

Cánh trắng – hình xăm cánh trắng trên vai. Stevie Nicks có cánh trắng trong giấc mơ của anh ta.

Oải hương – Chú Sam đã dùng oải hương và lô hội để làm dịu vết bỏng. Trong silo, oải hương được xịt vào không khí để làm anh ta bình tĩnh.

Ánh sáng vàng và xanh lá cây. Anh ta thấy chúng sau tai nạn và trong phòng mình.

Xe lăn – đã bay lên để cứu cô bé. Khi anh là người bắt bóng, mông anh đã rời khỏi ghế để bắt được quả bóng.

Tay vịn – giờ đã chuyển sang màu đỏ. Không có sự cố tương tự. Không có giải thích.

Cảm giác bỏng rát trên vai/hình xăm xuất hiện trên vai. Không có giải thích.

Anh không còn tin vào Chúa nữa, không kể từ sau vụ tai nạn. Không có vị thần nào để một cây đổ xuống đè chết cha mẹ anh. Họ là những người tốt, chưa từng làm hại ai. Điều xảy ra với đôi chân anh ta không còn quan trọng. Bất kỳ vị thần nào đáng giá, đã có thể can thiệp và ngăn chặn điều đó trước khi xảy ra.

Trừ khi có lẽ, nếu có vị thần nào đó, ông ta đang đi ăn trưa. Đúng vậy, đúng vậy.

Những thay đổi đang xảy ra với cơ thể anh ta, và anh ta muốn có câu trả lời. Sâu thẳm trong lòng, anh ta biết cách duy nhất để có được chúng là quay trở lại cái silo khốn kiếp đó – nếu nó tồn tại.

6

Ngày hôm sau, E-Z đang lơ lửng trên không trung phía trên giường của mình kể từ khi đôi cánh của anh ta mọc ra. Trên đường đến tủ quần áo để ngắm nhìn những bộ phận mới của mình trong gương, anh ta suýt nữa đâm vào tường.

"Mọi thứ ổn trong đó không?" Sam gọi từ phòng bên cạnh.

"Vâng," anh ta nói, bay lượn sang bên, ngắm nhìn sức mạnh bay lượn mới của mình. Những sợi lông vũ mềm mại khiến anh ta say mê. Đặc biệt là cách chúng đẩy anh ta về phía trước, như thể chúng là một phần của cơ thể anh ta. Cảm thấy mình giống một con chim hơn là một thiên thần, anh ta cố nhớ lại những gì đã học ở trường về chim học. Anh ta biết hầu hết các loài chim có lông vũ chính, có thể là mười cái. Nếu không có lông vũ chính, chúng không thể bay. Anh có hơn mười lông vũ chính trên cánh, và còn nhiều lông vũ phụ nữa. Anh thử rẽ trái, rồi rẽ phải, đánh giá khả năng điều khiển của mình. Cảm thấy nhẹ bẫng, anh bay lượn quanh phòng. Lơ lửng trên chiếc xe lăn – thứ anh không còn cần nữa. Với đôi cánh này, anh có thể bay lượn khắp thế giới.

Đặt tay lên hông, giống như Superman, anh hướng mình về phía cửa. Anh đến đó đúng lúc Sam mở cửa.

"Mày làm tao suýt chết khiếp!" Sam hét lên, suýt nhảy ra khỏi da.

Bị bất ngờ, cậu thiếu niên cố gắng giữ bình tĩnh. Anh đổi hướng, định bay về phía giường. Tuy nhiên, việc chuyển hướng không dễ dàng như anh mong đợi, và anh rơi tự do.

Sam chạy đến chiếc xe lăn, đẩy nó qua lại để giữ nó dưới người cháu trai.

E-Z lấy lại thăng bằng và bay lên lần nữa.

"Xuống đây ngay lập tức!" Sam hét lên, giơ nắm đấm lên trời.

Anh bay về phía giường và hạ cánh an toàn. Cánh của anh khép lại như một chiếc accordion không có âm thanh. 'Đó thật là vui. Tôi không thể chờ để bay đến trường."

Sam ngã vào ghế của cháu trai. 'Đó là gì vậy? Và cậu thật sự nghĩ mình có thể bay những thứ đó đến trường? Cậu sẽ trở thành trò cười."

"Họ sẽ quen thôi và thay vì gọi tôi là 'cậu bé cây' – họ có thể gọi tôi là 'cậu bé bay'. Ừ, tôi thích cái tên đó."

"Theo những gì tôi thấy, đó là một nỗ lực vụng về. Và 'cậu bé bay' nghe thật ngớ ngẩn."

"Đó là lần đầu tiên của tôi. Tôi sẽ quen dần thôi."

Sam lắc đầu, tò mò đã lấn át cảm xúc và khiến anh muốn chạy trốn.

"Tôi có thể xem kỹ hơn không? Ý tôi là mà không cần anh bay lên?" anh hỏi khi đứng dậy, E-Z quay người về phía anh. 'Chúng đã biến mất. Hoàn toàn. Ý tôi là những hình xăm. Chúng đã được thay thế bằng đôi cánh thật – và anh có thể bay. Ôi trời!' Anh ngồi xuống trước khi ngã.

"Tôi tỉnh dậy, đôi cánh xuất hiện và điều tiếp theo tôi biết là mình đang bay."

"Đó là phép thuật. Chắc chắn là vậy. Hoặc có lẽ chúng ta đang mơ, anh đang trong giấc mơ của tôi hoặc tôi đang trong giấc mơ của anh và sớm thôi chúng ta sẽ tỉnh dậy và..." Sam cố gắng giữ bình tĩnh vì cháu trai nhưng trái tim anh đang đập loạn xạ.

"Đó không phải là mơ."

"Làm sao chúng xuất hiện? Anh có phải nói gì không? Ý tôi là, có những từ phép thuật nào anh phải nói không?"

"Tôi không nhớ đã nói gì. Có lẽ tôi có thể thử xem sao." Anh ta suy nghĩ một lúc, tạo dáng như tượng Rodin's Thinker. 'Chờ một phút, để tôi thử cái khác.' Anh ta vung tay trong không khí như cầm đũa phép, 'Autem!"

"Khi nào anh học tiếng Latin?"

"Có ứng dụng miễn phí trên điện thoại của tôi."

"Tôi cũng vậy, tôi đang học tiếng Pháp. Thử 'en haut' xem sao."

"En haut!" Vẫn không có gì. 'Nâng tôi lên! Qui exaltas me!' Bực mình, anh khoanh tay. 'May mà cậu vào và thấy tôi bay, nếu không cậu sẽ không tin tôi!' Anh tự hỏi PJ và Arden đang làm gì – anh không thấy họ mấy ngày nay. Chợt anh cảm thấy đôi cánh mở ra và anh đang lơ lửng trên giường.

"Ro-ro," Sam nói, khi đôi cánh thu lại, và E-Z rơi xuống sàn.

"Đó là lúc anh nên nắm lấy ghế của tôi."

Sam mỉm cười. 'Dễ nói hơn làm. Xin lỗi. Anh có sao không?"

"Tôi không sao. Ý tôi là về thể xác, nhưng về tinh thần thì ai mà biết?' Anh cười. "Giúp tôi ngồi vào ghế được không?"

Sam nhấc anh ta lên, đặt anh ta an toàn vào ghế. Khi anh ta ngả người ra sau, đôi cánh thay vì thu lại hoàn toàn, lại bật ra với sức mạnh đầy đủ. E-Z bay lên, lượn lờ như Tinkerbell.

"Vậy là như vậy, phải không?" Sam nói.

"Tôi cần phải làm quen với nó – không biết tại sao – nhưng..."

"Khi nào sẵn sàng, xuống đây và chúng ta đi ăn sáng. Tôi sẽ mang laptop và chúng ta có thể nghiên cứu."

"Ồ, ý hay đấy. Chúng ta có thể đến quán cà phê của Ann. Và tôi sẽ xuống – nếu có thể." Cánh thu lại khi E-Z ở ngay trên xe lăn. 'Đó mới gọi là dịch vụ,' anh nói khi nhẹ nhàng ngồi xuống ghế.

Họ trò chuyện trong khi anh ta mặc quần áo. Sau đó, E-Z vào nhà vệ sinh, trong khi Sam chuẩn bị.

Khi họ bước ra khỏi nhà và hướng về Ann's Café, E-Z có hai suy nghĩ. Một là anh ta nhớ nơi đó, và hai là "Tôi chưa đến đó từ lâu lắm. Không kể từ..."

"Tôi biết, cậu bé. Cậu chắc chắn không quá sớm sao?"

Bữa sáng tại Ann's Café là truyền thống của gia đình anh. Ngoài việc mở cửa sớm lúc 6 giờ sáng, nó còn nằm trong khoảng cách đi bộ. Bên trong có những booth riêng tư, bọc da giả với khăn trải bàn caro đỏ. Bố anh luôn nói nơi đó có chủ đề "far out". Nhạc thập niên 60 phát từ máy hát tự động – họ đã chỉnh sửa để mọi người không phải trả tiền. Và những poster của Marilyn Monroe, James Dean và Marlon Brando treo kín tường. Thực đơn rất đa dạng, từ sandwich club, burger phô mai đến fondue. Nhưng món yêu thích của anh là sinh tố đặc biệt và bánh pancake táo.

Ngay khi thấy họ, chủ quán Ann lập tức bước đến. "Tôi nhớ các cậu lắm." Cô ôm chầm lấy anh.

"Đây là chú Sam của tôi, Ann." Họ bắt tay nhau. 'Cảm ơn tấm thiệp và hoa nhé, thật là chu đáo."

Mắt cô đỏ hoe. 'Nào, lại đây. Tôi có bàn hoàn hảo cho anh."

Bàn nằm ở góc yên tĩnh, nên anh không phải lo ghế của mình cản đường nhân viên bếp hay khách hàng.

"Tôi sẽ chuẩn bị món thường ngày của anh ngay lập tức. Anh muốn ăn gì, Sam, hay tôi quay lại sau?"

"Anh đang ăn gì vậy?"

"Bánh pancake táo a la mode. Đó là món ngon nhất trên thế giới và Ann luôn mang thêm syrup và quế."

"Nghe có vẻ ngon, nhưng tôi nghĩ tôi sẽ chọn bacon và trứng, kèm nấm."

"Được rồi," Ann nói. 'Anh có muốn một ly sữa lắc sô-cô-la đặc không?' Anh gật đầu. 'Cà phê cho anh Sam?"

"Đen,' anh trả lời. 'Và cảm ơn vì đã đón tiếp tôi nồng hậu."

"Bất kỳ người chú nào của E-Z đều được chào đón ở đây."

Sau khi Ann đi lấy đồ uống, anh buột miệng: 'Chú Sam, tôi nghĩ mình đang trở thành một thiên thần."

"Anh phải chết trước đã," anh ta nói, khi Ann đặt đồ uống lên bàn và quay trở lại bếp.

"Có thể tôi đã chết trong vụ tai nạn xe hơi. Chỉ vài phút thôi. Ai biết mất bao lâu để trở thành thiên thần? Trong phim, nếu bạn đến Cổng Ngọc Trai, ông lớn có thể thay đổi mọi thứ và gửi bạn trở lại đây. Đó là nếu bạn tin vào những điều đó—mà tôi thì không."

"Tôi cũng không. Không có thiên thần. Cũng không có quỷ dữ. Ngoại trừ bên trong mỗi chúng ta. Ý tôi là, tất cả chúng ta đều có điều tốt và điều xấu trong mình. Đó là điều làm nên con người chúng ta. Còn về việc chết, họ đã nói với tôi nếu họ phải hồi sinh anh. Họ không nói gì như vậy."

"Vậy thì làm sao giải thích được sự xuất hiện đột ngột của những hình xăm, và bây giờ chúng đã biến thành đôi cánh thật? Tôi không có chúng hôm qua. Vậy thì đã xảy ra chuyện gì giữa hôm qua và hôm nay? Không có gì đáng để giải thích cho sự phát triển của những bộ phận mới."

"Không có gì mà anh có thể nghĩ ra," Sam nói. Anh ta cười.

E-Z xiên một miếng bánh pancake và nhét vào miệng, để syrup chảy xuống cằm. Ann lảng đi.

"Well, anh trông không hề giống thiên thần lúc này," Sam nói, nhặt một miếng trứng trộn bằng nĩa. 'Mm, ngon thật.' Sau vài miếng nữa, anh với tay vào cặp tài liệu và lấy ra laptop. Anh bật máy và gõ 'define angel.' Anh xoay màn hình để cả hai có thể đọc thông tin trong khi ăn.

"Một sứ giả, đặc biệt là của Thượng Đế," Sam đọc, 'một người thực hiện sứ mệnh của Thượng Đế hoặc hành động như thể được Thượng Đế sai phái."

"Hành động như thể,' E-Z lặp lại trong khi nhét thêm bánh pancake vào miệng.

Sam đọc tiếp, "Một người không chính thức, đặc biệt là phụ nữ, có tính cách tốt bụng, trong sáng hoặc xinh đẹp. Cô rất xinh đẹp với mái tóc vàng và đôi mắt xanh."

"Im đi."

"Một biểu tượng truyền thống," anh dừng lại. 'Của bất kỳ sinh vật nào được miêu tả dưới hình dạng con người có cánh.' Sam nhấp một ngụm cà phê, đúng lúc Ann rót thêm vào tách của anh.

"Các cậu sẽ bị khó tiêu, vừa đọc vừa ăn."

E-Z cười.

Sam nói, "Không, tôi làm IT, nên tôi khá giỏi đa nhiệm."

Ann cười khẽ và đi khỏi.

"Họ có ý gì khi nói 'những sinh vật này'?" E-Z hỏi.

"Theo thần học thiên thần thời Trung Cổ, thiên thần được chia thành các cấp bậc. Chín cấp bậc: seraphim, cherubim, thrones, dominations (còn gọi là dominions)," anh ta ngừng lại, uống một ngụm nước. Rồi tiếp tục, "Virtues, principalities (còn gọi là princedoms), archangels, và angels."

"Wow! Thử nói mười lần liên tiếp xem." Anh ta mỉm cười. 'Tôi không biết có nhiều loại thiên thần đến vậy."

"Tôi cũng không. Món ăn này ngon quá, tôi cứ nghĩ mình và anh đang mơ."

"Anh muốn nói anh ước chúng ta đang mơ – và đôi cánh của tôi sẽ biến mất?"

"Chúng có thể biến mất nhanh như khi xuất hiện.' Anh ta đẩy laptop lại gần và gõ vào "Con người mọc cánh thiên thần." E-Z khịt mũi nhưng cúi sát hơn để xem gì hiện ra. Sam nhấp vào một bài báo khoa học.

"Như tôi đã nói, không có bằng chứng nào về cánh thiên thần trong hồ sơ. Tôi cũng không nghĩ vậy. Tôi nghĩ vụ việc đó, anh biết đấy, khi tôi cứu cô bé – có liên quan đến việc họ xuất hiện. Đó là một tín hiệu vì ngọn lửa bùng lên ngay sau khi tôi về nhà và rồi, anh biết phần còn lại."

"Hai đứa thế nào rồi?" Ann hỏi.

"Tôi đã gọi thêm hai chiếc bánh pancake cho hai đứa, E-Z, như thường lệ. Trừ khi cậu có thể ăn thêm?"

"Hoàn hảo."

"Còn cậu, Sam?"

"Chỉ thêm một ly nữa," anh nói, đưa ly rỗng cho cô. Cô lấy đi và quay lại với ly đầy ắp. Chuông reo trong bếp, cô đi lấy bánh pancake.

E-Z đổ siro maple lên bánh, sau đó thêm một miếng bơ. "Cô là tuyệt nhất," anh nói với Ann. Cô mỉm cười và để họ tiếp tục ăn.

Chú Sam nhìn cháu trai mình chăm chú. Ông ước mình đã gọi bánh pancake táo, nhưng ông đã no rồi.

"Gì vậy?"

"Tôi không biết, giống như khi bạn nếm thức ăn, khuôn mặt bạn sáng lên như thiên thần trên cây thông Noel."

E-Z đặt dao nĩa xuống. "Rất hài hước. Cậu là một diễn viên hài chuyên nghiệp."

Khi họ ăn xong, Sam hỏi: "Vậy sau khi đọc về thiên thần, cậu đã thay đổi ý kiến chưa? Ý tớ là cậu vẫn nghĩ mình đang biến thành một thiên thần. Và nếu đúng vậy, cậu sẽ làm gì về điều đó?"

"Ý cậu là LÀM GÌ? Tớ có cánh rồi, sao không dùng chúng?"

"Theo tôi thấy, nếu anh không dùng chúng, nếu anh phủ nhận sự tồn tại của chúng – thì chúng sẽ biến mất."

E-Z lắc đầu. "Không phải là lựa chọn. Anh đã thấy điều gì xảy ra. Chúng xuất hiện mà không cần tôi làm gì, và tôi đã nói với anh, khi tôi thức dậy sáng nay, tôi đang bay trên giường. Tôi đang lơ lửng."

"E-Z, tôi đang nghĩ về tương lai. Có lẽ cậu cần nói chuyện với ai đó, chúng ta cần nói chuyện với ai đó về chuyện này."

"Vụ tai nạn xảy ra hơn một năm trước, nhà tư vấn nói tôi ổn. Hơn nữa, đây là điều mới mẻ."

"Có thể nó bị trì hoãn. Có thể có gì đó đã kích hoạt nó."

"Hãy xem lại sự việc. Thứ nhất, tôi có hình xăm khi tôi không có hình xăm. Thứ hai, ghế của tôi bay lên khỏi mặt đất và tôi cứu một cô bé – ngoài ra, tôi còn bay lên khỏi ghế để bắt một quả bóng trong trận đấu. Tôi đã phủ nhận điều đó cho đến gần đây... Thứ ba, những hình xăm cháy rát như lửa. Thứ tư, đôi cánh thật sự xuất hiện. Thứ năm, tôi có thể bay. Có điều gì trong số đó nghe quen thuộc với bạn không? Tôi muốn nói là trong những trường hợp khác."

"Đó là điều tôi không hiểu. Làm sao điều này có thể xảy ra, nhưng tâm trí là một cỗ máy tính vô cùng mạnh mẽ. Đó là điều phân biệt chúng ta với thế giới động vật và lý do con người đã tồn tại lâu đến vậy. Tôi đã nghe những câu chuyện, nơi một người ở trong tình huống nguy hiểm cực độ và sự giúp đỡ đến kịp thời. Hoặc, một người bị kẹt dưới xe – và một người qua đường có thể nhấc chiếc xe lên để cứu mạng họ."

"Tôi đã đọc về điều đó; nó được gọi là sức mạnh hysteria – nhưng tôi chưa bao giờ nghe nói về trường hợp nào có cánh mọc ra."

"Có thể cánh đã xuất hiện để cứu bạn."

"Từ đâu? Ngủ quá nhiều sao?" anh ta cười. "Chúng sẽ hữu ích trong tai nạn. Tôi có thể bay đưa mẹ và bố đi tìm giúp đỡ thay vì phải chờ ở đó với một khúc gỗ đầy máu đè lên người. Giữ tôi lại. Đó không phải là phép màu. Tôi không biết đó là gì, chú Sam, tất cả những gì tôi biết là nó tồn tại."

"Chúng ta đang trò chuyện. Đánh giá. Trao đổi ý kiến. Cố gắng tìm câu trả lời."

"Sẽ tốt nếu có câu trả lời, nhưng... ai là chuyên gia chúng ta có thể hỏi trong tình huống này?"

"Thế còn một vị mục sư hay linh mục?"

E-Z lắc đầu. Anh ta chưa từng vào nhà thờ kể từ đám tang của cha mẹ.

"Chúng ta có gì để mất?"

"Tôi nghĩ đáng thử, nhưng. Ồ, ồ."

"Có chuyện gì vậy?"

"Tôi cảm thấy có gì đó đẩy vào vai. Tôi phải đi, và chúng ta không lái xe đến đây. Xin lỗi, tôi phải đi gấp. Gặp lại ở nhà." Anh ta lao ra khỏi quán cà phê và tiếp tục chạy, cho đến khi đôi cánh của anh ta vươn ra khỏi áo hoodie và anh ta bay lên khỏi mặt đất. Khi về đến nhà, anh nhận ra mình không có chìa khóa, nhưng anh không thể ở lại hiên nhà – không thể với đôi cánh đang mở. Anh thử dùng tiếng Latin để khiến chúng thu lại – nhưng không có tác dụng. Cuối cùng, anh bay lên và lẻn vào qua cửa sổ phòng ngủ mà không bị ai phát hiện.

"E-Z!" Sam gọi khi về đến nhà. "E-Z!"

"Tôi ở trên này."

"Cậu có sao không? Tớ đến đây nhanh nhất có thể."

"Vào đi, ngồi xuống. Chưa thấy dấu hiệu nào cho thấy chúng thu lại – chưa."

Thấy cửa sổ mở. "Tớ đoán cậu bay lên đây?"

"Ừ, may mà tớ quên khóa cửa sổ tối qua. Chúng ta có thể tiếp tục cuộc trò chuyện cho đến khi tớ có thể ra ngoài lại."

"Tớ biết một linh mục. Nếu ai có thể giúp, ông ấy có thể."

Hai giờ sau, với nhạc phát ra từ radio, họ đang trên đường đến gặp linh mục. Bài hát "Take Me to Church" của Hozier vang lên khắp không gian. Tình cờ? Họ không nghĩ vậy và hát theo lời bài hát với giọng thật to. May mắn là cửa sổ đã đóng kín, không ai nghe thấy họ.

✱✱✱

Tại nhà thờ không có lối đi dành cho xe lăn và rất nhiều bậc thang phải leo.

"Cậu đi qua bóng râm của cây sồi lớn kia, còn tớ sẽ đi tìm cha Hopper," Sam đề nghị.

"Đó là tên thật của ông ấy sao?" E-Z cười.

"Theo như tớ biết thì đúng vậy. Cậu ở đây đợi, tớ sẽ quay lại ngay."

"Được."

Thanh niên lấy điện thoại ra. Mặc dù anh thích bóng râm của cây – nhưng nó khiến anh không thể nhìn thấy màn hình. Anh di chuyển ghế, chú ý đến một tiếng ồn lạ trong không khí. Tiếng ồn dường như phát ra từ chính cây.

Anh ngước lên, cố gắng phân biệt xem đó là tiếng chim, khi âm thanh đột ngột cao hơn và to hơn. Anh tắt tiếng điện thoại. Tiếng ồn dừng lại, và một tiếng khác bắt đầu. Lần này là một giai điệu du dương, mê hoặc, và anh chìm vào trạng thái mơ màng.

Đầu anh nghiêng về phía trước, cho đến khi một âm thanh khác đánh thức anh. Những tiếng thì thầm vang lên từ trên đầu. Tiếng nói chảy ra từ lá cây. Anh khoanh tay, một cơn ớn lạnh chạy dọc cơ thể, khiến đôi cánh bung ra.

Trước khi kịp phản ứng, ghế của anh đã rời khỏi mặt đất. Anh né tránh những cành cây khi bay lên giữa lòng cây sồi khổng lồ.

"Hạ tôi xuống!" anh ra lệnh.

Anh tiếp tục bay lên. Khi các chi của anh chạm vào cây, máu chảy xuống cánh tay và đầu anh.

"Dừng lại! Mày ngu ngốc..."

"Đó không phải là lời nói hay, beep-beep," một giọng nói cao vút vang lên.

"Tôi tưởng anh nói anh ta đáng yêu khi tỉnh táo zoom-zoom," một giọng nói thứ hai nói.

"Whoa!" E-Z nói, cố gắng giữ bình tĩnh và tránh mất kiểm soát hoàn toàn. Anh hít thở sâu vài lần. Bình tĩnh lại. 'Ai, gì và ở đâu?"

"Chúng tôi là ai, beep-beep."

Một lần nữa, những ánh sáng xanh và vàng nhấp nháy trước mắt anh.

Tò mò, anh nói, 'Xin chào."

Ánh sáng vàng biến mất.

Một tiếng hét.

Rồi ánh sáng xanh biến mất.

"Cái quái gì vậy? Hai người kia, dù là ai, dừng lại ngay. Các người nợ tôi một lời giải thích. Tôi biết các người đã theo dõi tôi. Ra đây đối mặt với tôi!"

POP.

Một thứ nhỏ bé màu xanh lá cây trông như thiên thần đáp xuống mũi anh. Một mùi hôi thối kỳ lạ, gần như mùi phô mai Limburger, phảng phất về phía anh. Anh bịt mũi.

"Chào buổi sáng, E-Z, beep-beep," thứ đó nói, cúi chào.

Khi nó gọi tên anh ta, anh ta mất kiểm soát đôi cánh. Anh ta chao đảo và lảo đảo giữa không trung như một con chim đang học bay. Anh ta cố gắng điều khiển đôi cánh trở lại, nhưng chúng phớt lờ anh ta. Anh ta bám chặt vào tay ghế khi rơi xuống.

POP!

Bây giờ có hai con. Mỗi con nắm lấy một tai anh ta và hạ anh ta cùng ghế xuống đất an toàn.

"Ái chà," E-Z nói, xoa tai khi linh mục và chú anh ta xuất hiện từ góc đường. "À, cảm ơn, tôi nghĩ vậy."

POP.

POP.

Hai sinh vật biến mất.

"E-Z, đây là Cha Bradley Hopper và ông ấy rất muốn giúp đỡ."

Hopper đưa tay ra, E-Z cũng làm theo. Khi da thịt họ chạm nhau, cậu thiếu niên biến mất.

Hopper và Sam đứng bên nhau, mắt đờ đẫn. Cả hai đang nhìn vào hư vô như hai mannequin trong cửa sổ cửa hàng.

7

E-Z's chân chạm đất và ban đầu, anh ta bị chói lòa bởi ánh sáng trắng. Anh ta đặt một chân trước chân kia, ban đầu đi bộ, rồi chạy tại chỗ, sau đó lao vào chạy hết tốc lực. Anh ta lao vào tường, bật lên, như thể đang ở trong một lâu đài nhún.

POP

POP

Anh không còn đơn độc. Trước mặt anh là hai sinh vật có nhiều cánh, hình hoa. Một cái màu xanh, cái kia màu vàng. Khi anh tiến lại gần, đôi cánh của chúng xoay tròn như một chiếc kính vạn hoa xung quanh đôi mắt vàng.

Anh chạm vào đôi cánh hình cánh hoa của bông hoa xanh trước tiên. Anh chưa từng thấy một bông hoa xanh hoàn toàn trước đây, huống chi là một bông hoa có mắt. Đôi mắt đó anh nhận ra từ lần gặp trước. Cánh hoa gãi nhẹ ngón tay anh và bông hoa xanh cười. Anh tránh không để mũi lại gần, mong đợi một mùi hôi thối bay tới – nhưng không có.

Bông hoa thứ hai, màu vàng, có nhiều cánh hoa hơn bông kia. Những cánh hoa phản ứng với sự chạm của anh, như san hô di chuyển trong đại dương. Đôi mắt vàng trên bông hoa này có hàng mi rõ ràng. Anh cúi xuống để nhìn kỹ hơn.

Khi anh tiếp tục quan sát hai bông hoa, một tiếng PFFT vang lên. Kèm theo đó là mùi hôi thối ngọt ngào đến mức khiến anh muốn nôn mửa. Anh lùi lại, che mũi và lau nước mắt.

Bông hoa vàng nói. "Tên tôi là Reiki và chúng tôi đưa anh đến đây beep-beep."

"Chính xác là ở đâu? Và tại sao chân tôi vẫn có thể di chuyển?"

"Điều đó không quan trọng, E-Z Dickens, cũng như tại sao anh lại như vậy beep-beep."

Anh ta bước qua phòng, nhặt bông hoa vàng bằng tay phải và bông hoa xanh bằng tay trái. WHOOSH! Lần này, một làn sương nồng nặc ập vào anh ta, khiến anh ta hắt hơi liên tục.

"Xin hãy đặt chúng tôi xuống trước khi anh làm rơi chúng tôi, beep-beep."

"Có một hộp khăn giấy ở kia zoom-zoom."

"À, xin lỗi." Anh ta đặt họ xuống, nhặt một chiếc khăn giấy – nhưng anh ta không còn cần nó nữa. Anh ta giữ khoảng cách, tựa lưng vào tường trắng.

"Chúng tôi đã đưa anh đến đây, beep-beep."

"Tôi là Hadz, bằng cách này zoom-zoom."

"Vì anh cần biết, beep-beep."

"Rằng anh không được nói với linh mục về đôi cánh của mình, zoom-zoom."

"Thực ra, anh không được nói với ai về bất cứ điều gì, beep-beep."

Đặt tay lên tường, anh ta đi, suy nghĩ trong đầu. "Đầu tiên, tại sao anh lại nói beep-beep và zoom-zoom?"

Reiki và Hadz lắc đầu. "Anh chưa từng nghe nói đến từ tượng thanh sao?"

"Tất nhiên là tôi biết."

"Vậy anh nên biết, beep-beep."

"Đó là để thêm sự hứng thú, hành động và sự chú ý, zoom-zoom."

"Để đảm bảo người đọc nghe và nhớ, beep-beep."

"Điều anh muốn họ biết, zoom-zoom."

Anh ta cười. "Đúng vậy nếu bạn đang đọc, nhưng không cần thiết trong cuộc trò chuyện. Tôi nhớ những gì Reiki nói vì anh ấy nói, và tôi nhớ những gì Hadz nói vì cô ấy nói. Tôi giả định một trong hai người là con gái và một là con trai – đúng không?"

"Đúng," Hadz xác nhận. "Tôi là con gái. Thật may mắn vì tôi không phải tiếp tục nói zoom-zoom."

"Và tôi là con trai. Tôi sẽ nhớ nói beep-beep."

"Các cậu có thể nói nếu muốn, nhưng nó hơi phiền phức và trong cuộc trò chuyện, sự lặp lại có thể nhàm chán."

"Chúng ta không muốn nhàm chán!"

"Điều đó sẽ làm mất mục đích của chúng ta khi đưa các cậu đến đây."

"Được rồi," E-Z nói. 'Vậy, bây giờ chúng ta quay lại chuyện anh đã nói trước khi chúng ta bắt đầu nói về một thiết bị văn học.' Họ gật đầu. "Nếu tôi không thể nói cho ai biết về những gì đang xảy ra với tôi, thì tôi sẽ cô đơn trong cái này - dù nó là gì đi nữa. Tôi đã cứu một cô bé. Tôi đoán là nó có liên quan đến các anh?"

"Đúng, anh đoán đúng beep, ôi, xin lỗi."

"Tôi muốn biết đây là gì và tại sao nó lại xảy ra với tôi?"

"Đóng mắt lại," Hadz nói.

"Tôi sẽ làm, nhưng đừng có trò gì lạ."

Những bông hoa cười khúc khích.

Chân anh rời khỏi mặt đất và anh đáp xuống một căn phòng khác. Trong căn phòng này, giống như lần đầu tiên, anh bị chói lòa bởi ánh sáng trắng. Khi mắt anh dần quen với môi trường xung quanh, anh nhận ra những cuốn sách. Những kệ sách xếp chồng lên nhau cao ngất trời.

"Đừng sợ," Hadz nói.

Anh không sợ. Thực ra, anh đang vô cùng phấn khích. Bởi vì trong căn phòng này, không chỉ anh có thể sử dụng đôi chân, mà anh còn cảm nhận được máu chảy trong đó. Các giác quan của anh trở nên nhạy bén; mùi sách cũ thoang thoảng trong không khí. Anh hít hà mùi hương ngọt ngào của prunus dulcis (hạnh nhân ngọt). Kết hợp với mùi vani (vanilla), tạo nên một hương thơm anisole hoàn hảo. Tim anh đập mạnh, máu chảy rần rật – anh chưa bao giờ cảm thấy sống động đến vậy. Anh muốn ở lại đây mãi mãi.

Bên trong đôi giày, mỗi cử động của ngón chân mang lại cho anh niềm vui. Anh nhớ lại trò chơi anh từng chơi khi còn nhỏ. Anh cởi giày và tất, chạm vào từng ngón chân và đọc bài thơ: "Con heo nhỏ đi chợ."

"Anh ta đã mất trí," Reiki nói, khi E-Z reo lên, "Wee!"

"Hãy để anh ấy một lúc. Nơi này thật tuyệt vời."

E-Z mang tất trở lại. Anh trượt quanh phòng trên sàn trắng sáng như một tấm băng. Anh ta cười, đẩy mình vào tường đầu tiên, rồi tường thứ hai, bật lên và đáp xuống sàn. Anh ta không thể ngừng cười, cho đến khi nhận ra điều kỳ lạ đang xảy ra với những cuốn sách trên đầu. Anh ta lắc đầu khi một cuốn sách bay ra khỏi kệ và rơi vào tay anh ta. Đó là cuốn sách của tổ tiên anh ta, Charles Dickens. Cuốn sách tự mở ra, lật qua từ đầu đến cuối, rồi bay trở lại vị trí ban đầu.

"Chào mừng đến thư viện thiên thần," Reiki nói.

"Wow! Thật tuyệt vời! Vậy hai người là thiên thần sao?"

"Đúng vậy," Hadz nói. "Và cậu ở đây vì chúng tôi đã được chỉ định làm người hướng dẫn của cậu."

"Chỉ định? Chỉ định bởi ai? Chúa sao?" anh ta cười nhạo.

Hadz và Reiki nhìn nhau, lắc đầu.

"Mục đích của chúng tôi."

"Là giải thích nhiệm vụ của anh cho anh."

"Cũng để chỉ đường cho anh. Để giúp đỡ anh," họ nói cùng lúc.

"Nhiệm vụ? Nhiệm vụ gì?" Tâm trí anh ta lang thang. Trong đầu anh ta vang lên nhạc nền của Mission Impossible. Anh ta thấy Tom Cruise bị thả bằng dây cáp vào một phòng máy tính. "Này. Chờ đã! Hai người đã ở trong phòng tôi, phải không? Và các người đã theo dõi tôi từ sau vụ tai nạn."

"Chúng tôi đang chờ thời điểm thích hợp để tự giới thiệu," Reiki nói. 'Chúng tôi hy vọng sẽ làm điều đó theo cách ít trang trọng hơn, nhưng khi anh...."

"...Đi gặp Linh mục, chúng tôi phải hành động ngay."

"Thế mà các người lại mất nhiều thời gian thế. Tôi tưởng mình đang ảo giác,' anh nói to hơn ý định.

POP.

Reiki biến mất.

"Nhìn xem cậu đã làm gì!" Hadz nói.

POP.

Họ đã biến mất và anh không biết họ đã đi đâu, khi nào hay liệu họ có quay lại không. Dù vậy, anh không định lãng phí một phút nào. Anh nằm xuống sàn và làm hai mươi cái hít đất, sau đó là hai mươi cái nhảy jack. Mắt anh cay xè vì ánh sáng chói chang và anh ước mình có một cặp kính râm.

TICK-TOCK.

Một cặp kính râm xuất hiện từ hư không. Anh đeo chúng vào, bụng anh sôi sục. Anh chụp một bức ảnh tự sướng, rồi kiểm tra giờ. Có điều gì đó kỳ lạ đang xảy ra với đồng hồ. Nó đang điên cuồng. Và các con số không ngừng thay đổi. Bụng anh lại sôi sục.

TICK-TOCK.

Một chiếc burger phô mai và khoai tây chiên xuất hiện, giờ tay anh đã đầy. Anh nghĩ đến một ly sữa lắc sô cô la đặc với một quả anh đào maraschino trên đỉnh.

TICK-TOCK.

Một ly sinh tố lớn, có quả anh đào trên đỉnh, xuất hiện trên một chiếc bàn trắng mà trước đó không có. Hay là nó đã ở đó? Có lẽ anh ta không để ý vì cả hai đều màu trắng.

Trước khi bắt đầu ăn, anh ta tận hưởng mùi thơm của nó, rồi với mỗi miếng cắn, hương vị lan tỏa. Nó như thể anh ta chưa từng ăn burger phô mai hay khoai tây chiên trước đây. Và quả cherry, ngọt lịm, tiếp theo là vị sô cô la đậm đà. Anh ta ăn hết bữa ăn của mình trong tư thế đứng. Thức ăn luôn ngon hơn khi ăn đứng. Bữa ăn này ngon đến mức khó tin.

Khi ăn xong, anh ta không cảm ơn ai về bữa ăn. Rồi anh ta quay sự chú ý sang thư viện và một cái thang trắng mà anh ta chưa từng để ý trước đây. Chỉ cần nghĩ đến nó đã đủ khiến cái thang di chuyển gần hơn về phía anh ta, như thể nó muốn giúp đỡ. Anh ta leo lên, và nó di chuyển, như một đĩa trên bảng Ouija, lướt qua kệ sách này đến kệ sách khác. Rồi nó dừng lại.

Khi leo lên, anh đọc tiêu đề trên lưng sách. Những cuốn ngay trước mặt anh là của Charles Dickens, mỗi cuốn có một đôi cánh riêng.

Một cuốn bay về phía anh, A Christmas Carol. Nó lật qua vài trang, cho anh thấy đó là bản in đầu tiên, xuất bản vào ngày 19 tháng 12 năm 1843. Khi tiếp tục lật trang, anh ngạc nhiên trước những minh họa. Chúng chi tiết đến mức khó tin và còn đầy màu sắc. Và ở phía sau, phía sau Tiny Tim và gia đình anh ta trong một trong những bức vẽ, có thứ gì đó di chuyển. Đôi mắt. Hai đôi. Hadz và Reiki! Anh suýt đánh rơi cuốn sách. Vì nó có cánh, nó bay trở lại vị trí của nó trên kệ. Trong khi đó, anh mất thăng bằng, rơi xuống thang và bám chặt lấy nó để giữ mạng. Khi đã ổn định lại, anh từ từ leo xuống và đặt chân vững chắc xuống đất. Anh tự hỏi tại sao đôi cánh của mình không mọc ra để giúp anh. Mọi thứ ở đây đều có cánh và hoạt động, thậm chí các thiên thần còn có nhiều đôi cánh. Trong thế giới bên ngoài, đôi chân của anh không hoạt động, nhưng anh có cánh. Ở đây, dù anh ở đâu, đôi chân của anh hoạt động, nhưng đôi cánh của anh đã hỏng.

Anh gãi đầu. Giá mà chú Sam ở đây. Nhưng anh không thể nói chuyện với ông ấy. Điều đó bị cấm. Nhưng tại sao? Họ có thể làm gì với anh? Những thiên thần đã theo dõi anh kể từ sau tai nạn. Anh cho rằng họ là thiên thần tốt, vì họ chưa từng làm hại anh – ít nhất là chưa. Cảm giác nhớ nhà ập đến như một cơn sóng khổng lồ, đe dọa cuốn anh đi.

"Tôi muốn về nhà!" anh hét lên, khi điện thoại rung lên. Trước khi anh kịp mở khóa...

POP.

Reiki giật lấy và ném nó về phía...

POP.

Hadz ném nó vào tường trắng xa nhất. Nó bật lại, đập xuống sàn và vỡ tan thành từng mảnh.

"Mày nợ tao bốn trăm đô la cho cái điện thoại mới! Hy vọng các thiên thần có tiền mặt."

Hadz với tay tát E-Z vào mặt bằng cánh của mình. Lông vũ cù vào da anh ta, thay vì gây đau. "Bây giờ mày, E-Z Dickens, ngồi xuống đây." Một chiếc ghế trắng ép vào sau chân anh ta, buộc anh ta phải ngồi xuống.

"Và đừng có hành xử như một thằng khốn," Reiki nói.

"Whoa! Thiên thần có thể nói thế à? Các người là loại thiên thần nào vậy? Thiên thần tập sự à? Tôi là người sẽ giúp các người kiếm cánh sao?"

Anh ta nhận ra họ đã có cánh. Thực ra, có vài đôi cánh. Vì vậy, điểm anh ta muốn làm rõ dường như vô nghĩa khi họ lơ lửng trên đầu anh ta.

"Tôi là người sẽ giúp các người, hay các người mới là người giúp tôi? Vì nếu các người là người giúp, như các người đã nói, thì các người đang làm rất tệ. Tôi sẽ không nói tốt cho bất kỳ ai trong số các người trong thời gian tới."

"Chúng tôi đang chờ lời xin lỗi."

"Thôi, các người sẽ phải chờ lâu đấy. Vì tôi khát."

TICK-TOCK.

Một ly root beer trong ly thủy tinh phủ sương xuất hiện. Anh ta uống cạn trong một ngụm. "Bởi vì các người đã đưa tôi đến đây mà không có sự đồng ý của tôi. Và..."

"IM LẶNG!" một giọng nói vang dội vang lên, khi cô ta hiện ra từ một trong những bức tường trắng.

Cô ta cao ngang trần nhà. Thực ra còn cao hơn. Cô ta cong queo, nhưng to lớn và uy nghi. Cánh của cô ta chạm vào tường và trần nhà. "IM LẶNG!" thiên thần khổng lồ ra lệnh, kéo cánh về phía E-Z với tiếng SWOOSH cho đến khi mặt anh ta sát vào mặt cô ta.

$$***$$

▐▐ E-Z Dickens, ngươi đã bị triệu tập đến đây trước mặt ta," thiên thần khổng lồ nói. "Ta là Ophaniel, chúa tể của mặt trăng và các vì sao. Và những kẻ này là thuộc hạ của ta. Ngươi KHÔNG ĐƯỢC đối xử với chúng bằng sự vô lễ. Ngươi PHẢI đối xử với chúng bằng lòng tốt và sự tôn trọng, vì chúng là MẮT và TAI của ta đối với ngươi. Không có chúng, ngươi KHÔNG LÀ GÌ CẢ."

Hắn lắp bắp một câu không rõ nghĩa, cố gắng kìm nén cơn muốn bỏ chạy.

"ĐỪNG NGỪNG LẠI cho đến khi ta nói xong," Ophaniel ra lệnh.

Hắn gật đầu, cơ thể run rẩy, quá sợ hãi để nói một lời.

"E-Z," giọng hắn vang lên như sấm. "Ngươi đã được cứu. Chúng ta đã cứu ngươi, vì một mục đích."

Reiki và Hadz bay đến gần và ngồi lên vai Ophaniel.

"Hãy im lặng," Ophaniel ra lệnh.

Họ gấp cánh lại, cúi sát để không bỏ lỡ một lời nào.

E-Z ghi nhớ trong đầu phải hỏi họ cách gấp cánh hiệu quả như họ. Đó là nếu anh ta lấy lại được đôi cánh của mình.

Ophaniel tiếp tục. "Khi cha mẹ ngươi chết, E-Z Dickens, ngươi cũng đáng lẽ phải chết. Đó là số phận của ngươi.

Một số phận mà chúng ta đã thay đổi vì mục đích của mình. Chúng ta đã thành công trong việc cầu xin cho ngươi. Chúng ta hứa ngươi sẽ làm những điều phi thường. Rằng ngươi sẽ giúp đỡ người khác. Chúng ta đã cứu ngươi, và một món nợ đã được tạo ra. Hầu hết món nợ đó ngươi đã trả bằng cách từ bỏ đôi chân của mình."

Từ bỏ? Điều đó nghe như anh có sự lựa chọn. Rằng anh đã quyết định không bao giờ đi lại nữa, điều đó là dối trá. Anh mở miệng định nói, nhưng giọng Ophaniel vang lên như sấm.

"Vẫn còn một món nợ chưa trả, một món nợ mà bạn nợ chúng tôi."

E-Z hít một hơi thật sâu. Anh muốn nói nhưng không thể. Môi anh cử động nhưng không có tiếng nào phát ra. Sao dám, thiên thần kia, quyết định thay anh và nói rằng anh nợ một món nợ?

"Chúng ta đã cho ngươi công cụ – một chiếc ghế quyền năng. Điều này để giúp ngươi. Để một ngày nào đó ngươi có thể ở đây với cha mẹ ngươi và đi cùng chúng ta, cùng họ, trong cõi vĩnh hằng." Ophaniel ngập ngừng vài giây để cho lời nói thấm vào. 'Ngươi có thể hỏi ta một câu hỏi hôm nay, nhưng chỉ một câu. Hãy hỏi cho đáng."

Thay vì suy nghĩ về câu hỏi, E-Z buột miệng: 'Khi nào tôi được gặp lại cha mẹ tôi?"

"Khi con đã trả hết nợ."

"Một câu hỏi nữa, xin hãy cho phép."

"Sẽ có thời gian cho câu hỏi và sẽ có thời gian cho câu trả lời. Hiện tại, con đang được các thuộc hạ của ta chăm sóc. Con có thể hỏi họ và họ có thể chọn trả lời. Hoặc họ có thể chọn không trả lời. Đó là sự lựa chọn của họ. Tương tự, con cũng có quyền lựa chọn trả lời hay không khi họ hỏi con. Hãy đối xử với họ như cách bạn muốn được đối xử và đừng tiết lộ bất kỳ chi tiết nào về nơi này hay cuộc gặp gỡ của chúng ta. Đừng nói về điều này, bất kỳ điều gì, với bất kỳ con người nào. Tôi nhắc lại, hãy giữ những điều này cho riêng mình."

Anh ta vẫn không thể nói. Không cần anh ta hỏi, Ophaniel tiếp tục trả lời câu hỏi tiếp theo của anh ta.

"Nếu anh vi phạm lời hứa này, đôi cánh của anh sẽ trở nên yếu ớt như mì pasta – và anh sẽ không bao giờ có thể trả hết nợ."

Anh ta nghĩ đến một câu hỏi khác.

"Đúng vậy, khi anh cứu cô bé đó – ngọn lửa – là một phần của quá trình. Cánh của anh cần phải cháy, để mạnh mẽ hơn, để gắn kết với anh, để anh sẵn sàng cho thử thách tiếp theo."

Anh ta nghĩ, nếu tôi không muốn thì sao.

Ophaniel cười và bay lên phần cao nhất của căn phòng. Rồi cô biến mất qua trần nhà.

8

Những gì anh ta biết tiếp theo, anh ta đã trở lại chiếc xe lăn, đối diện với vị linh mục.

"Uh, chú Sam, chúng ta phải đi ngay. NGAY BÂY GIỜ."

"Oh," Sam nói, nhìn theo cháu trai mình lăn đi. 'Tôi xin lỗi vì đã làm phiền thời gian của các vị, anh ấy, uh, cần phải về nhà.' Sam vội vã đi theo, trong khi Hopper theo sau. Anh tăng tốc, bắt kịp cháu trai và nắm lấy tay cầm, đẩy chiếc xe lăn. Hopper chạy và nhanh chóng đi bên cạnh họ, dù hơi thở dốc.

"Tôi hiểu rồi, anh thật sự không có cánh phải không, E-Z?"

Anh liếc qua vai, đưa tay giả vờ nâng ly lên môi, rồi lắc đầu.

"Tôi không có vấn đề gì với rượu," Sam nói một cách thách thức.

Lại một lần nữa, cậu thiếu niên lắc đầu, khi họ gần đến bãi đậu xe. Linh mục không theo sau.

Khi đến xe, Sam nói, cố gắng lấy lại hơi thở: "Đó là chuyện quái quỷ gì vậy?" anh mở cửa và giúp cháu trai vào xe.

"Hãy ra khỏi đây trước đã." Anh đang cố kéo dài thời gian vì không thể nói cho cậu bé biết chuyện gì đã xảy ra. Anh cần nghĩ ra một lời nói dối thuyết phục – và anh chưa bao giờ giỏi nói dối. Mẹ anh luôn phát hiện ra vì tai anh luôn đỏ lên khi nói dối.

"Tôi đang chờ giải thích," Sam nói, siết chặt tay lái.

"Don't Look Back" của Boston vang lên qua loa xe.

"Xin lỗi, tôi phải đi. Tôi không nghĩ Hopper có thể giúp và tôi không muốn anh ta biết thêm gì ngoài những gì anh đã nói."

"Anh vẫn chưa giải thích tại sao lại ngụ ý rằng tôi có vấn đề với rượu."

"À, chuyện đó. Nó chợt lóe lên trong đầu tôi và tôi nói ra mà không suy nghĩ. Tôi xin lỗi."

"Tôi tự hào vì không uống rượu. Đôi khi tôi sẽ uống một ly bia để giao tiếp xã hội tại sự kiện công ty. Nhưng tôi không giống những kẻ nghiện rượu trong ngành công nghệ thông tin. Và tôi sẽ không bao giờ như vậy."

E-Z không nghĩ đến những gì Uncle Sam đang nói. Thay vào đó, anh đang suy ngẫm về thông tin mà Ophaniel đã kể cho anh. Anh đang nợ các thiên thần vì đã cứu anh, và anh đã đổi đôi chân của mình để lấy mạng sống. Thỏa thuận của các thiên thần là vì mục đích của họ – và bây giờ họ đòi anh phải trả nợ – nhưng làm sao?

Tất cả những gì anh chắc chắn là anh phải thắng. Bất kỳ nhiệm vụ nào họ ném vào đường đi của anh, anh phải vượt qua. Với sự giúp đỡ của Reiki và Hadz – dù họ nhỏ bé đến đâu, anh sẽ trả nợ. Sau đó, nếu không còn gì khác, anh sẽ gặp lại cha mẹ mình. Anh cho rằng điều đó có nghĩa là anh sẽ chết, và họ sẽ gặp nhau ở thiên đàng, nếu nơi đó tồn tại. Anh sẽ sớm biết thôi.

9

B Trở về nhà, cậu thiếu niên lập tức đi thẳng vào phòng mình.

"Nếu cần giúp đỡ," là tất cả những gì Sam kịp nói trước khi cháu trai anh đập cửa thật mạnh.

E-Z che mặt bằng hai tay. Thật là một điều kỳ diệu khi đôi chân anh lại trở về. Anh đập mạnh hai nắm đấm xuống tay vịn ghế, và đôi cánh của anh mở ra, đưa anh bay đến giường. "Cảm ơn," anh nói với họ, như thể họ là những thực thể riêng biệt, không thuộc về anh.

"Cẩn thận," Hadz nói, người đang nằm nghỉ trên gối. Thiên thần bay lên đèn trần và nói: "Dậy đi, anh ấy đã về."

E-Z giờ đây đang nằm thoải mái trên giường, mắt nhắm nghiền, gần như đã ngủ.

"Hôm nay, đến lượt cậu bay," các thiên thần hát.

"Nhìn này, tôi đã có một ngày mệt mỏi, như các cậu biết đấy, và tất cả những gì tôi muốn làm là ngủ."

"Cậu có thể ngủ một giấc năm phút," Reiki nói.

"Rồi, sau đó sẽ dậy và làm việc!"

Anh ta gần như đã ngủ lại khi Sam đột ngột xông vào. "Xin lỗi đã làm phiền, nhưng PJ và Arden nói họ đã cố gắng liên lạc với cậu cả ngày. Pin của cậu hết rồi sao?"

"À, không, tôi đánh rơi điện thoại," anh ta nói, nhìn hai người giúp việc với vẻ bực bội.

"Kẻ nói dối, kẻ nói dối, quần cháy," họ trêu chọc. Sam, vì không phản ứng, không nghe thấy giọng nói cao vút của họ. E-Z đuổi họ đi.

"Đó là lý do tại sao tôi luôn mua bảo hiểm kèm gói cước. Đừng lo, chúng tôi sẽ mua cho anh cái mới ngày mai. Dù sao thì cũng đến lúc anh nên nâng cấp rồi. Anh có thể giữ số điện thoại cũ. Tôi sẽ báo cho mọi người biết anh sẽ liên lạc sau."

"Cảm ơn, chú Sam. Chúc ngủ ngon."

"Chúc ngủ ngon, E-Z."

10

Trong giấc mơ, anh ta đang đi trượt tuyết cùng bố mẹ. Thực ra đó là một ký ức, nhưng anh ta đang trải nghiệm lại nó như một giấc mơ.

E-Z lúc đó sáu tuổi. Anh ta và mẹ đang được một huấn luyện viên trượt tuyết hướng dẫn các động tác. Trong khi đó, bố anh ta - người không phải là người mới như họ - đang từ từ trượt xuống ngọn đồi phủ đầy tuyết.

Họ học cách trượt tuyết trên ngọn đồi dành cho người mới - đó là cách họ gọi những ngọn đồi thử nghiệm.

"Sẵn sàng chưa?" huấn luyện viên hỏi, "Để thử một trong những ngọn đồi lớn?"

Họ nói là sẵn sàng. Họ nghĩ mình đã sẵn sàng. Nhưng nói và làm là hai chuyện khác nhau.

Lần đầu tiên, họ không đi được xa trước khi một trong hai người ngã. Đó là mẹ anh, và khi bà ngã, bà ngồi trên tuyết lạnh và cười. Anh giúp bà đứng dậy, và họ tiếp tục.

Lần này, E-Z là người ngã, mặt đập vào tuyết trắng lạnh giá. Anh lắc đầu, được huấn luyện viên giúp đứng dậy, trong khi mẹ anh đi qua, tung tuyết lên đường. Anh coi đó là một thách thức, tăng tốc và vượt qua cô với nụ cười tự mãn.

Khi anh ta nhận ra, cô ấy đã xuất hiện phía sau. Cô ấy va vào một đám tuyết dày – và bỏ xa anh ta – tìm lại nhịp điệu của mình. Tuy nhiên, anh ta bám chặt, dốc hết sức và bắt kịp cô ấy. Họ trượt xuống, song song, rồi tách ra, rồi lại hợp lại. Cả hai cười như hai đứa trẻ.

Ở chân đồi, cha anh mặc bộ đồ màu xanh da trời từ đầu đến chân. Anh nổi bật giữa đám tuyết trắng tinh – với chiếc xe lăn trong tay.

"Tuyết," E-Z nói, hít vào một miếng kẹo marshmallow. Nó ngon hơn khi tan chảy. Rồi anh cảm thấy lạnh buốt và tỉnh dậy, bao quanh là băng trong bồn tắm. Chú Sam đang ngồi bên cạnh.

"E-Z, lần này con thật sự làm chú sợ."

"Gì cơ? Có chuyện gì vậy?

"Chú nghe thấy tiếng động nên vào xem sao. Cửa sổ của con mở toang, rèm bay phấp phới. Chú sờ trán con, con đang sốt cao. Chú sợ con sắp bị co giật. Ngay cả đôi cánh của con cũng trông héo úa.

"Tôi đã nghĩ đến việc gọi 911, nhưng rồi quyết định không làm vậy. Ý tôi là, tôi không thể đưa cậu đến bệnh viện cấp cứu với đôi cánh đó. Tôi phải đưa cậu vào xe lăn, đổ đầy bồn tắm bằng đá và xem có thể hạ nhiệt độ của cậu xuống không. Tôi đã ra ngoài lấy đá, xin giúp đỡ từ bạn bè trong khu phố. Họ đã rất nhiệt tình giúp đỡ."

"Em cảm thấy tốt hơn rồi, cảm ơn," anh ta nói, cố gắng đứng dậy. Anh ta không đi được xa trước khi ngã xuống lần nữa.

"Em phải nói cho chú biết chuyện gì đang xảy ra."

"Em không thể, chú Sam. Chú phải tin em."

Thiếu niên cố gắng đứng dậy lần nữa. "Đợi ở đây," Sam nói, bước ra khỏi nhà tắm và quay lại với chiếc xe lăn. 'Đây,' anh đặt nhiệt kế vào miệng cháu trai. "Nếu bình thường, cậu có thể ngồi vào ghế."

Nhiệt độ bình thường, nên E-Z được bọc trong chiếc áo choàng, được nâng khỏi bồn tắm và đặt vào ghế. Cánh của anh ta mở ra, rồi thư giãn trở lại vị trí ban đầu và không còn cảm giác như đang bốc cháy.

Khi đi qua phòng khách, anh ta thoáng thấy tin tức.

"Đêm qua, một vụ tai nạn máy bay đã được chuyển hướng," người phát ngôn nói. "Họ gọi đó là một vụ hạ cánh kỳ diệu, nhưng đây là đoạn phim thô do một trong những khán giả của chúng tôi quay lại lúc đó."

Anh ta xem đoạn clip, cho thấy máy bay hạ cánh nhưng không có gì khác – không có cảnh nào về anh ta. Anh ta cảm thấy nhẹ nhõm và trở về phòng.

"Tôi sẽ quay lại giúp cậu mặc quần áo."

Anh ta ước gì có thể kể cho chú mình mọi chuyện – nhưng anh ta không thể. "Cảm ơn," anh ta nói sau khi đã mặc xong.

"Tôi luôn ở bên cậu."

"Cũng vậy," cậu thiếu niên nói. "Tôi nghĩ tôi sẽ xuống văn phòng viết một chút."

"Ý hay, tôi có vài việc nhà cần làm trong danh sách việc cần làm hôm nay." Anh bắt đầu rời đi, rồi quay lại. "Con biết không, con không cần phải viết tiểu thuyết ngay. Con có thể viết nhật ký hoặc tạp chí. Viết ra những điều mà một ngày nào đó con có thể quên. Như những ký ức quý giá."

"Con nghĩ con sẽ viết một cái gì đó và đặt tên là Hình xăm thiên thần."

"Tôi thích cái tên đó."

Vào phòng làm việc, ông ngồi một lát nghĩ về chiếc máy bay – tự hỏi làm thế nào mình có thể làm được điều người ta yêu cầu. Ông không thể làm được điều đó nếu không có sự giúp đỡ của con thiên nga và những người bạn chim của nó, hoặc nếu không có sự giúp đỡ của chiếc ghế. Ngay cả hai thiên thần giả mạo đó cũng đã giúp đỡ theo cách riêng của họ bằng cách cổ vũ ông từ phía sau.

Ông tập trung vào việc viết và gõ tiêu đề: Hình xăm thiên thần.

Ngón tay anh muốn gõ tiếp, nhưng tâm trí anh muốn lang thang. Anh ngả người ra sau ghế và nhìn chằm chằm vào màn hình trống. Anh cần một câu mở đầu tuyệt vời, như tổ tiên Charles Dickens của anh đã viết – "Tôi được sinh ra."

Khi không thể chịu đựng được cảnh màn hình trắng nữa, anh gõ –

Tôi ước mình chưa từng được sinh ra.

Và anh tiếp tục gõ.

Tôi không thể đi lại được nữa.

Tôi sẽ không bao giờ chơi bóng chày chuyên nghiệp hay hockey, hay nhận học bổng thể thao.

Tôi không thể chạy.

Tôi không thể nhảy.

Có quá nhiều thứ tôi không thể làm.

Mà tôi sẽ không bao giờ làm được.

Anh ngừng gõ, nhìn thấy thứ gì đó ở góc trên bên phải màn hình đang di chuyển xuống. Chảy xuống.

Nước mắt. Những giọt nước mắt nhỏ xíu.

Gộp lại. Lớn dần.

Chảy tràn xuống màn hình.

Anh nghĩ mình nghe thấy tiếng gì đó – vặn volume lên.

"WAH! WAH! WAH!" một giọng cao vút cất lên.

Một giọng nói khác hòa vào.

"WAH-WAH!

WAH-WAH!

WAH-WAH!"

E-Z tắt máy tính.

Đó chỉ là một cơn giận dữ và anh cảm thấy tốt hơn. Ai cũng cần một buổi tự thương hại bản thân đôi khi. Nó đã ra khỏi hệ thống của anh.

Anh biết một điều chắc chắn – với tư cách là một nhà văn, anh không phải là Charles Dickens.

Nhưng Charles Dickens không thể bay.

****

"Wake up, đã đến lúc đi rồi!" Reiki nói, bay đến cửa sổ.

Hadz đang chờ ở cửa sổ mở. 'Sẵn sàng chưa?"

Vậy là họ mong anh nhảy xuống từ tầng ba của ngôi nhà. 'Tôi không ra ngoài đâu! Nhìn xem chúng ta cao thế này."

"Anh quên rồi sao, anh có cánh mà."

"Và nếu anh rơi, anh sẽ tự tìm cách."

Ít nhất anh ta vẫn còn mặc quần áo khi họ thả anh ta vào xe lăn. Anh run rẩy, nhìn xuống, tự hỏi làm sao đôi cánh của mình có thể giữ cả anh và xe lăn lơ lửng trên không.

"Còn xe lăn của tôi thì sao?"

"Nhớ lời Ophaniel nói không? Bây giờ – ra ngoài đi!"

Khi anh ta ra ngoài, đôi cánh của anh đã duỗi thẳng hoàn toàn. Qua vai, anh có thể thấy đôi cánh đang hoạt động.

Những sinh vật nhỏ bé nhưng mạnh mẽ nâng anh lên cao hơn, cao hơn nữa, dẫn cậu thiếu niên bay qua bầu trời đêm, trong khi những đôi mắt sao sáng lấp lánh nhìn xuống anh. Khi họ nghĩ anh đã sẵn sàng, họ buông anh ra.

"Tôi có thể bay," anh nói. 'Tôi thực sự có thể bay!"

"Đừng khoe khoang,' Reiki nói, 'và hãy tập trung vào nhiệm vụ."

"Tôi sẽ làm nếu biết phải làm gì,' anh cười khẽ.

Hadz bay về phía trước. E-Z và Reiki bay qua trường học, gần sân bóng chày. Tiếp tục hướng về trung tâm thành phố. Ánh sáng trên đường băng gần sân bay cạnh tranh với những vì sao trên đầu anh.

"Em làm rất tốt," Reiki nói.

"Cảm ơn."

Tiếng động cơ hỏng của một chiếc máy bay jumbo phía trước thu hút sự chú ý của anh.

"Nhìn kìa, chiếc máy bay đó gặp rắc rối. Ước gì tôi có điện thoại để gọi cứu hộ." Động cơ khục khặc, máy bay hạ thấp một chút rồi ổn định lại.

"Anh không cần điện thoại. Chào mừng đến với thử thách thứ hai của anh."

"Anh mong tôi làm gì? Mang máy bay trên lưng sao? Tôi không thể cứu máy bay; tôi không đủ sức. Tôi không thể làm được."

"Được rồi," Hadz, người đã bắt kịp họ, nói.

"Có một điều anh nên biết, nếu anh không cứu họ – tất cả những người trên máy bay sẽ chết."

"Tất cả 293 hành khách. Nam, nữ và trẻ em."

"Cùng hai con chó và một con mèo," Reiki thêm vào.

Đầu anh ta tràn ngập tiếng la hét từ những người bên trong máy bay. Làm sao anh ta nghe thấy họ qua những bức tường kim loại dày? Chó sủa và mèo kêu meo meo. Một đứa trẻ khóc.

"Dừng lại, tắt nó đi và tôi sẽ làm."

"Chúng tôi sẽ không tắt nó."

"Nhưng nó sẽ kết thúc, một khi anh hạ cánh an toàn tại sân bay kia."

"Chúng tôi tin anh," Hadz nói.

"Nhưng họ sẽ thấy tôi? Nếu họ thấy tôi, mọi chuyện sẽ kết thúc, theo điều kiện của Ophaniel – tôi sẽ không bao giờ được gặp lại cha mẹ mình."

"Thấy anh?"

"Đó là điều cuối cùng anh nên lo!"

"Bây giờ đi đi," Hadz nói. 'À, và anh có thể cần cái này."

Bây giờ anh có dây an toàn, để giữ anh trong xe lăn, khi anh lao qua bầu trời hướng về chiếc máy bay đang lao xuống.

"Chúng tôi sẽ theo dõi,' họ gọi.

"Anh sẽ giúp tôi nếu tôi cần?"

"Đây là thử thách của cậu, dành riêng cho cậu và chỉ mình cậu. Chúng tôi ở đây để cổ vũ cho cậu. Chúc may mắn."

"Chờ đã, cậu không định dạy tôi bất kỳ bài học nào sao? Hãy chỉ cho tôi phải làm gì?"

POP.

POP.

"Cảm ơn vì chẳng giúp gì cả!" anh ta hét lên.

$$* * *$$

Tại sân bay, trong tháp điều khiển không lưu, một nhân viên điều khiển không lưu phát hiện máy bay gặp sự cố. Không thể liên lạc với phi công, anh ta phát hiện một vật thể bay không xác định trên radar.

Lấy cảm hứng từ Superman và Mighty Mouse, E-Z giơ hai tay lên cao. Anh ta đứng dưới thân con quái vật kim loại khổng lồ và tập trung toàn bộ sức mạnh.

"Tôi nghĩ anh cần một chút giúp đỡ," một con thiên nga to hơn bình thường nói. Anh gật đầu và những con chim bay đến từ nhiều hướng. Khi chiếc máy bay jumbo va chạm với anh, những con chim thật sự xếp hàng. Giúp anh giữ máy bay ổn định. Để ổn định nó, để anh và ghế của anh có thể chịu được toàn bộ trọng lượng của nó.

Bên trong, mọi thứ lăn lộn như những viên bi. Anh cần phải nhanh chóng, và ước gì mình có thêm một đôi cánh, hoặc những đôi cánh mạnh mẽ hơn. Nếu chỉ cần anh ta ở trong phòng trắng. Anh ta tập trung vào nhiệm vụ trước mắt và chuẩn bị tinh thần cho việc hạ cánh. Nhìn xuống, anh ta nhận ra ghế của mình cũng có cánh, trên chân ghế và trên bánh xe. "Cảm ơn," anh ta thì thầm với không ai. Rồi với những con chim, "Tôi đã làm được rồi, cảm ơn sự giúp đỡ của các bạn."

Sẵn sàng, anh hạ chiếc máy bay khổng lồ xuống, giữ cho nó ổn định và bằng phẳng. Anh chạm phần trước của máy bay xuống đường băng. Sau đó, vì bánh đáp chưa hạ xuống, anh cần phải tránh ra. Anh duỗi tay phải ra xa nhất có thể và di chuyển ghế ra khỏi phần giữa của máy bay. Anh hạ phần giữa của máy bay, rồi hạ đuôi. Anh đã làm được! "Đúng rồi!" Anh ta di chuyển ra xa trong tiếng còi hụ kinh hoàng của xe cứu hỏa, xe cứu thương và xe cảnh sát đang lao đến từ mọi h ướng.

Trước khi họ phát hiện ra anh ta, anh ta đã bay đi. Hành khách trên máy bay reo hò, chụp ảnh và quay video anh ta bằng điện thoại. Sau đó, anh ta quay lại với Hadz và Reiki.

"Anh đã làm rất tốt. Chúng tôi tự hào về anh, học trò của tôi."

Anh mỉm cười, cho đến khi đôi cánh của anh cảm thấy như bị ai đó đốt cháy. Chuyện tiếp theo anh biết là mình đang bốc cháy, và cơn đau dữ dội đến mức anh muốn chết. Anh khao khát cái chết. Giờ đây, trong tư thế rơi tự do, ghế của anh hướng xuống dưới, anh mở to mắt và chờ đợi đôi môi chạm đất. Rồi anh được hai thiên thần đưa đi, đưa anh về nhà và đặt anh lên giường.

Cơn đau không thuyên giảm, nhưng E-Z biết rằng hôm nay anh sẽ không chết. Anh sẽ an toàn cho một ngày nữa. Một thử thách khác. Tất cả những gì anh phải làm là sống sót qua lần này.

$$* * *$$

❚❚ Khi nào bột kim cương sẽ bắt đầu phát huy tác dụng?"
Hadz hỏi. "Anh ấy vẫn đang chịu đựng cơn đau dữ dội."

"Đó là phương pháp điều trị mới, nên tôi không thể nói chính xác khi nào – nhưng nó sẽ có tác dụng – sớm muộn gì cũng vậy."

"Hy vọng anh ấy có thể chịu đựng được đến lúc đó!"

"Với sự giúp đỡ của Uncle Sam, anh ấy sẽ vượt qua được. Khi nó có tác dụng, chúng ta sẽ thấy dấu hiệu. Một số thay đổi về thể chất."

E-Z tiếp tục ngáy.

POP.

POP.

Và một lần nữa, họ biến mất.

11

Một ngày sau, E-Z đã lên kế hoạch cho ngày của mình. Đầu tiên, anh cần chuẩn bị balo cho chuyến đi công viên vào thứ Bảy. Anh sẽ ăn sáng, viết một chút rồi ra ngoài. Trong khi đang chuẩn bị balo, anh nghe thấy tiếng nói the thé của Hadz và Reiki trước khi nhìn thấy họ.

"Tớ nghe thấy cậu," anh nói.

POP.

Hadz xuất hiện trước tiên.

POP.

Rồi Reiki – cả hai đều trong hình dạng thiên thần tuyệt đẹp.

"Chào buổi sáng," họ hát bằng giọng ngọt ngào đến phát ốm.

E-Z nhét vội cuốn sổ vào balo và vài cây bút, phớt lờ họ. Anh hy vọng sẽ tìm được điều gì đó truyền cảm hứng để viết ở công viên. Khi cúi xuống kéo khóa balo, anh phát hiện hai thiên thần đang ngồi trên khóa kéo.

"Ồ, xin lỗi. Tớ suýt nữa không thấy các cậu ở đó."

"Phew, suýt nữa thì," Reiki nói.

Hadz run rẩy quá mức để nói được lời nào.

Họ bay lên vai anh ta khi anh ta chỉ ghế về phía cửa đóng.

"Chúng tôi cần nói chuyện với cậu," Hadz nói.

"Đó là… quan trọng. Chúng tôi đã làm một việc…"

"Với tôi?"

Họ lơ lửng trước mắt anh ta.

"Đúng. Khi cậu đang ngủ cách đây vài tuần."

"Vài tuần trước! Được rồi, tôi đang nghe…" Thực ra, anh đang cố gắng không nổi cáu. Ý nghĩ rằng họ đã làm gì đó với anh. Trong khi anh đang ngủ. Mà không có sự cho phép của anh. Đó là một sự vi phạm niềm tin khủng khiếp. Anh siết chặt nắm đấm. Im lặng. Anh khoanh tay. Anh sẽ không để họ dễ dàng như vậy.

Sam gõ cửa, "Bữa sáng E-Z, cần giúp gì không?"

"Không, tôi ổn. Sẽ ra ngay." Im lặng, chỉ có tiếng Sam trở lại bếp.

"Thứ nhất," Hadz nói, "chúng tôi chỉ làm vậy để giúp anh."

"Với những cuộc thử nghiệm. Chúng tôi đã làm điều đó để giúp anh đạt được mục tiêu."

"Ý anh là anh có thể giúp tôi với chiếc máy bay? Tôi thực sự cần sự giúp đỡ của anh. May mắn là chúng tôi đã thành công nhờ con thiên nga và những con chim."

"À, vâng, về chuyện đó, sự giúp đỡ không được phép – không từ bạn bè hay động vật. Chúng tôi đã báo cáo vụ việc cho cơ quan chức năng."

E-Z lắc đầu, anh không thể tin vào những gì mình nghe thấy. "Đừng nói với tôi là ai đó đã làm hại con thiên nga hay những con chim? Các anh đừng có nói với tôi điều đó… À, và tại sao con thiên nga lại nói chuyện với tôi bằng tiếng Anh? Anh có biết không?"

"Vấn đề đó là bí mật," Hadz nói, bay gần mặt anh với hai tay chống hông. Reiki cũng đứng cùng tư thế, và đôi cánh của họ chạm vào mí mắt anh.

"Này, dừng lại đi," anh nói to hơn ý định ban đầu.

"Mọi thứ ổn trong đó không?" Sam hỏi qua cánh cửa đóng kín.

"Tôi ổn," anh nói, vẫy tay trước mặt, đẩy những sinh vật bay ra khỏi phòng. Reiki đập vào tường và trượt xuống. Hadz đã cố bắt Reiki nhưng đã quá muộn. Cả hai thiên thần rơi xuống sàn.

"Xin lỗi," cậu thiếu niên nói. Anh đẩy xe lăn lại gần họ. Anh tự hỏi liệu họ có những ngôi sao xoay quanh đầu như các nhân vật hoạt hình cũ không. Anh từng rất thích điều đó khi nó xảy ra với Wile E. Coyote. Họ lảo đảo một chút, nên anh đặt họ lên giường. Khi hai thiên thần hồi phục, anh nói: "Xin lỗi lần nữa. Tôi không cố ý đánh các bạn. Cánh của các bạn làm ngứa mắt tôi."

"Đúng vậy, cậu đã làm!" Reiki nói.

"Và chúng tôi sẽ không quên đâu."

Anh cảm thấy có lỗi. Họ quá nhỏ bé; anh không nhận ra rằng một cái vẫy tay nhẹ có thể khiến họ bay lên như vậy. Nó giống như anh đã đánh họ ra khỏi sân bóng, và anh chỉ chạm nhẹ vào họ.

"Về chuyện đó..." Reiki nói.

Hadz xen vào, "Trong khi cậu đang ngủ, chúng tôi đã thực hiện một nghi lễ trên cậu."

E-Z vẫn giữ bình tĩnh, nhưng chỉ vừa đủ. "Một nghi lễ à?" Họ nhìn anh, tội lỗi như tội nhân. "Nếu anh là con người, họ sẽ ném sách vào anh vì đã làm gì đó với tôi mà không có sự cho phép. Đó là tấn công trẻ em. Anh sẽ vào tù..."

Các thiên thần run rẩy và ôm chặt lấy nhau.

"Chúng tôi không có lựa chọn."

"Chúng tôi làm điều đó vì lợi ích của anh."

"Tôi hiểu, nhưng vào lúc này, lời xin lỗi của các ngươi KHÔNG được chấp nhận."

"Được rồi," các thiên thần nói. 'Tạm thời thôi.' Họ niệm chú: "Chúng ta đã triệu hồi sức mạnh, những sức mạnh vĩ đại và huyền bí trên cao và xung quanh ngươi. Chúng ta đã cầu xin chúng ban cho ngươi sự giúp đỡ bằng cách tăng cường sức mạnh, can đảm và trí tuệ của ngươi. Nói một cách đơn giản, chúng ta tin rằng ngươi cần nhiều hơn, vì vậy chúng ta đã triệu hồi nó cho ngươi."

"Tôi hiểu. Lời xin lỗi vẫn KHÔNG được chấp nhận."

"Chúng tôi đã làm điều đó với ít sự khó chịu nhất cho anh," Hadz nói.

E-Z suy ngẫm về thông tin mới nhất. Trong khi đó, anh nhìn vào chiếc xe lăn của mình. Nó trông khác biệt bây giờ, ngoài việc tay vịn đã thay đổi màu sắc.

"Có chuyện gì với chiếc xe lăn của tôi gần đây?" anh hỏi. "Nó như có ý thức riêng vậy."

Các thiên thần lại run rẩy.

"Các ngươi đã làm gì? Chính xác là gì? Vì ta nghi ngờ các ngươi không chỉ tấn công ta, mà còn tấn công cả ghế của ta."

Cuối cùng, các thiên thần giải thích mọi thứ về bụi kim cương và máu. Về sức mạnh đã được ban cho bản thân họ và chiếc ghế. "Khi độ khó của nhiệm vụ tăng lên, ngươi sẽ cần phải tăng cường sức mạnh."

"Tôi đã biết, đó là lý do tại sao đôi cánh của tôi đang bốc cháy. Nhiệt độ tăng lên sau mỗi nhiệm vụ. Nhưng tôi luôn tự nhủ rằng mọi thứ sẽ đáng giá khi tôi được gặp lại cha mẹ."

"Nếu anh hoàn thành các thử thách trong thời gian quy định. Và tuân thủ nghiêm ngặt các hướng dẫn," Hadz nói.

"Chờ đã," E-Z nói, đập tay xuống tay vịn. "Không ai nói có hạn chót. Không trong Phòng Trắng. Không bao giờ. Và nếu có sách quy tắc, tôi phải tuân theo, thì hãy đưa cho tôi để tôi đọc. Ngoài ra, không có cam kết nào từ cả hai bên. Không ai nói cần hoàn thành bao nhiêu thử thách để hoàn tất giao kèo. Chúng ta cần đưa mọi thứ vào văn bản? Có tồn tại thứ gọi là Luật sư Thiên thần hay thậm chí là Trợ giúp Pháp lý Thiên thần không?"

Hadz cười. "Tất nhiên, chúng ta có Luật sư Thiên thần, nhưng bạn phải là Thiên thần mới đủ điều kiện để có một người."

Reiki nói: "Bạn đã hoàn thành nhiệm vụ đầu tiên mà không cần sự giúp đỡ của ai. Bạn đã cứu mạng cô bé đó bằng sự chủ động của chiếc ghế, ý chí và may mắn của bạn. Ba thứ đó chỉ có thể đưa bạn đến một mức độ nhất định, vì vậy chúng tôi đã cung cấp cho bạn sức mạnh lớn hơn. Đó là tất cả những gì chúng tôi có thể yêu cầu."

"Đó là tất cả những gì chúng tôi có thể mạo hiểm cho bạn."

"Này, bạn có ý gì khi nói mạo hiểm? Bạn đang nói rằng nghi lễ này có thể gây hại cho tôi?"

"Chúng tôi đã giúp cậu. Chúng tôi đã đặt bản thân vào nguy hiểm để giúp cậu. Nếu cậu không thể tha thứ cho chúng tôi bây giờ, thì một ngày nào đó cậu sẽ làm."

"Nói về việc tránh câu hỏi của tôi! Cậu đã bao giờ nghĩ đến việc tham gia chính trị Thiên thần – nếu có thứ đó không?"

Hadz nói. "Những người xung quanh cậu có thể nhận thấy những thay đổi nhất định trong ngoại hình của cậu."

"Đúng, họ có thể," Reiki nói với nụ cười mỉa mai.

"Anh có ý gì khi nói thay đổi ngoại hình?" anh ta hét lên.

POP.

POP.

Và họ biến mất.

E-Z lại một mình. Khi anh ta bước về phía cửa, anh ta tự hỏi họ có ý gì. Dù là gì đi nữa, anh ta sẽ sớm biết thôi. Trong lúc đó, anh ta nghĩ về việc ghế của mình giờ đã có máu của anh ta. Ghế đó là một phần của chính anh ta. Anh ta bước vào bếp nơi Uncle Sam đang chờ.

✱ ✱ ✱

❚❚ Well, chuyện không diễn ra đúng như chúng ta dự định," Reiki nói. "Anh ta rất giận chúng ta. Tôi không nghĩ anh ta sẽ tin tưởng chúng ta nữa."

"Anh ta cần chúng ta hơn là chúng ta cần anh ta."

"Chúng ta có thể xóa trí nhớ của anh ta, giống như chúng ta đã làm với những người khác."

"Nếu anh ta không tha thứ cho chúng ta, chúng ta chẳng thể làm gì được. Xóa sạch trí nhớ của anh ta không phải là lựa chọn. Nếu không có sự đồng ý của anh ta và khi anh ta phát hiện ra, chúng ta sẽ mất anh ta mãi mãi. Và anh biết ai sẽ không thích điều đó."

"Anh luôn đúng," Hadz nói.

"Anh có nghĩ ai đó sẽ nhận ra sự thay đổi ngoại hình của anh ta hôm nay không?"

"Chúng ta đã nhận ra mà!"

"Có lẽ chúng ta nên nói cho anh ta biết, ít nhất là về mái tóc của anh ta. Điều đó có thể khiến anh ta quý mến chúng ta hơn. Nếu chúng ta giải thích."

"Tôi nghĩ những thay đổi sẽ tốt hơn nếu chúng đến từ ai đó khác chứ không phải chúng ta."

"Con người thật kỳ lạ," Reiki nói.

"Đúng vậy. Nhưng làm việc với họ là cách duy nhất chúng ta có thể được thăng chức thành thiên thần thật sự."

"May mắn cho chúng ta, anh ta khá thân thiện."

12

E-Z đâm chiếc dĩa vào đĩa đầy bánh pancake. Anh ta đói cồn cào, như thể đã mấy ngày không ăn gì. Và khát khô cổ. Anh ta uống ừng ực từng ly nước cam. Anh ta đổ thêm bánh pancake vào đĩa, tiếp tục ăn cho đến khi hết sạch.

Sam cười khi thấy cháu trai mình rồi tiếp tục nhúng một miếng bánh mì bơ vào tách cà phê.

"Có gì vui vậy?" E-Z hỏi.

"À, không có gì đâu."

Tiếng nhai, cắt và nuốt là những âm thanh duy nhất trong bếp. Ngoài ra chỉ có tiếng đồng hồ tick-tock trên tường phía sau họ.

"Gì vậy?" E-Z hỏi dồn, nhận ra chú mình đang mỉm cười và che đi bằng tay.

"Có gì đó khác lạ ở cậu, à mà cậu biết đấy, sáng nay. Có gì muốn nói không? Tại sao?"

Hai sinh vật nhỏ xuất hiện và mỗi con ngồi lên một vai của E-Z. Chúng đang nghe lén và anh không thích sự xâm nhập không mời này chút nào, nên anh vỗ tay đuổi chúng đi.

POP.

POP.

Chúng biến mất.

"Tôi không hiểu anh đang nói gì."

Sam rót thêm một tách cà phê. "Là cho một cô gái à? Bởi vì bất kỳ cô gái nào cũng nên chấp nhận anh như anh vốn là."

E-Z cười. "Không phải con gái. Anh sai hoàn toàn."

Cả hai im lặng trong vài phút, chỉ có tiếng đồng hồ tick tick.

"Tôi đã đóng gói hành lý và sẽ đi công viên sau khi viết xong một chút sáng nay. Tôi mang theo sổ ghi chép và bút phòng trường hợp công viên mang lại cảm hứng."

"Nghe có vẻ hay nhưng trước tiên anh giúp tôi dọn dẹp đã," Sam nói rồi đứng dậy khỏi bàn.

Thiếu niên đẩy ghế ra, cả hai nhanh chóng dọn dẹp. E-Z vào văn phòng và đóng cửa lại khi chuông cửa trước reo lên.

Sam mở cửa cho Arden và PJ. "Anh ấy đang làm việc trong văn phòng. Anh ấy có đợi các cậu không? Nếu có, anh ấy không nói gì với tớ."

"Tớ đã nhắn tin cho anh ấy, nhưng anh ấy không trả lời," PJ nói.

"Vậy nên chúng tôi nghĩ sẽ ghé qua và đưa anh ấy đi chơi hôm nay. Đảm bảo anh ấy có chút vui vẻ. Anh ấy làm việc quá nhiều. Mẹ nói sẽ đưa chúng tôi đi. Chỉ cần hỏi E-Z rồi gọi cho bà ấy."

"Cháu trai tôi rất hứng thú với cuốn sách nó đang viết. Nó có thể phản đối."

"Dù sao đi nữa, hôm nay chúng tôi cũng sẽ đưa anh ấy ra khỏi đây," PJ nói.

"Anh ấy định đi công viên sau khi viết xong. Nhưng các cậu đi trước đi, anh ấy có thể gặp các cậu ở đó sau." Sam quay lại bếp, lấy thịt bò xay ra khỏi tủ lạnh. Anh kiểm tra tủ bếp xem có sốt, mì spaghetti, trứng, hành tây, bột mì và rau bina không. Anh đã có đủ nguyên liệu để làm mì spaghetti và thịt viên sau này.

Hai cậu bé đi dọc hành lang sau khi treo áo khoác lên.

Sam khoác áo khoác. Anh đã trì hoãn việc cắt cỏ một thời gian. Hôm nay là ngày anh sẽ làm việc đó.

E-Z đang cố viết, nhưng cảm hứng không đến. Khi bạn bè đến – anh vui vì bị gián đoạn. Anh mở Facebook, giả vờ xem cập nhật. "Ừm, chào các cậu." Anh quay ghế về phía họ.

"Ôi trời, cái gì xảy ra với tóc cậu vậy? Cậu đã đi salon làm tóc mà không rủ tụi tớ à?"

"Cậu có cho họ xem ảnh và yêu cầu làm kiểu Pepe Le Pew ngược không?"

"Và lông mày cậu nữa! Tớ còn không biết là có thể nhuộm lông mày nữa?"

E-Z vuốt tay qua tóc, hoàn toàn không hiểu họ đang nói gì. Chờ đã – có phải đó là điều Sam đang nhắc đến không?

"Và mắt anh cũng khác nữa."

Arden cúi xuống, "Đúng rồi, có những đốm vàng trong mắt anh ấy. Tuyệt quá!"

"Này anh bạn, lùi lại đi," E-Z nói. "Hai người làm tớ sợ đấy. Xâm phạm không gian cá nhân không hay ho gì."

"Ít ra anh ấy không có mùi như Pepe," Arden lùi lại. PJ gia nhập anh ta ở phía bên kia phòng, nơi họ thì thầm với nhau.

"Có thể chụp ảnh không?"

E-Z mỉm cười và nói, "Mozzarella."

PJ cho Arden xem bức ảnh anh vừa chụp. 'Thấy chưa!' họ nói, làm động tác tiết lộ.

E-Z không thể tin vào mắt mình. Tóc vàng của anh có một vệt đen chạy dọc giữa, và những đốm xám trên thái dương.

Xám! Anh zoom vào, đúng rồi, mắt anh có những đốm vàng. Tâm trí anh flashback về bụi kim cương, liệu đó có phải là bụi kim cương không? Hai thiên thần ngốc nghếch đó đã làm điều này! Và họ tốt nhất nên biết cách sửa chữa nó! Lần sau gặp họ, anh sẽ bắt họ phải trả giá. Trong lúc đó, anh cố gắng làm dịu tình hình.

"Chuyện nhỏ. Tôi có một đêm khó ngủ."

Arden hỏi: "Cậu đang giấu chúng tôi điều gì?"

PJ thêm vào, "Tóc cậu đang bạc đi mà cậu vẫn còn học trung học. Cậu nghĩ đó là bình thường sao?"

"Tôi nghĩ anh ấy đúng; chúng ta đang làm quá lên về chuyện vặt. Chú cậu nói gì về chuyện đó?"

"Ông ấy không để ý – hoặc nếu có, ông ấy không nói gì."

"Cái gì? Cậu muốn nói Sam thậm chí không để ý sao?"

"Mắt ông ấy có mở không?"

E-Z cố nhớ lại. Lần đầu tiên, chú Sam đã hỏi anh có điều gì muốn nói không. Có phải ông ấy đang nói về điều đó không?

"Chờ một lát," E-Z nói, khi anh bước vào nhà tắm. Anh dùng gương phóng đại gấp mười lần để nhìn kỹ hơn. Anh thốt lên. Những đốm sáng hoặc vệt nhỏ trong mắt anh đã khác. Không phải là điều xấu, thậm chí chúng khiến anh trông cool hơn. Anh kiểm tra những sợi tóc bạc ở thái dương.

Thì sao? Anh đã trải qua nhiều chuyện với việc cha mẹ qua đời. Thêm vào đó là áp lực hàng ngày ở trường trung học. Và việc làm quen với xe lăn. Chưa kể phải đối phó với các thiên thần và những thử thách.

Tóc anh bạc sớm không phải là vấn đề. Anh di chuyển gương, vuốt tay qua tóc. Cảm giác khác biệt khi chạm vào sợi tóc đen. Nó thô ráp, giống như lông cứng. Không sao, anh sẽ bôi ít gel lên và...

Bên ngoài, máy cắt cỏ bắt đầu chạy. Sam cuối cùng cũng làm việc mà anh ghét nhất. Trước tai nạn, cắt cỏ là công việc mà E-Z ghét nhất.

"Á!" Sam kêu lên khi máy cắt cỏ đột ngột dừng lại.

Chiếc ghế của E-Z lao về phía cửa trước, cánh cửa tự động mở ra. Anh lao ra, trượt ngã và rơi xuống sân cỏ phía sau Sam.

"Chết tiệt!" Sam thốt lên. Anh đã đụng phải một hòn đá bằng máy cắt cỏ, và nó bay lên đập vào gần mắt anh. Những giọt máu chảy xuống má và tụ lại trên cỏ.

Chiếc xe lăn di chuyển đến chỗ máu, hút nó vào bánh xe.

"Anh có sao không?"

"Tôi ổn," Sam nói. Anh móc tay vào túi, lấy ra một chiếc khăn tay và áp vào vết thương.

Arden và PJ đến. 'Chúng tôi nghe thấy tiếng hét."

"Tôi ổn, thật đấy,' Sam nói. "Chỉ là một tai nạn nhỏ. Không cần lo lắng. Hãy vào trong đi."

Anh nắm lấy tay cầm của xe lăn và đẩy. Rất khó để di chuyển nó trên cỏ.

Trong khi đó, Arden mang máy cắt cỏ và cất vào nhà kho.

"Anh có tăng cân không?" PJ hỏi, nhận ra sự khó khăn của Sam.

"Tôi ăn khoảng hai mươi chiếc bánh pancake sáng nay."

"Có lẽ vệt đen đó nặng hơn tóc bình thường của anh?" Arden nói, quay lại với nụ cười mỉm.

"À, họ đã nhận ra," Sam nói.

"Ừ, họ đã trêu chọc tôi về chuyện đó từ khi đến đây. Sao anh không nói gì?"

Bây giờ đã vào trong, E-Z lấy một miếng băng dán và dán lên vết thương của chú mình.

"Đó là một sự thay đổi tinh tế," Sam nói. 'Không!' anh mỉm cười. "À, và anh đã bao giờ nghĩ đến việc theo nghề y tá chưa? Anh có bàn tay nhẹ nhàng lắm."

PJ và Arden cười khẩy.

13

E-Z và bạn bè của anh ta trở về văn phòng. Anh ta quyết định ở gần nhà phòng trường hợp Sam cần anh ta. Sam quá bận rộn nấu bữa tối để nghĩ đến chuyện gì có thể xảy ra với máy cắt cỏ.

"Bữa tối đã sẵn sàng," anh ta gọi sau vài giờ. 'Đến đây ăn đi."

E-Z dẫn đường, 'Mùi thơm quá!"

Họ ngồi xuống và chuyền nhau thức ăn và gia vị.

"Cậu có vết bầm to thế kia rồi," Arden nói với Sam.

Sam, người cho đến lúc này không biết mình có vết thương lộ ra và giờ đây anh đeo nó với sự tự hào. Anh xiên vào một viên thịt viên khác và đặt lên đĩa.

"Chuyện gì xảy ra ngoài đó vậy," PJ hỏi.

"Đó là một hòn đá. Nó bị kẹt trong máy cắt cỏ và đập vào tôi." Anh tiếp tục đẩy thức ăn trên đĩa. 'Viết bài thế nào rồi?' anh hỏi cháu trai, chuyển sự chú ý khỏi bản thân.

"Sáng nay tôi không có thời gian để làm."

Sam đổi chủ đề và hỏi xem có gì xảy ra ở trường hay trong đội không.

"Chúng tôi có buổi tập tối nay," PJ nói.

"Và chúng tôi hy vọng E-Z sẽ bắt được bóng trong trận đấu ngày mai."

E-Z lắc đầu, rõ ràng là không đồng ý, và tiếp tục ăn.

"Một hiệp thôi, chỉ một hiệp. Nếu không muốn tiếp tục chơi, chúng tôi cũng không sao," Arden nói.

"Ý hay đấy," chú Sam nói. "Thử xem sao. Nếu không thấy hợp, thì dừng lại. Có gì để mất đâu?"

PJ mở miệng định nói gì đó nhưng rồi thôi. Anh nhét một miếng thịt viên vào miệng. Anh nhai, uống một ngụm. "Khi cậu ở đó, E-Z, cậu làm mọi người phấn chấn. Các anh em rất quý cậu. Luôn luôn như vậy, và sẽ mãi mãi như vậy."

"Được," E-Z nói. 'Tôi sẽ ngồi dự bị nếu anh nghĩ điều đó sẽ giúp ích. Sau bữa tối, chúng ta xuống công viên tập luyện một chút. Xem mọi việc diễn ra thế nào."

"Được thôi,' PJ nói.

Họ cảm ơn Sam vì bữa tối tuyệt vời.

"Anh nấu ăn, nên chúng tôi sẽ dọn dẹp," Arden đề nghị.

E-Z và PJ liếc nhìn nhau.

Khi Sam đã đi xa, PJ nói: "Cậu thật là nịnh hót."

Arden hắt một ít nước về phía PJ, nhưng E-Z đã bắt được phần lớn vào mặt.

PJ đáp lại bằng một cái hắt nước, văng tung tóe khắp sàn bếp, trúng vào giày của Sam.

"Cây lau nhà và xô nước ở trong tủ," anh nói, cầm áo khoác trên đường ra ngoài.

Họ dọn dẹp xong, lúc đó hầu hết đã khô ráo, trừ E-Z phải thay áo. Cuối cùng, họ đến sân bóng chày, và nơi đó đã có người.

"Tuyệt," E-Z nói. "Đi thôi."

Trên khán đài, có vài cô gái từ đội cổ vũ của đội đối thủ. Một cô gái tóc đỏ liếc về phía E-Z. Cô làm một động tác nhào lộn và hạ xuống một cách nhẹ nhàng.

"Chắc chúng ta có thể ở lại một lát," E-Z nói.

Họ đi qua sân đến ghế ngồi. Họ phải ít nhất là chào hỏi, nếu không sẽ trông như những kẻ vô lễ.

Cô gái tóc đỏ nhỏ thì thầm gì đó với bạn mình, và cả hai cùng cười khúc khích.

E-Z chắc chắn họ đang cười nhạo mình.

"Chúng ta có khách," cô gái tóc đỏ nói.

"Ừ, một thằng ngồi xe lăn với tóc sọc zebra và hai thằng nerd," người chơi vị trí thứ ba hét lên. Anh ta mong mọi người sẽ cười vì câu đùa tồi tệ của mình, nhưng không ai cười.

"Đừng để ý đến anh ta," bạn của cô gái tóc đỏ nói. "Anh ta thật đáng thương."

"Cút đi," người chơi cánh trái hét lên. 'Ở đây không có chỗ cho kẻ tàn tật."

E-Z phớt lờ tất cả những lời bình luận. Nhưng chiếc xe lăn của anh thì không. Nó đang đẩy mạnh, rú lên như một con bò đang cố thoát khỏi chuồng. 'Whoa!" anh nói, khi chiếc xe lăn đột ngột dừng lại, như một con ngựa hoang.

Arden nắm chặt tay cầm của chiếc xe lăn, và nó tiếp tục di chuyển bình thường.

Sau gôn, người bắt bóng đánh rơi một quả bóng bay và bắt hụt một quả ném. "Tôi thấy anh cần một người bắt bóng giỏi," E-Z nói.

Các cô gái cổ vũ cười khúc khích.

"Cho tôi năm phút sau gôn, chỉ năm phút. Nếu tôi có thể bắt được mọi quả bóng anh ném về phía tôi, thì chúng tôi sẽ giúp anh và ở lại."

"Và nếu anh không làm được?" người ném bóng hỏi.

Người bắt bóng tháo mặt nạ. "Anh mua cho chúng tôi burger và khoai tây chiên."

"Và sữa lắc," người chơi vị trí thứ nhất thêm vào.

"Đồng ý," E-Z nói khi ghế của anh ta di chuyển về phía trước.

Anh ta ngồi chờ trong khi Arden thắt dây bảo vệ đầu gối. PJ kéo tấm bảo vệ ngực qua đầu và đeo mặt nạ bắt bóng lên mặt. E-Z nhét nắm đấm vào găng tay bắt bóng.

"Đúng rồi, ném bóng cho tôi," E-Z ra lệnh.

"Tôi hy vọng cậu biết mình đang làm gì đấy," Arden và PJ nói.

"Tin tôi đi," E-Z nói. Anh tự đẩy xe lăn vào vị trí sau gôn. "Batter up!"

Người ném bóng ra hiệu cho Arden đánh. Anh chọn cây gậy và bước lên gôn.

E-Z ra hiệu cho người ném bóng ném một quả bóng nhanh cao. Thay vào đó, người ném bóng ném một quả bóng cong, và nó bay thẳng vào vùng đánh. Arden đánh hụt, nhưng không hoàn toàn, vì anh ta chạm vào bóng một chút và nó bay ra ngoài. E-Z đứng dậy và bắt được nó.

"Whoa!" người ném bóng hét lên. 'Cứu bóng hay đấy."

"May mắn,' người chơi vị trí thứ nhất nói.

Các cổ động viên tiến lại gần hơn.

Cú ném thứ hai đến Arden, anh ta đánh bóng lên cao về phía sân phải.

PJ bước lên đánh và bị loại. E-Z bắt tất cả các quả bóng dễ dàng, nhưng cú ném cuối cùng bay ra ngoài, và anh suýt nữa đã để rơi. PJ đã chạy về phía gôn thứ nhất, nhưng E-Z ném bóng xuống và anh ta bị loại.

Họ chơi cho đến khi trời tối đến mức không thể nhìn thấy quả bóng nữa.

Sau trận đấu, họ quyết định hòa. Họ đến một quán ăn gần đó và mỗi người trả tiền cho phần ăn của mình.

"Chúng ta sẽ đánh bại các cậu trong trận đấu ngày mai," Brad Whipper, đội trưởng đội, khoe khoang.

"Cậu có chơi với E-Z không?" Larry Fox, người chơi vị trí thứ nhất, hỏi.

"Ồ, anh ấy chắc chắn sẽ chơi," Arden và PJ nói.

"Chắc chắn."

Cô gái tóc đỏ là Sally Swoon và cô thì thầm điều gì đó với Arden, người lắc đầu. "Hỏi anh ta đi," anh nói.

"Hỏi tôi gì?"

Má cô ửng hồng.

"Cậu muốn biết chuyện gì đã xảy ra, đúng không?"

Cô gật đầu. "Cậu có nhờ thợ làm tóc làm không, hay họ..."

"Làm sai à?" anh ta nói.

Cô gật đầu.

"Tôi thức dậy sáng nay và nó đã như vậy. Kết thúc câu chuyện."

"Đừng có nói dối," một cầu thủ nói. "Bây giờ hãy kể cho chúng tôi nghe tại sao cậu lại ngồi xe lăn."

E-Z kể câu chuyện của mình. Mọi người im lặng khi anh ta nói. Không ai ăn hay uống. Khi anh ta kết thúc, anh ta lo lắng mọi người sẽ đối xử với anh ta khác đi, nhưng họ không làm vậy.

Họ trò chuyện về World Series sắp tới và những chủ đề thể thao khác.

Sau đó, khi bạn bè đưa anh về nhà, tất cả đều im lặng. Anh chào tạm biệt các chàng trai và trở về phòng. Anh cố gắng xem ti vi, viết một chút nhưng dù làm gì cũng không thể ngừng nghĩ về mọi thứ đã mất. Anh ngã xuống giường và nhìn chằm chằm vào trần nhà, cuối cùng thiếp đi.

14

E-Z đang ngủ, mơ màng.

"Dậy đi E-Z! Dậy đi!" Reiki nói, nhảy lên nhảy xuống trên ngực anh ta.

"Thôi đi!" anh ta hét lên.

Hadz xịt một ít nước lên mặt anh ta.

Anh ta lắc đầu. "Hai người có chuyện phải giải thích và phải sửa chữa. Đưa tóc tôi về như cũ. Và cả mắt tôi nữa!"

"Không có thời gian!" họ nói, khi ghế của anh ta lăn qua, thả anh ta vào ghế, rồi bay ra cửa sổ đã mở sẵn.

"Tôi còn chưa mặc quần áo!" E-Z kêu lên.

Reiki và Hadz cười khúc khích và bảo E-Z ước điều anh muốn mặc. Khi anh nhìn xuống, anh đang mặc quần jean, thắt lưng và áo thun. Anh nhìn xuống chân, nơi đôi giày chạy của anh đang tự buộc dây. Khi họ bay qua bầu trời, E-Z cảm ơn họ.

"Vậy, các cậu tha lỗi cho chúng tôi?" Hadz hỏi.

"Đợi một thời gian," Reiki nói.

E-Z gật đầu, chiếc ghế của cậu từ từ bay lên cao hơn. Trên một chiếc máy bay, vượt qua chiếc máy bay đó. Rõ ràng không phải đích đến của họ. Họ tiếp tục bay, cho đến khi chiếc xe lăn của E-Z đột ngột dừng lại, rồi hướng xuống dưới.

"Đó là nó," Reiki nói.

Dưới kia, một nhóm người đang đứng ngoài một tòa nhà văn phòng cao tầng.

"Cậu có cảm nhận được không?" E-Z hỏi, nhận ra không khí xung quanh sự việc có gì đó khác biệt. Nó đang rung động với năng lượng.

"Có," Hadz nói.

"Tốt cho cậu vì đã nhận ra lần này," Reiki nói.

"Ý cậu là, những lần trước cũng có rung động?"

"Đúng, nhưng khi sức mạnh của cậu tăng lên, cậu sẽ có thể xác định chính xác vị trí."

"Không chỉ cậu, ghế của cậu cũng có thể cảm nhận được chúng."

"Ý cậu là, tôi có một chiếc ghế siêu thông minh? Tôi biết nó đã được nâng cấp, nhưng điều này thật tuyệt vời!"

Các thiên thần cười.

Chiếc ghế lao đi trong khi dưới chân họ, tiếng súng vang lên. Họ thấy người chạy, la hét, ngã xuống.

Hướng về phía hỗn loạn, E-Z và chiếc ghế của anh lao vào làn đạn đang ập đến. Anh giật mình khi chiếc xe lăn chặn đứng những viên đạn. Anh tự hỏi điều gì sẽ xảy ra nếu chiếc ghế bỏ lỡ một viên.

"Chúng tôi khá chắc là anh đã được chống đạn," Reiki nói mà không cần anh hỏi. 'Đó là một phần của nghi lễ."

"Và bụi kim cương cũng sẽ hiệu quả."

"Không chắc lắm?' anh nói, hy vọng họ đúng. "Nếu nó hiệu quả, thì đó là một sự đánh đổi đáng giá cho tình trạng tóc của tôi!"

Những thiên thần giả cười vang.

15

His chiếc xe lăn tiếp tục di chuyển, hướng thẳng về phía một người đàn ông trên mái nhà. Hắn đã bắn vào đám đông bên dưới và vào họ khi họ tiến gần hơn. Chiếc xe lăn đột ngột lao về phía trước, E-Z nghe thấy một tiếng động lạ, giống như tiếng máy bay hạ cánh. Tiếng động phát ra từ chiếc xe lăn, khi một hộp kim loại rơi xuống và đập vào người đàn ông. Khẩu súng bay ra khỏi tay anh ta, bay qua mái nhà trước khi thiết bị kia giữ chặt. Người đàn ông cố gắng hất E-Z và chiếc xe lăn ra khỏi lưng mình, nhưng không thành công.

Tiếng còi báo động vang lên từ xa, rồi ngày càng to hơn khi nó đến gần.

"Nếu tôi để anh đứng dậy," E-Z hỏi, "anh sẽ ngoan ngoãn chứ?"

Mặc dù người đàn ông gật đầu đồng ý, chiếc xe lăn vẫn không nhúc nhích.

E-Z cần vô hiệu hóa khẩu súng và rời khỏi đó trước khi cảnh sát đến. Anh tự hỏi liệu có ai dưới kia bị thương không. Anh đoán xe cứu thương đang trên đường đến. Tuy nhiên, anh và chiếc xe lăn có thể đưa những người bị thương nặng đến bệnh viện nhanh hơn nhiều.

Anh ta nhìn chằm chằm vào khẩu súng bên kia mái nhà. Anh ta tập trung, rồi đưa tay ra. Như thể tay anh ta là nam châm, khẩu súng bay vào tay anh ta, và anh ta vô hiệu hóa khẩu súng bằng cách buộc nó thành một nút thắt. E-Z tháo thắt lưng và dùng nó để trói tay kẻ bắn súng ra sau lưng.

Chiếc ghế bay lên và bay đi như một quả tên lửa, trong khi cửa trên mái nhà mở ra. Thiết bị được cải tiến bay lên, lơ lửng giữa không trung trong khi E-Z quan sát đội SWAT tiến vào bắt giữ kẻ bắn súng. Ánh mắt của viên cảnh sát tìm thấy khẩu súng bị buộc thành nút thắt thật đáng giá.

Trong giây lát, anh do dự vì nhiệm vụ của mình, nhưng có người bị thương dưới đất và anh có thể giúp họ nhanh hơn bất kỳ ai khác, và đó là điều anh làm. Anh sẽ lo lắng về hậu quả sau và hy vọng họ sẽ hiểu.

E-Z hạ cánh gần đám đông. Anh tập hợp bốn người bị thương nặng nhất và khi họ bất tỉnh, anh dùng một phần cánh của mình để giữ họ an toàn trên ghế khi bay qua bầu trời.

Chiếc ghế hấp thụ máu của những hành khách bị thương khi nó chảy ra từ vết thương của họ. Máu của họ hòa quyện với máu của E-Z và Sam Dickens. Sự hòa trộn này đẩy những viên đạn ra khỏi cơ thể họ, và vết thương bắt đầu lành lại.

Mất vài phút để họ đến bệnh viện. Khi đến nơi, tất cả bệnh nhân đã được chữa lành, như thể vết thương của họ chưa từng xảy ra. Họ ôm chầm lấy E-Z và cảm ơn anh.

Trong bãi đỗ xe của bệnh viện, mỗi người nhảy xuống khỏi xe lăn.

Những nhân viên y tế đứng chờ ở cửa ra vào với cáng sẵn sàng.

E-Z liếc nhìn về phía họ. Anh vẫy tay, rồi bay lên trời. Dưới anh, những người anh đã cứu vẫy tay đáp lại. Anh hy vọng những nhân viên y tế đang chờ đợi sẽ cảm thấy bực bội vì cuối cùng họ không cần phải làm gì.

"Cảm ơn anh," một chàng trai trẻ hét lên, vẫy tay.

"Hy vọng sẽ gặp lại anh," một phụ nữ trung niên reo lên.

"Anh là một anh hùng thực sự!" một người đàn ông trông giống ông Sam nói.

"Anh làm tôi nhớ đến cháu trai tôi – trừ sợi tóc kỳ lạ trên đầu anh!" một bà lão nói.

Những nhân viên cứu hộ tiến lại gần bốn người, hỏi: 'Ai cần giúp đỡ?"

Chàng trai trẻ nói: 'Anh không tin được đâu, nhưng tôi vừa bị bắn – hai phát cách đây không lâu. Tôi nghĩ mình đã ngất đi. Khi tỉnh dậy," anh kéo áo trước ngực, nơi dính đầy máu, "vết thương đã biến mất."

Bà lão, người mặc bộ váy dính máu, giải thích cách bà bị bắn gần tim.

"Tôi đã chết chắc nếu cậu thanh niên trong xe lăn không cứu mạng tôi."

Hai bệnh nhân còn lại cũng có câu chuyện tương tự. Họ khen ngợi E-Z và cảm ơn anh lần nữa. Mặc dù anh đã không còn ở đó.

"Tôi nghĩ các anh nên vào bệnh viện," nhân viên y tế đầu tiên nói.

Người y tá thứ hai nói: "Đúng vậy, các bạn đã trải qua một trải nghiệm kinh hoàng. Các bạn nên gặp bác sĩ và kiểm tra sức khỏe."

Cả bốn công dân từng bị thương đều để các y tá giúp họ vào trong. Họ cố gắng đưa người lớn tuổi nhất trong số bốn người lên cáng.

"Tôi khỏe như vâm!" người phụ nữ lớn tuổi reo lên.

Họ theo bà vào bệnh viện.

$$* * *$$

❝ Chúng ta nên làm ngay bây giờ!" Reiki nói.

"Thật đáng buồn. Anh ấy đã làm những điều tuyệt vời như vậy mà giờ đây không ai còn nhớ đến."

Họ xóa sạch ký ức của tất cả những người xung quanh.

"Anh ấy đã làm một công việc tuyệt vời."

"Đúng vậy, anh ấy đã được chọn rất kỹ," Hadz nói.

E-Z trở về nhà, bay nhanh nhất có thể. Anh biết cơn đau sắp đến, nhưng không biết lần này sẽ kinh khủng đến mức nào. Anh vừa kịp lao qua cửa sổ và nằm xuống giường thì vai anh bốc cháy, khiến anh ngất đi.

Các thiên thần trở lại, thì thầm những lời an ủi khi anh hét lên trong giấc ngủ. Khi cơn đau trở nên quá dữ dội, họ giảm bớt nó bằng cách nhận lấy nó vào mình.

"Thử thách thứ ba đã hoàn thành," Reiki nói. "Anh ta đang vượt qua chúng một cách dễ dàng."

"Đúng vậy, nhưng chúng ta phải đảm bảo anh ta không bị nhận ra. Anh ta có thể bị nhìn thấy, nhưng chúng ta phải xóa sạch ký ức của họ. Tôi lo lắng, chúng ta có thể bỏ sót ai đó."

"Nếu chúng ta xóa sạch ký ức của tất cả những người xung quanh, mọi thứ sẽ ổn."

16

Ngày hôm sau, E-Z đang ăn ngũ cốc thì Sam bước vào bếp.

"Cà phê thơm quá," Sam nói.

Thanh niên đó rót cho chú mình một tách đầy. 'Gì cơ?' anh hỏi, với cảm giác déjà vu.

"Gì, gì?" Sam hỏi khi thêm một ít kem vào tách.

"Anh đang nhìn em," E-Z nói. Anh lắc đầu. Liệu anh có đang ở trong bộ phim Groundhog Day không? Bộ phim về một ngày lặp đi lặp lại mãi mãi, với Bill Murray?

"À, cái đó. Có gì anh muốn nói với em không?" Anh thả một viên đường vào cà phê.

Bỏ qua chú mình, anh múc ngũ cốc vào miệng. "Em không hiểu anh nói gì."

Sam đợi cháu trai ăn sáng xong. "Tối qua tôi vào xem cậu, giường cậu trống trơn và cửa sổ mở. Cậu ra ngoài bằng cách nào với cái ghế đó, tôi không biết. Dù sao đi nữa, nếu cậu đi ra ngoài, cậu nên nói cho tôi biết. Tôi có trách nhiệm với cậu và nơi cậu ở. Lần sau hứa là sẽ cho tôi biết cậu đi đâu và khi nào về. Đó là phép lịch sự cơ bản."

"Tôi..."

POP.

POP.

Hadz và Reiki xuất hiện. Reiki bay đến Sam, lượn lờ trước mắt anh. Trong vài giây, Sam trông như người mất hồn. Rồi anh tiếp tục nhấp cà phê. Nâng ly, nhấp, đặt xuống. Lặp lại.

E-Z nhớ đến một món đồ chơi chim – nơi con chim nhúng đầu vào ly và uống. Cái đó gọi là gì nhỉ?

"Chim ngốc," Sam nói. Anh nhìn đồng hồ.

Cái quái gì vậy? Chẳng lẽ chú anh có thể đọc được suy nghĩ của anh sao?

"Ai không thể đọc suy nghĩ của anh?" Hadz nói với nụ cười.

Sam đứng dậy, với ánh mắt đờ đẫn và cử chỉ như robot, anh đi đến bồn rửa, rửa sạch cốc và cho vào máy rửa bát. Sau đó, anh cầm chìa khóa xe và ra đi mà không nói một lời.

Miệng E-Z há hốc khi xử lý thông tin rồi quát lên, "Được rồi, hai đứa. Các cậu đã làm gì với chú Sam của tớ? Các cậu không có quyền... làm bất cứ điều gì các cậu đã làm." Anh ta tức giận đến mức mặt đỏ bừng và nắm chặt hai tay.

POP.

POP.

Anh ta ghét điều đó. Mỗi lần họ làm sai, họ biến mất, và anh ta phải xin lỗi họ để họ quay lại, dù anh ta không làm gì sai.

"Xin lỗi," anh ta nói. 'Xin hãy quay lại."

POP

POP.

"Đã làm thì đã làm,' anh ta nói bình tĩnh. 'Anh ta thật sự đọc được suy nghĩ của tôi sao?"

Reiki nói: 'Anh ta đã làm, nhưng đó là trường hợp đặc biệt."

"Điều đó tốt. Tôi sẽ không bao giờ có thể làm gì được."

"Chúng tôi là hậu phương của anh, trong các cuộc thử thách. Nhiệm vụ của chúng tôi là bảo vệ anh và bạn bè của anh, bao gồm cả Uncle Sam."

"Anh đã làm gì với anh ta?" anh ta hỏi lại, khi chuông cửa reo. Anh ta không di chuyển, anh ta chờ họ trả lời câu hỏi của mình. Chuông cửa lại reo. "Chờ một lát," anh nói. "Hãy nói cho tôi biết các anh đã làm gì với anh ta. NGAY BÂY GIỜ!"

"Tôi đã xóa sạch trí nhớ của anh ta," Reiki thì thầm.

"Các anh đã làm gì!"

"Chúng tôi phải làm vậy để bảo vệ anh và nhiệm vụ của anh," Hadz thêm vào.

PJ và Arden bước vào bếp. 'Cửa không khóa,' Arden nói.

"Đúng vậy, chúng tôi đã nói với Sam hôm qua rằng sẽ đón anh sáng nay."

"Chào buổi sáng," anh ta nói, đẩy mình ra khỏi bàn.

"Chúng ta cần nói chuyện. Nhưng chúng ta đang vội."

Anh ta cầm balo và hộp cơm. Họ đi ra cửa trước. Ở đầu cầu thang, chiếc ghế lăn lao về phía trước – như muốn bay xuống. Anh ta nhờ bạn bè giúp mình xuống dốc. Arden và PJ giúp anh ta vào ghế sau xe. Arden cất chiếc ghế lăn vào c ốp xe.

"Chào bà Lester," E-Z nói khi ba cậu bé lên ghế sau xe.

"Chào buổi sáng," bà nói, rồi vặn to radio. Người dẫn chương trình đang nói về một công thức nấu ăn mới.

"Khi họ đã trên đường," PJ thì thầm, "Tối qua cậu làm gì?"

"Không có gì đặc biệt. Ăn. Ngủ. Bình thường thôi."

"Cho anh xem."

PJ đưa điện thoại và bấm phát.

Đó là một video YouTube. Cậu ta, trong chiếc xe lăn, bay lượn trên bầu trời, mang theo những người bị thương. Chiếc xe lăn của cậu ta màu đỏ máu, di chuyển nhanh đến mức chỉ còn là một vệt lửa mờ. Cánh trắng của cậu ta hiện rõ. Và sọc đen trên mái tóc vàng của cậu ta càng làm nổi bật vẻ ngoài của cậu ta.

"Không biết," E-Z nói, vừa gãi đầu vừa không có lời giải thích nào. Anh chờ đợi những thiên thần đến và xóa sạch ký ức của bạn bè – họ không đến. Anh chờ đợi thế giới dừng lại – nó không dừng. Anh tự hỏi liệu mình có bao giờ gặp lại cha mẹ không? Đây có phải là một thử thách? Anh đóng điện thoại và trả lại cho PJ.

"Này," Arden nói, khi mẹ anh lùi xe vào chỗ đỗ.

"Nhanh lên, không muộn mất," cô nói khi mở cốp xe.

"Gặp sau," Arden nói khi mẹ anh lái xe đi.

Ba người bạn bước vào trường mà không nói lời nào. Chuông báo cuối cùng sắp reo bất cứ lúc nào.

E-Z lăn xe dọc hành lang, mỉm cười một mình trong khi lo lắng xem ai khác sẽ thấy đoạn video. Mặc dù thật tuyệt vời khi thấy bản thân mình hành động. Như một Superman cool ngầu. Một anh hùng thực sự. Anh đã cứu người. Cứu mạng sống. Anh và chiếc xe lăn của mình là bất khả chiến bại. Họ là một cặp đôi hoàn hảo. Anh tự hỏi liệu họ có cần sự giúp đỡ của hai thiên thần giả mạo kia không. Cảm giác đó thật tuyệt vời. Mỗi khoảnh khắc đều tuyệt vời. Cứu người. Cứu mạng. Hoàn thành thành công một thử thách nữa. Tuyệt vời. Giá như anh có thể chia sẻ bí mật này với những người bạn thân nhất của mình.

"E-Z Dickens!" Cô Klaus, giáo viên của anh, gọi.

"Vâng, thưa cô," E-Z nói, lật trang để đọc bài học. Anh tự hỏi tại sao mình lại lãng phí thời gian ở trường. Anh không cần nó nữa.

$$* * *$$

Hắn cố gắng không ngủ gật trong giờ học. Cô Klaus đang để mắt đến hắn, hơn bình thường. Mỗi lần hắn lơ đãng, cô lại nâng giọng như thể đã phát hiện ra.

Sau khi chuông reo và giờ học kết thúc, các học sinh tản ra để anh ta là người đầu tiên ra khỏi cửa. Anh ta liếc nhìn một vài bạn cùng lớp để cảm ơn. Ít ai nhìn lại. Hầu hết đều quay đi. Họ chưa quen với địa vị mới của anh ta – chưa.

Trong hành lang, một đám đông học sinh và người hâm mộ đang chờ đợi. Những tiếng flash liên tục vang lên khi máy ảnh và điện thoại di động chụp ảnh. Anh hy vọng báo trường có mặt ở đó. Họ thậm chí sẽ viết một bài báo về anh. Chờ đã. Anh sẽ không bao giờ gặp lại bố mẹ mình nữa – nếu mọi người biết! Làm sao điều này có thể xảy ra!? Anh đẩy đường đi qua đám đông. Họ tiếp tục vỗ tay, tiếng vỗ tay ngày càng lớn. Một vài người hét lên: "Phát biểu đi!"

PJ tiến lại gần và hỏi: "Cậu đã xem Facebook gần đây chưa?"

E-Z nhún vai.

"Xem tin mới nhất đi," PJ nói, chỉ cho bạn mình xem tiêu đề.

"Anh hùng địa phương trong xe lăn." Anh ta dừng lại và nhấp vào video. Nó nói rằng anh hùng địa phương đã theo học tại Trường Trung học Lincoln ở Hartford, Connecticut. E-Z nhanh chóng nhận ra rằng các học sinh nghĩ anh ta là anh hùng – anh ta đúng là vậy – nhưng họ không thể biết điều đó. Họ không được phép biết bất cứ điều gì. Họ đã xóa sạch ký ức, giống như họ đã làm với Uncle Sam. Nhưng điều đó không quan trọng – anh ta không sống ở Hartford, Connecticut. Họ đã nhầm lẫn. Tại sao bạn bè anh ta lại vỗ tay?

Anh ta đẩy qua, họ tránh đường. Anh ta đi thẳng ra ngoài trời mưa như trút. E-Z tự hỏi liệu anh ta có thể sử dụng sức mạnh mới của chiếc xe lăn cho lợi ích cá nhân không. Mặc dù không có khủng hoảng hay thử thách nào, anh ta có thể dùng phép thuật hoặc nghi lễ để về nhà không? Anh ta suy nghĩ về điều đó trong khi tiếp tục lăn bánh trên vỉa hè. Chiếc xe lăn của anh ta từng giúp anh ta cứu một cô bé, trước khi nó có bất kỳ sức mạnh đặc biệt nào.

Anh nghĩ về những từ phép thuật như bibbidi-bobbidi-boo và expelliarmus. Anh thử cả hai trên chiếc xe lăn, nhưng không có gì xảy ra. Anh liếc nhìn qua vai, nghe thấy tiếng bước chân phía sau. Anh nghĩ đó là một trong những người bạn của mình – nhưng đó là một học sinh nhỏ hơn, hỏi: "Cánh của cậu đâu?"

E-Z cười: "Tôi không có cánh." Đúng lúc đó, đôi cánh của anh ta xuất hiện và đưa anh ta bay lên trời. Lúc đầu, anh ta nghĩ "Ôi không", nhưng anh ta quyết định đi theo và vẫy tay chào đứa trẻ đang đứng trên vỉa hè. Đứa trẻ quá phấn khích đến mức quên cả việc lấy điện thoại ra để chụp lại khoảnh khắc đó. "Về nhà!" anh ta ra lệnh. Một tia sáng đỏ đưa anh ta bay qua bầu trời, thẳng đến nhà anh ta, nhưng chiếc xe lăn đã đưa họ đến một nơi khác.

Họ tiếp tục bay cho đến khi ở ngay trên một trung tâm thương mại. Anh cảm thấy không khí rung động, kéo anh gần hơn đến nơi anh cần đến. Chiếc ghế chỉ xuống dưới, thả anh vào một ngân hàng, rồi dừng lại giữa không trung. Khách hàng bên dưới tiếp tục đi lại – anh đã nằm ngoài tầm nhìn của họ. Anh vẫn không hiểu tại sao mình lại ở đây.

Đây có phải là một thử thách khác không? anh ta hỏi. Anh ta chờ đợi nhưng không có câu trả lời. Nếu đây là một thử thách khác, thì khoảng thời gian giữa các thử thách đang ngày càng ngắn lại. Hai thiên thần kia đâu rồi – họ không phải là người bảo vệ anh ta sao? Anh ta nghĩ về những thử thách khác. Hầu hết chúng xảy ra vào ban đêm. Trong bóng tối. Nếu những thiên thần chưa hoàn thiện không thể ra ánh sáng, giống như ma cà rồng? Anh cười trước sự liên kết kỳ lạ đó và hy vọng nó là thật. Dù sao, anh cũng không phiền khi lần này chỉ có mình anh và chiếc xe lăn. E-Z trở lại hiện tại. Khách hàng đang la hét bên trong trung tâm thương mại. Anh bay về phía trước, ra khỏi ngân hàng và vào một cửa hàng bách hóa gần đó. Nơi đó hoàn toàn trống rỗng.

Khi chạm đất, bánh xe tự động quay, dẫn anh đi. E-Z cố gắng lấy lại kiểm soát. Nhưng chiếc xe lăn cũng muốn kiểm soát. Nó tăng tốc, nhanh hơn và nhanh hơn. Cuối cùng, anh để nó chiếm quyền, sợ rằng ngón tay mình sẽ bị nghiền nát.

Chiếc xe lăn dừng lại hoàn toàn khi xung quanh nó, cách khoảng 4 feet, là những khách hàng nằm la liệt trên mặt đất. Hầu hết đều nằm sấp, mặt úp xuống sàn. Một số người đặt tay lên sau đầu, một số khác đặt tay ra sau lưng.

Trong các tư thế khác nhau, anh ta phát hiện ra các camera an ninh chỉ hiển thị hình ảnh nhiễu. Đó không phải là dấu hiệu tốt.

Chiếc xe lăn lại giật về phía trước, hướng về một phụ nữ trẻ. Cô ta mặc trang phục ngụy trang, đội mũ trùm xuống che mắt. Cô ta có gương mặt trắng trẻo, có lẽ tóc vàng tự nhiên và mắt xanh, kiểu người mẫu. Cô ta cầm một khẩu súng trường trong tay này và một con dao săn trong tay kia. Sự im lặng của cô ta khi cầm vũ khí khiến anh ta lo lắng. Và việc cô ta sử dụng son môi màu đỏ táo quá đà. Son môi bị lem, biến nụ cười đáng sợ thành nụ cười đe dọa.

E-Z nghĩ đến những người đang gặp nguy hiểm trên sàn. Họ đã ở đó bao lâu rồi? Cô ta đang chờ đợi điều gì? Cô ta có đòi tiền không? Ai bên ngoài cửa hàng biết về tình huống con tin này đang diễn ra khi camera không hoạt động?

Một trong những người đàn ông trên sàn thu hút sự chú ý của E-Z. E-Z đặt ngón tay lên môi. Người đàn ông quay đi, lúc đó anh ta phát hiện ra một chiếc điện thoại trên sàn với đèn đỏ nhấp nháy. Nó đang ghi lại âm thanh. Anh hy vọng cô gái không phát hiện ra – cô trông như thể có thể mất kiểm soát bất cứ lúc nào.

Ghế của E-Z lao đi như một phát súng đại bác và nhanh chóng đến gần cô gái. Súng của cô bay về một phía, con dao bay về phía khác. Lớp kim loại bao quanh ghế hạ xuống.

"Gọi 911," E-Z hét lên. Và với những khách hàng trên sàn, 'Ra khỏi đây!' Họ chạy đi mà không ngoảnh lại. Bây giờ anh ta chỉ còn lại một mình với cô gái điên loạn. 'Tại sao cô làm vậy?' anh ta hỏi.

Cô ta ngân nga lời bài hát anh từng nghe trước đây, "Tôi không thích thứ Hai," rồi mỉm cười, lắc đầu và nói, "Hơn nữa, đây chỉ là trò chơi thôi." Cô ta tiếp tục ngân nga bài hát trong vài giây, mắt nhắm lại. Rồi cô ta mở mắt, với ánh mắt điên dại và tiếng cười, nói, "À, và nếu anh cần một chuyên gia nhuộm tóc, tôi biết người."

"Ừm, cảm ơn," anh nói, vuốt tay qua tóc.

Anh nhớ đến một bài hát mẹ anh từng hát. Một câu chuyện có thật về một vụ nổ súng. Ban nhạc được đặt tên theo chuột hoặc chuột cống.

Anh lắc đầu. Cô gái trước mặt anh trông giống một nhân vật trong trò chơi anh từng chơi vài lần. Ngay cả vết son môi lem nhem. Anh không nhớ là nhân vật nào, nhưng anh chắc chắn cô đang bắt chước một người chơi. "Chơi game là một chuyện – không ai bị thương. Đây là đời thực. Nếu không thích điều gì – hãy dừng lại! Đừng làm tổn thương người khác."

"Cút đi," cô đáp, "như thể tôi có quyền lựa chọn."

Cảnh sát ập vào, và anh phải đi.

Họ tìm thấy cô gái bị trói chặt với vũ khí buộc thành nút ở lối đi an ninh của máy chơi game.

Anh ta về nhà, chờ đợi cơn đau rát từ đôi cánh của mình ập đến. Anh ta đã về đến nhà an toàn. Nhưng anh ta đói đến mức không thể chờ đợi để ăn bất cứ thứ gì có thể tìm thấy.

Trong tủ lạnh đã sẵn sàng, có nửa con gà mà anh ta ăn trong khi chờ phô mai tan chảy trong chảo. Anh ta nuốt chửng chiếc bánh mì phô mai nướng. Rồi làm thêm một chiếc nữa, trong khi nhai một quả táo. Khi ăn xong táo, anh ta múc kem từ hộp. Cơn đau không đến, nhưng anh ta sẽ gặp vấn đề nghiêm trọng về cân nặng nếu tiếp tục ăn như vậy.

"Chú Sam?" anh gọi, kiểm tra xem chú có ở đâu trong nhà không – chú không có ở đó. Anh vào phòng làm việc, làm bài tập, rồi chơi vài trò chơi. Vẫn không thấy Sam đâu. Không tin nhắn SMS. Không cuộc gọi hay tin nhắn thoại. Sam luôn báo cho anh biết khi chú về muộn. Kỳ lạ. Chú đang ở đâu nhỉ?

E-Z DICKENS SIÊU ANH HÙNG SÁCH TẬP MỘT VÀ TẬP HAI   115

17

Đã qua nửa đêm mà vẫn chưa thấy bóng dáng của chú Sam. Đây là lần đầu tiên ông ấy bỏ bữa tối, huống chi là không nói cho E-Z biết mình ở đâu. Ông biết cháu trai mình sẽ lo lắng thế nào khi mọi thứ nằm ngoài tầm kiểm soát. Trong những lúc như vậy, da thịt cậu thiếu niên ngứa ran, như máu đang sôi sục dưới da.

Ngồi trên xe lăn, cậu làm động tác tương tự như đi lại. Lăn xe lên hành lang rồi quay lại. Phần khó nhất là quay đầu, cậu làm điều đó trong văn phòng. Trên đường quay lại bếp, cậu bật ti vi để tạo tiếng ồn trắng. Cậu dừng lại xem trước khi quay lại hành lang, và một trải nghiệm thoát xác ập đến.

Anh ta đang ở phòng khách, ngồi trên xe lăn, xem chính mình trên tivi trong xe lăn. E-Z lắc đầu, cố gắng hiểu chuyện gì đang xảy ra. Tại sao Hadz và Reiki không xóa ký ức của họ? Rồi điều đó xảy ra - người phóng viên nói tên anh ta và địa chỉ thực của anh ta, bao gồm cả khu phố. Lần này anh ta nói đúng mọi thứ - và anh ta không dừng lại ở đó.

"E-Z Dickens, mười ba tuổi, muốn trở thành một cầu thủ bóng chày chuyên nghiệp. Và anh ta có kỹ năng. Rồi một tai nạn đã cướp đi cha mẹ anh ta – và đôi chân của anh ta. Cậu bé mồ côi – trở thành siêu anh hùng – hiện sống với người thân duy nhất của mình, Samuel Dickens."

Anh ta muốn đạp vỡ màn hình tivi. Họ nói điều đó, chỉ như vậy. Như thể tất cả siêu anh hùng đều phải là mồ côi. Như thể đó là điều kiện tiên quyết. Khi điện thoại reo, anh ta hy vọng đó là Sam – nhưng đó là Arden.

"Cậu có xem không?" anh ta hỏi. 'Họ đã nói cho MỌI NGƯỜI biết nơi cậu sống!"

"Tớ biết,' E-Z nói. "Điều tồi tệ hơn là chú Sam đang mất tích. Ông ấy luôn gọi cho tớ, dù có chuyện gì xảy ra."

Arden nói với cha mình. "Ở đó, bố và con sẽ đến ngay. Con có thể ở lại với chúng ta, cho đến khi con và Sam quyết định phải làm gì. Để lại một tờ giấy cho anh ấy."

"Cảm ơn, nhưng tôi sẽ ổn ở đây."

"Bố nói, không có nếu, và hay nhưng. Ông ấy nói các phóng viên sẽ bám theo anh như keo dính – dù đó có nghĩa là gì."

"Tôi chưa nghĩ đến việc các phóng viên sẽ đến đây. Được rồi, tôi sẽ chuẩn bị."

Anh ta vào phòng, đóng gói một túi xách qua đêm, rồi vào bếp viết một lá thư và dán lên tủ lạnh. Một chiếc xe đột ngột dừng lại bên ngoài, bánh xe kêu rít. Cửa xe đóng sầm, rồi tiếng súng vang lên khi mảnh kính văng tung tóe qua cửa sổ. Cửa trước bị nổ tung khỏi bản lề, chiếc ghế của anh ta bay về phía kẻ bắn súng, người này ngừng bắn khi họ đến gần.

"Hắn chỉ là một đứa trẻ," E-Z nói, tận dụng sự do dự của hắn. Hắn giật lấy khẩu súng, buộc nó thành một nút thắt và ném ra sân.

Đứa bé, nhỏ hơn E-Z, tận dụng giây phút hắn ném súng để lao vào vật hắn xuống đất.

"Không hay ho," E-Z nói, khi chiếc ghế đẩy anh ta ra và thả lồng kim loại xuống đứa trẻ đang khóc lóc và gọi mẹ. 'Lùi lại,' E-Z nói với chiếc ghế.

Đứa trẻ cuộn tròn như thai nhi, run rẩy và khóc lóc. Chiếc ghế thu lồng lại: cậu bé không nhúc nhích.

E-Z, giờ đã trở lại xe lăn, hỏi: "Ai đưa cậu đến đây? Và tại sao lại bắn như vậy?"

"Không phải chuyện cá nhân," đứa trẻ giải thích. 'Tôi phải làm thế. Một giọng nói trong đầu bảo tôi phải làm. Nếu không, họ sẽ giết tôi và gia đình tôi. Đó là lý do tôi lấy chìa khóa của bố và học lái xe – lái thật nhanh."

"Mày chưa từng lái xe trước đây?"

"Chỉ trong game thôi."

Lại là game. 'Mày đang nói về ai? Tên họ là gì?"

"Tôi không biết. Tôi chơi vài trò chơi trực tuyến. Một người phụ nữ sẽ xuất hiện trong trò chơi, bảo tôi rằng cô ta sẽ giết em gái tôi. Tôi chuyển sang trò chơi khác; một người phụ nữ khác lại nói cô ta sẽ giết bố mẹ tôi. Trong trò chơi tôi chơi hôm nay, một người phụ nữ thứ ba bảo tôi nếu không giết một đứa trẻ sống ở địa chỉ này, sẽ có hậu quả nghiêm trọng." Đứa trẻ lao về phía E-Z nhưng không đi xa được. Chiếc ghế đẩy cậu bé ngã xuống và hạ cần điều khiển.

"Cứu tôi ra khỏi đây!" cậu bé đòi hỏi.

E-Z cười; cậu bé có can đảm. 'Thôi đi,' anh nói với chiếc ghế và giúp cậu bé đứng dậy. Cậu bé cảm ơn anh bằng cách nhổ nước bọt vào mặt anh. Anh siết chặt nắm đấm và cân nhắc việc xé toạc đầu cậu bé, nhưng anh không làm. Thay vào đó, anh ôm cậu bé. Đứa trẻ lại bắt đầu khóc, nước mắt rơi xuống vai và cánh của E-Z.

"Cảm ơn anh, Dude," đứa trẻ nói. Nó lùi lại, đặt tay lên ngực và biến mất.

Khi cảnh sát cuối cùng cũng đến, E-Z đang ngồi trên ghế ở lề đường. Rồi anh ta không còn ở đó nữa. Anh ta lại ở bên trong silo, cảm thấy ngột ngạt trong bóng tối hoàn toàn.

* * *

Trước đây, khi còn ở trong container kim loại, anh ta có thể di chuyển xung quanh. Bây giờ anh ta đang ngồi trên xe lăn và hầu như không thể cử động. Anh ta cố gắng cử động ngón chân trong giày – nhưng không cảm thấy gì. Nếu đôi chân không thể hoạt động ở đây, thì anh ta thấy may mắn vì đang ngồi trên xe lăn. Họ là một đội: giống như Batman và Batmobile. Đáp lại suy nghĩ của anh ta, chiếc xe lăn đột ngột lao về phía trước như một con chó Mastiff bị xích.

"Đưa chúng ta ra khỏi đây," E-Z ra lệnh.

Anh cảm thấy một sự chuyển động phía trên. Ánh sáng thay đổi như một đám mây trôi qua bầu trời. Nếu anh có thể bay lên và thoát ra qua mái nhà, nhưng đôi cánh của anh không có chỗ để mở rộng.

Da anh bắt đầu sưng phồng và ngứa ngáy. Lọ xịt oải hương dịu mát đâu rồi?

PFFT.

"À, cảm ơn," anh nói. Ngay cả thứ này cũng có thể đọc được suy nghĩ của anh.

Vai anh thư giãn khi anh lập ra danh sách yêu cầu:

Số một. Anh muốn kể cho chú Sam mọi thứ. Và anh muốn nói hết mọi thứ. Không bỏ sót điều gì.

Số hai. Anh muốn PJ và Arden biết. Không phải mọi thứ, như chú Sam sẽ biết. Nhưng đủ để họ hiểu áp lực anh đang chịu. Đủ để họ có thể ủng hộ và khích lệ anh. Anh ghét phải nói dối họ. Anh cần họ biết về những thử thách. Tại sao anh phải làm điều đó. Như thể anh có sự lựa chọn nào khác.

Số ba. Anh ta muốn họ xin phép anh ta trước khi bắt cóc anh ta. Như vậy anh ta sẽ biết điều gì sẽ xảy ra tiếp theo. Anh ta ghét bị ném vào tình huống này.

Số bốn. Anh ta muốn biết mình đang ở đâu. Tại sao anh ta luôn bị ném vào cùng một container. Tại sao đôi khi chân anh ta có thể di chuyển và đôi khi không. Tại sao đôi khi ghế của anh ta ở đó và đôi khi không.

"Thời gian chờ là mười hai phút," một giọng nữ nói. 'Anh có muốn uống gì không?"

"Nước,' anh ta nói, khi kim loại bên phải anh ta nhả ra một kệ có ly nước trên đó. 'Cảm ơn.' Anh ta ném nó đi. Ly nước lại đầy đến miệng. Anh ta đặt nó xuống để sau.

Giờ đây thư giãn hơn, một bài hát vang lên trong đầu anh. Bố anh từng rất thích bài hát đó. Chiếc xe lăn lắc lư qua lại, anh hát theo lời bài hát. Chiếc ghế đang tăng tốc – như thể nó đang cố thoát ra.

Một vài giây sau, anh trở về nhà, trong phòng ngủ với mảnh thủy tinh vỡ khắp nơi. Ánh sáng xanh và đỏ nhấp nháy trên tường. Giờ đây, anh đứng trước cửa sổ vỡ, nhìn ra ngoài.

"Anh ta ở trên đó!" một phóng viên hét lên.

✳ ✳ ✳

"Như thế nữa sao!" anh ta hét lên, giờ đã trở lại trong thùng kim loại. 'Đưa tôi ra khỏi đây!' Anh ta đá chân vào tường silo. 'Ái chà!' anh ta kêu lên. Rồi anh ta mỉm cười, vui mừng khi cảm thấy đôi chân mình trở lại và đứng dậy. Anh ta giơ nắm đấm lên trời, "Các người nghĩ mình là ai mà đưa tôi đến đây theo ý thích của các người!"

"Thời gian chờ còn sáu phút, xin vui lòng ngồi yên."

Những sợi dây da xuất hiện từ tường phía trước, phía sau và hai bên anh ta. Anh ta bị trói chặt vào vị trí. Anh ta cố gắng thoát ra, nhưng những sợi dây da chỉ càng siết chặt hơn. Cuối cùng, tất cả những gì anh ta có thể di chuyển là đầu và cổ.

PFFT.

"Ah, oải hương," anh ta nói. Dưới anh ta, chiếc xe lăn bắt đầu rung lắc. 'Sẽ ổn thôi.' "Các ngươi là lũ hèn nhát, sợ không dám xuống đây đối mặt với ta sao?"

PFFT.

PFFT.

Anh ta thiếp đi.

$$* * *$$

Hắn ngủ say sưa cho đến khi mái silo bung ra như mái vòm Houston Astrodome. Và một thứ gì đó nuốt chửng ánh sáng. Hắn cảm nhận được nó trước khi nhìn thấy. Nó lấy đi ánh sáng khỏi thế giới của hắn. Dưới chân hắn, chiếc xe lăn rung lên, khi thứ ở trên rơi tự do.

Nó dừng lại hoàn toàn, như một con nhện ở cuối sợi tơ.

Luzifer?

Sa-tan?

Anh ta chờ đợi, quá sợ hãi để nói.

"Xin chào – o – o - o," sinh vật có cánh gầm lên, tiếng gầm vang dội khắp các bức tường.

Anh ta ước gì mình có thể bịt tai lại.

Vật đó nhe răng cười, lộ ra những chiếc răng sắc nhọn như dao cạo, đồng thời tỏa ra mùi hôi thối kinh tởm.

Anh ta nghẹt thở, ho sặc sụa và ước gì mình có thể bịt mũi lại.

Con quái vật cười lớn, tiếng cười vang dội lên xuống trong nhà tù kim loại của anh ta như tiếng nổ của bỏng ngô. Nó cúi sát mặt anh ta, phun ra, "Tôi không nói ngôn ngữ của ngươi sao, thưa ngài?"

E-Z không trả lời. Anh ta không thể. Anh ta cảm thấy rất không anh hùng. Việc chiếc xe lăn của anh ta run rẩy dưới thân thể anh ta không làm anh ta tự tin hơn.

"NGƯỜI KHÔNG HIỂU TÔI SAO?" con quái vật gầm lên, rung chuyển cả nhà tù kim loại đến tận nền móng. Nó tiến lại gần hơn, 'NGƯỜI. KHÔNG. NGHE. TÔI. SAO?"

Nó trông như một đám mây biết nói với cái đầu ở giữa, chuẩn bị trút xuống anh ta bằng sấm sét. Cắm móng tay vào tay vịn, anh ta tìm được can đảm để nói, 'Vâng." Anh ta lặp lại danh sách yêu cầu trong đầu.

Con quái vật gầm lên và lửa bắn ra từ miệng nó. May mắn cho E-Z, nhiệt độ tăng cao. Bỗng nhiên anh cảm thấy rất đói, thèm bacon.

"Tôi thích bacon," con quái vật thú nhận.

E-Z tự hỏi liệu mình có nói ra lời về bacon hay không. Dù đang trong trạng thái sợ hãi tột độ, anh biết mình không nói ra. Điều đó có nghĩa là một điều: mọi người có thể đọc được suy nghĩ của anh! Anh ta đứng thẳng người và cố gắng bảo vệ bản thân bằng cách đóng chặt tâm trí. Những suy nghĩ của anh ta chạy loạn xạ về thức ăn, bánh pancake ở quán cà phê của Ann, một ly sữa lắc sô-cô-la dày, siro bơ. Bất cứ thứ gì để đẩy lùi nỗi sợ hãi và giảm bớt lo âu. Đây là cực hình, con quái vật có thể đọc suy nghĩ của anh ta và giam cầm anh ta mãi mãi. Liệu có một Hiệp hội Siêu anh hùng nào mà anh ta có thể gia nhập không?

"Bah, ha, ha!" con quái vật gầm lên trong tiếng cười.

E-Z ước gì mình có thể chạm vào tai mình, nhưng vì không thể, anh ta an ủi bản thân rằng ít nhất nó cũng có khiếu hài hước. "Tại sao tôi lại ở đây?"

Vật đó không trả lời ngay lập tức, nên anh ta cố gắng dọa nó bằng ánh mắt. Điều đó đặc biệt khó khăn vì chiếc ghế liên tục cố đẩy anh ta ra khỏi tầm nhìn. Anh ta nắm chặt nắm đấm, chảy máu.

Con quái vật di chuyển với sự linh hoạt như rắn, lưỡi bọt bong bóng của nó phun ra phun vào khi liếm nắm đấm của E-Z.

"Ewww!" anh hét lên. 'Điều đó thật kinh tởm!"

"Thêm nữa!' con quái vật đòi hỏi, máu trên lưỡi nó lấp lánh như giọt mưa.

E-Z đã từng sợ hãi trước đây, nhưng bây giờ anh ta đã vượt xa sự sợ hãi. Hơn cả sợ hãi – anh ta như bị hóa đá. Nhưng anh ta là một siêu anh hùng. Anh ta phải tìm sức mạnh từ đâu đó – dù chiếc ghế vô dụng.

"Nah, nah, nah, nah, nah," sinh vật đó hát, lao gần lại, rồi phóng xa ra, rồi lại gần. Nó đang nhảy nhót trên tường.

Sau vài giây, sinh vật đó ổn định lại. Nó khoanh chân giữa không trung. Rồi nó đặt ngón tay dài và gầy guộc lên má nó. Trông như thể nó mong đợi một cuộc trò chuyện thân thiện.

"Hadz và Reiki đã bị loại khỏi vụ án của ngươi," thứ đó thì thầm. "Hai tên đó là những kẻ ngu ngốc. Vô dụng hơn cả rác rưởi. Ta là sư phụ mới của ngươi."

Con quái vật đen tối buông chân ra. Nó bay lượn trên không, cúi chào một cách trang trọng rồi bay lên cao hơn trong container.

E-Z suy nghĩ vài giây trước khi trả lời. Hai con quái vật kia đã trung thành với anh. Chúng đã giúp đỡ và bảo vệ anh – và quan trọng nhất, chúng không uống máu người.

"C-chúng ta có thể thảo luận về điều này không?" E-Z hỏi. Anh cố gắng mỉm cười. Anh không biết nó trông như thế nào ở phía bên kia.

"KHÔNG!" sinh vật đó nói, lao về phía cửa ra.

E-Z nhìn nó trôi lên cao. Vô vọng. Bất lực.

"Đợi đã!" anh hét lên, sinh vật đó đã nửa trong nửa ngoài thùng chứa. "Ta ra lệnh cho ngươi đợi!" E-Z nói, khi mái thùng bắt đầu đóng lại, rồi sinh vật đó xuất hiện trước mặt anh trong chớp mắt.

"Y-E-S?" nó hỏi.

"Tôi muốn nói chuyện với sếp của mày, về việc đưa Reiki và Hadz trở lại. Họ phù hợp hơn với thử nghiệm của tôi. Với sự thành công của thử nghiệm."

"Mày không thích tao?" sinh vật đó gào thét với giọng như móng tay cào trên bảng đen.

"Dừng lại! Làm ơn!"

"Đưa hai thằng ngốc đó trở lại là điều không thể," thứ đó quay tròn như một con chuột hamster trong bánh xe.

"Dừng lại! Mày làm tao chóng mặt! Đưa tao ra khỏi đây!"

"Được rồi," nó nói, khoanh tay và chớp mắt như người phụ nữ trong bộ phim truyền hình cũ I Dream of Jeannie.

Cái silo biến mất, để lại E-Z và chiếc ghế của anh ta rơi tự do xuống đất.

"Ahhhh!" anh ta hét lên.

Rồi chiếc xe lăn của anh ta biến mất.

Và khi tiếp tục rơi, anh ta giơ nắm đấm về phía sinh vật phía trên. Anh ta chuẩn bị tinh thần cho cú rơi.

"À mà, tên tôi là Eriel."

"Arrggghhhh!" anh ta thét lên.

Rồi anh ta lại trở về chiếc xe lăn và bám chặt lấy nó. Họ vẫn đang rơi.

18

R ẦM!

Xe lăn của anh ta lao thẳng qua mái nhà. Chiếc xe lăn nghiêng về phía trước và hất anh ta xuống giường. Rồi lăn ra sàn nhà. Cả hai đều không sao. Không có gì nghiêm trọng.

Trên đầu anh ta, lỗ hổng mà họ tạo ra tự động lành lại.

"Oh, cậu đây rồi!" Sam nói. "À, chào mừng về nhà."

E-Z thậm chí còn không để ý đến anh ta. Anh ta đang ngủ say trong ghế ở góc phòng.

Sam duỗi người và ngáp dài. Rồi anh lảo đảo bước qua phòng nơi có một bình nước đang chờ. Anh uống ừng ực một ly, rồi đưa cốc cho cháu trai.

"Còn con quái vật đáng ghét Eriel kia thì sao!" Sam nói.

E-Z suýt phun nước ra.

"Ai? CÁI GÌ?"

Sam tiếp tục. "Con Eriel đó là sinh vật bay khổng lồ, bẩn thỉu và ghê tởm nhất mà ta từng gặp!" Anh ta nắm chặt hai tay. "Ta hy vọng ngươi có thể nghe thấy ta, dù ngươi ở đâu! Ta không sợ ngươi!"

E-Z suýt nữa thì há hốc mồm.

Sam tiếp tục. "Con quái vật đó đã nhốt tao vào một thùng kim loại. Bây giờ tao hiểu tại sao mày lại có ác mộng. Nó thật sự giống như một silo. Nó bảo tao phải giao quyền giám hộ của mày cho nó, nếu không mày sẽ bị bắn."

"À, cái đó," E-Z nói. "Tao nghĩ mày đã thấy tất cả mảnh thủy tinh vỡ. Đó là một đứa trẻ, nó cố giết tao."

"Tôi biết hết. Tôi đã xem mọi thứ từ bên trong silo. Anh có biết trong đó có một chiếc TV màn hình lớn không? Và hệ thống âm thanh cũng rất tốt."

"Cái gì? Tôi vừa ở đó, và Eriel không nói gì với tôi về anh hay việc chuyển giao quyền giám hộ." Anh ta bước qua phòng, nhìn lên trần nhà, "Đây có phải là một bài kiểm tra của Eriel không? Nếu tôi nói gì, anh sẽ rút lại lời đề nghị chứ? Hãy cho tôi một dấu hiệu."

"Anh đang nói với ai? Eriel không ở đây. Nếu anh ta ở đây, chúng ta có thể ngửi thấy mùi hôi của anh ta từ xa. Không, chúng ta chỉ có hai người – dù tôi đã giơ nắm đấm về phía anh ta. Tôi không nghĩ anh ta nghe thấy tôi."

"Anh ta chắc hẳn có mắt và tai ở khắp mọi nơi."

"Người ta nói Thượng Đế có mắt và tai ở khắp mọi nơi. Nếu Ngài tồn tại."

"Anh ta còn nói gì khác với anh về tôi?"

"Anh ta nói anh định chết cùng cha mẹ. Anh ta và đồng bọn đã cứu anh – và bây giờ, anh phải hoàn thành một loạt thử thách."

"Đúng vậy. Tôi đã thề giữ bí mật, nên tôi tự hỏi tại sao anh ta lại tiết lộ thông tin này cho anh."

"Lúc đầu, anh ta cố ép tôi, nhưng anh đã thoát khỏi tình huống đó nhờ đứa trẻ. Anh ta đưa tôi trở lại đây trong nhà và tôi không thể tìm thấy anh ở đâu."

"Đúng vậy, vì ông ta nhốt tôi trong container."

"Ông ta đưa tôi vào rồi lại đưa ra vài lần, nhưng tôi từ chối giao quyền giám hộ của cậu. Sau lần thứ hai hoặc thứ ba, ông ta nói cậu đã yêu cầu tôi phải nói hết mọi thứ và..."

"Tôi đã nghĩ ra một kế hoạch để hỏi ông ta. Tôi không nói cho ông ta biết kế hoạch đó – nhưng ông ta, giống như hầu hết mọi người gần đây, có thể đọc được suy nghĩ của tôi."

"Ý anh là ai khác?"

"À, trước Eriel, có hai thiên thần giả mạo tên là Hadz và Reiki."

"À, anh ta có nhắc đến hai kẻ ngốc đó. Nói họ bị giáng chức xuống làm việc trong mỏ kim cương."

"Thiên đường có mỏ kim cương sao?"

"Tôi nghi ngờ thứ đó không phải từ thiên đường – nếu có tồn tại."

"Cậu có phiền nếu chúng ta vào bếp ăn nhẹ không?" E-Z hỏi. Họ đi dọc hành lang, Sam bật bếp nướng và chuẩn bị bánh mì với phô mai và bơ. 'Trong lúc cậu ngủ, tớ đã tìm hiểu về Eriel. Phải mất một lúc mới tìm ra anh ta, nhưng khi thu hẹp phạm vi tìm kiếm, tớ đã tìm được.' Anh ta lật những chiếc sandwich lên đĩa và mang đến bàn.

"Cảm ơn, tớ không thể chờ để nghe tất cả. Có phiền nếu tớ ăn ngay không?"

"Không, cứ ăn đi." Sam nhìn cháu trai mình ăn bốn miếng rồi chiếc sandwich biến mất. Anh đưa chiếc của mình sang, không cảm thấy đói. "Tớ bắt đầu tìm kiếm bằng cách gõ Eriel. Không có kết quả nào. Sau đó, tớ gõ Archangels và tên Uriel xuất hiện ngay đầu trang."

"Anh nghĩ họ là cùng một người?" Anh cắn thêm miếng nữa.

"Đó là điều tôi nghĩ ban đầu. Nhưng sau đó tôi tìm thấy danh sách các Archangels và tên Radueriel trong thần thoại

Do Thái. Khi xem mô tả của anh ta, nó nói anh ta có thể tạo ra các thiên thần cấp thấp chỉ bằng một lời nói."

"Anh có ý nói như Hadz và Reiki không? Chờ đã, nếu anh ta tạo ra họ, có lẽ đó là lý do anh ta có thể gửi họ đến mỏ."

"Đúng như tôi nghĩ. Vậy, dựa trên thông tin đó, chúng ta có thể kết luận rằng Eriel, biệt danh Radueriel, là một thiên thần trưởng."

E-Z gật đầu.

"Tôi tiếp tục tìm hiểu và tìm thấy điều này. 'Một vị hoàng tử nhìn vào những nơi bí ẩn và những bí mật sâu thẳm. Cũng là một thiên thần vĩ đại và thánh thiện của ánh sáng và vinh quang.'"

"Wow, hắn thật là một tay chơi cừ khôi!

"Ông ta cũng có thể tạo ra thứ gì đó từ hư vô, hiện ra từ không khí."

"Vậy, tôi hiểu là ông ta có thể thay đổi ngoại hình của chính mình, cũng như ngoại hình của người khác."

"Đúng vậy. Và tôi đã ghi lại một số từ." Anh ta đẩy mảnh giấy qua bàn. 'Đừng nói to những từ đó. Nếu bạn làm vậy, bạn sẽ triệu hồi ông ta.' Những từ trên giấy là:

Rosh-Ah-Or.A.Ra-Du,EE,El.

"Hãy ghi nhớ những từ này trên mảnh giấy, phòng khi cần triệu hồi anh ta đến."

"Làm sao chúng ta biết chúng sẽ hiệu quả?"

"Chỉ sử dụng khi thật sự cần thiết. Không đáng để gọi anh ta đến đây – trừ khi đó là phương án cuối cùng."

"Đồng ý." Khi anh lặp đi lặp lại những từ đó trong đầu, anh cảm thấy an tâm vì biết rằng thiên thần trưởng không liên tục đọc suy nghĩ của mình.

"Eriel bảo tôi nên giúp cậu vượt qua các thử thách. Tôi đoán việc cứu cô bé đó là thử thách đầu tiên cậu phải làm?"

"Cho đến nay, tôi đã hoàn thành vài thử thách. Thử thách đầu tiên là cứu cô bé đó. Thử thách thứ hai, tôi đã cứu một chiếc máy bay khỏi rơi."

"Wow! Tôi muốn biết thêm về cách anh làm điều đó. Tôi ngạc nhiên là anh không xuất hiện trên tin tức."

"Tôi có, nhưng bạn không thể nhận ra là tôi. Thử thách thứ ba, tôi đã ngăn một kẻ bắn súng trên mái nhà của một tòa nhà trung tâm thành phố. Thứ tư, một kẻ bắn súng khác trong trung tâm thương mại với con tin, và thứ năm, đứa trẻ bên ngoài đang cố giết tôi."

"Sam nhặt đĩa và mang vào máy rửa bát. "Tôi không thể nói hết sự tự hào của mình về cậu. Tất cả những điều đó xảy ra mà tôi hoàn toàn không biết."

"Tôi đã thề sẽ giữ bí mật. Nếu tôi nói với ai, họ sẽ..."

"Đảm bảo cậu sẽ không bao giờ gặp lại cha mẹ mình nữa – đúng, anh ấy đã nói với tôi. Điều đó nghe có vẻ hơi đáng ngờ." Eriel không phải kiểu người sentiment; anh ta như một quả cầu giận dữ đang chờ mục tiêu."

"Tôi đã làm tổn thương cảm xúc của anh ta, khi anh ta nghĩ tôi không thích anh ta."

Sam khịt mũi. "Tưởng tượng cái thứ đó có cảm xúc. Anh đứng dậy. 'Anh có muốn uống cà phê không?"

"Tôi thích cacao hơn.' Anh ngáp. "Hôm nay thật là một ngày dài."

"Chúng ta có thể nói về điều này vào sáng mai, nhưng anh nghĩ sao về hạn chót? Anh đã hoàn thành năm thử nghiệm trong bao nhiêu ngày?"

"Chúng là ngẫu nhiên. Tôi không biết gì về hạn chót cụ thể."

"Eriel nói với tôi rằng anh phải hoàn thành mười hai thử nghiệm trong ba mươi ngày. Nếu anh đã qua hai tuần, họ sẽ phải tăng tốc – rất nhiều."

"Đây là lần đầu tiên tôi nghe nói điều đó."

"Anh ấy nói nếu anh không hoàn thành đúng hạn – anh sẽ chết."

"Cái gì?"

"Còn nữa, tất cả những người anh đã cứu sẽ chết. Sam dừng lại, nghĩ đến việc mất anh ấy ngay lúc này khi họ mới chỉ bắt đầu. Cuộc đời anh sẽ trống rỗng trở lại, chỉ có công việc, nhà, công việc, nhà. E-Z đang nhìn anh, chờ đợi. "Xin lỗi, tôi chỉ đang nghĩ về ý nghĩa của cậu đối với tôi, thằng nhóc. Nhưng có điều khác anh ấy nói với tôi; anh ấy nói cậu sẽ chết cùng cha mẹ cậu. Điều đó có nghĩa là mọi thứ chúng ta đã làm, tất cả thời gian chúng ta đã dành cho nhau sẽ biến mất. Và tôi không nói rằng tôi có thể hoặc sẽ bao giờ thay thế cha mẹ cậu, nhưng cậu hiểu ý tôi, đúng không? Tôi yêu cậu, thằng nhóc!"

"Cũng giống như anh," E-Z nói. Anh muốn ôm Sam và Sam cũng muốn ôm anh, anh có thể cảm nhận được, nhưng cả hai đều không động đậy. Anh hít một hơi thật sâu, "Đó là lời nói tàn nhẫn. Nghe giống Eriel hơn."

"Còn một điều nữa, ông ấy nói mỗi lần con hoàn thành một thử thách, linh hồn của con sẽ tăng lên. Đến khi con tròn mười hai tuổi, nó sẽ đạt giá trị tối ưu. Đó là tiền tệ linh hồn, con có thể dùng để gặp lại và trò chuyện với bố mẹ."

Ghế của E-Z tự động lùi ra khỏi bàn khi cánh cửa trước bị thổi bay khỏi bản lề và anh lao lên trời.

"Arrgghhhhh!" Sam hét lên từ phía sau. Anh đang bám chặt vào ghế và đôi cánh của cháu trai mình như một con diều lạc.

"Cầm chắc!" E-Z nói. "Tôi nghĩ Eriel đang gọi."
Họ tiếp tục bay.

19

❝ Hãy giữ chặt – chúng ta sắp hạ cánh." Chiếc xe lăn của anh ta bắt đầu hạ xuống.

"Ước gì mình cũng có dây an toàn!" Sam reo lên, ôm chặt cổ cháu trai.

"Đừng lo, sẽ hạ cánh an toàn mà."

"Nếu mình không buông tay trước đó! Arrgghhh!"

Khi họ hạ xuống, E-Z phát hiện ra một vòng tròn tượng đá. Không có việc gì khác để làm, anh đếm chúng – có một trăm tượng với thứ gì đó ở giữa. Kỳ lạ, anh đã đến trung tâm thành phố nhiều lần nhưng không nhớ nhóm khối bê tông này. Bánh xe ghế lăn chạm đất, nhưng Sam vẫn bám chặt lấy cổ.

"Đã an toàn rồi," E-Z nói. "Mở mắt ra đi."

Anh ta làm theo. "Lần sau gặp Eriel, tao sẽ giết hắn!"

"Suỵt. Có thể sớm hơn cậu nghĩ đấy." Vật mà anh ta nhìn thấy ở giữa những bức tượng chính là Eriel dưới hình dạng con người, có đặc điểm ngoại hình nhưng không có kích thước thật. Hơn nữa, hắn đang ngồi trên một chiếc xe lăn lơ lửng như một ngai vàng phép thuật.

Tóc anh ta đen nhánh, xõa xuống vai và đến thắt lưng. Mắt anh ta đen như than, da trắng như ngọc thạch. Cằm anh ta rậm râu, trông như râu lún phún dù đã gần trưa. Môi anh ta đỏ thẫm, như vừa thoa son mới. Mũi anh ta trông như mũi của một cầu thủ bóng đá đã bị gãy nhiều lần. Về trang phục, ông mặc một chiếc áo thun trắng, quần jean đen và trên chân là đôi dép Jesus.

E-Z quay một vòng, nhìn lại 110 người đàn ông. Tất cả đều mặc trang phục hiện đại. Hầu hết đeo kính và mặc vest công sở. Rồi ông nhận ra sự thật: Eriel đã biến 110 người đàn ông sống động thành tượng đá.

Và đó chưa phải là tất cả. Anh nhận ra, dù đang ở khu trung tâm thương mại, không có bất kỳ tiếng ồn nào thường ngày. Vào một ngày bình thường, tiếng còi xe kẹt trong giao thông sẽ vang lên và khói xe sẽ tràn ngập không khí.

Sự im lặng đáng sợ, nhưng không khí trong lành khiến anh hít thở sâu hơn. Nó làm anh bình tĩnh. Anh biết đó là sự bình lặng trước cơn bão.

Anh ngước nhìn lên bầu trời. Một chiếc máy bay chở khách đang dừng lơ lửng giữa không trung. Bên cạnh nó là những con chim đã ngừng bay. Phía sau là những đám mây. Không động đậy. Im lìm.

Rồi mọi thứ trên đầu anh ta chuyển từ xanh sang đen.

Và sự im lặng đáng sợ kia bị xé toạc.

Thay vào đó là những tiếng rên rỉ. Tiếng than khóc. Như những rễ cây bị nhổ khỏi đất. Không khí trở nên dày đặc và quấn quanh cổ họng họ. Cướp đi hơi thở của họ.

Dưới chân họ, mặt đất bắt đầu rung chuyển. Nó nứt toác ra. Một trận động đất. Rách nát. Xé toạc.

Và mặt trời, mặt trăng và các vì sao cùng sáng rực, nhưng chỉ trong giây lát. Rồi chúng vỡ tan thành triệu mảnh.

"Tại sao ngươi biến những người đàn ông thành tượng đá? Và tại sao ngươi cố gắng hủy diệt thế giới?" E-Z hỏi. "Và tại sao ngươi lại lơ lửng ở đó trên chiếc xe lăn?"

"Ôi không," Sam hét lên, giơ nắm đấm lên trời.

Eriel cười, "Cuối cùng ngươi cũng đến, đệ tử của ta. Sao ngươi dám nói với ta, dám hỏi ta những câu hỏi đó. Ta là vĩ đại và quyền năng, nhưng ta là thật, không giả dối như Phù thủy xứ Oz. Ngươi tồn tại chỉ vì ta đã chọn cứu ngươi."

"Khi Ophaniel nói với tôi trong Thư viện Thiên thần, cô ấy thậm chí không đề cập đến ngươi."

Eriel cười và chỉ một ngón tay gầy guộc, duỗi xuống chạm vào mũi E-Z. "Trường hợp của ngươi được giao cho ta, sau khi hai tên ngốc Hadz và Reiki thất bại trong nhiệm vụ của chúng."

"Đừng chạm vào tôi!" Ngón tay thu lại. 'Tôi hỏi lại lần nữa, ngươi đang làm gì ở đây trên lãnh địa của ta – và tại sao ngươi lại ngồi trên xe lăn?"

"Mọi thứ sẽ được giải thích,' Eriel nói. Anh nhấc chân lên và mỉm cười với họ. 'Tôi thích đôi giày này; chúng rất thoải mái."

"Đó không phải giày, đó là dép,' Sam nói, bước gần hơn đến chiếc ghế lơ lửng.

"Chờ đã, chú Sam, đứng sau lưng tôi."

Eriel ngửa đầu ra sau và cười. "'Sự thật là con chó phải ở trong chuồng' – đó là câu nói của Shakespeare, nghĩa là chú của anh nên được thuần hóa."

"Tại sao anh!" Sam hét lên, giơ nắm đấm lên trời.

"'Khó mà đánh bại một người không bao giờ bỏ cuộc' – đó là câu nói của Babe Ruth, một trong những cầu thủ bóng chày nổi tiếng nhất mọi thời đại." Chiếc ghế của E-Z cất cánh khỏi mặt đất và bay gần hơn đến Eriel.

'"Bóng chày là trò chơi của sự cân bằng,'" Eriel nói. 'Đó là câu nói của tác giả Stephen King.' Anh do dự, rồi nở nụ cười rộng đến mức má anh có thể sụp xuống khi chiếc ghế của E-Z rơi xuống như thể làm bằng chì. 'Ồ, xin lỗi,' Eriel nói, rồi cười vang.

Không mất nhiều thời gian để E-Z lấy lại kiểm soát ghế và nó bay lên như thang máy. Anh cố gắng điều khiển đôi cánh để kiểm soát tình hình. Nhưng không kịp vì anh đã biến thành một con quay và quay tròn liên tục.

"Arrgghhhhh!" anh hét lên, cắm móng tay vào tay vịn ghế. Việc quay tròn dừng lại, ghế rơi xuống như một quả bóng chì, rồi dừng hẳn.

Lại một lần nữa, anh ta cố gắng điều khiển đôi cánh. Chúng không nghe lời và trước khi anh ta kịp nhận ra, anh ta lại quay tròn. Lần này là theo chiều ngược kim đồng hồ.

"Hhhhgggggrrraaa!" anh ta hét lên.

Eriel cười lớn đến mức rung chuyển mặt đất.

Dưới đất, Sam nhặt những viên đá trên vỉa hè và ném về phía Eriel, người né tránh hầu hết chúng. Một viên đá lớn trúng mũi sinh vật. "Đánh ai gần tuổi mình đi!" Sam hét lên.

Khi máu chảy xuống mặt, Eriel đặt chú của E-Z vào vị trí của anh ta.

"Khôngooooooo!" E-Z hét lên khi tiếp tục quay tròn. Khi dừng lại, anh ta thấy cảnh tượng dưới chân không thể nhầm lẫn. Chú Sam giờ là một trong những bức tượng trong vòng tròn: có một trăm mười một người đàn ông đứng đó. Anh ta chóng mặt đến mức chỉ còn nhớ một câu nói, và với tất cả sức lực, anh ta hét lên: "Chưa kết thúc cho đến khi kết thúc!'

POP.

POP.

Hadz ngồi trên vai một thiếu niên, Reiki ngồi trên vai kia.

"Đó là câu nói của Yogi Berra, và đây là của tôi và chú Sam!"

Trong tay anh ta giờ đây là cây gậy bóng chày lớn nhất thế giới, bản sao của cây gậy 54 ounce của Babe Ruth, lấp lánh bụi kim cương. Anh không biết cây gậy này nặng đến mức nào khi vung nó về phía Eriel trên chiếc ghế xe lăn của hắn và khiến hắn bay tung tóe. Anh hát vang: "Chào người đàn ông trên mặt trăng khi gặp hắn!"

Tiếng vọng của Eriel vang lên từ xa: "Thử thách hoàn thành!"

Hadz và Reiki vỗ tay. Một trăm mười một người đã trở lại hình dạng con người, bao gồm cả Uncle Sam, cũng vỗ tay.

"Tất nhiên, cậu biết hắn sẽ quay lại," Hadz nói. 'Và hắn sẽ rất tức giận!"

"Cảm ơn vì đã giúp đỡ!' E-Z nói, khi anh và Sam bay về nhà.

Reiki và Hadz xóa sạch trí nhớ của một trăm mười người, rồi tiếp tục làm việc trong mỏ và hy vọng không ai phát hiện ra họ đã tìm ra cách thoát thân.

Eriel tiếp tục quay cuồng mất kiểm soát trong khi hắn lập kế hoạch trả thù.

E-Z 1 XONG

Sau vài ngày bận rộn, E-Z cuối cùng cũng có được một giấc ngủ ngon. Anh mơ thấy mình đang chơi bóng chày và ngày hôm sau, Arden và PJ đến đón anh đi xem trận đấu. "Hôm nay tớ không muốn chơi, nhưng tớ sẽ đi cùng để cổ vũ," anh nói.

"Được thôi," bạn bè anh trả lời.

Khi đưa E-Z ra sân, họ nhất quyết bắt anh chơi. Họ cần anh bắt bóng, và anh đồng ý. Khi đến lượt anh đánh bóng lần đầu, anh muốn tự mình đánh. Anh cầm cây gậy yêu thích và lăn xe đến vạch đánh. Cú ném đầu tiên quá cao, và anh đánh hụt. Vùng ném bóng của anh rất hẹp vì anh đang ngồi.

"Strike một," trọng tài hô to.

E-Z lăn xe ra khỏi vạch đánh. Anh ta thực hiện vài cú đánh thử, rồi quay lại. Cú ném tiếp theo, anh ta đánh trúng, nhưng bóng bay ra ngoài.

"Strike hai," trọng tài hô.

"Không có người đánh, không có người đánh," những người trên sân la lên.

Người ném bóng ném một quả cong, và E-Z nghiêng người đón bóng và đánh trúng. Quả bóng bay ra khỏi sân. Qua hàng rào. Ra khỏi sân vận động.

"Chạy về các gôn," trọng tài nói. "Mày xứng đáng, thằng nhóc."

E-Z lăn xe quanh các gôn, giữ chặt ghế để nó không bay lên. Khi ghế của anh ta chạm vào gôn nhà, các đồng đội của anh ta tụ tập xung quanh, reo hò. Anh ta tận hưởng khoảnh khắc đó trong chốc lát.

Cho đến khi anh ta rơi trở lại bên trong container kim loại – lần này anh ta bị cuộn tròn thành một quả bóng – và anh ta không còn ghế. Giống như một đứa trẻ sơ sinh, anh ta thở sâu, đó là tất cả những gì anh ta có thể làm. Chờ đợi. Trẻ sơ sinh có thể tự lật mình. Tất cả những gì anh ta phải làm là tập trung, tập trung.

Đúng vậy, anh đã làm được. Vấn đề là anh không khá hơn chút nào. Anh vẫn cuộn tròn trong bóng tối. Bị nhốt trong không gian không có ánh sáng hay cơ hội di chuyển. Thực tế, hình dạng của thùng kim loại lần này khác biệt. Nó thon hơn ở một đầu, giống như một viên đạn.

Biết điều đó không giúp gì khi chứng sợ không gian hẹp và lo âu của anh bùng phát. Anh tự hỏi mình có thể thở được bao lâu trong không gian chật hẹp này. Không lâu. Anh sẽ hết oxygen trong chốc lát và sẽ chết. Anh hít thở sâu, cố gắng giữ mức lo âu xuống.

Một điều chắc chắn, Eriel không thể chui vào đây cùng anh. Trừ khi anh phá tung tường – điều đó có thể không phải là ý kiến tồi.

E-Z gõ vào tường và trần nhà. Anh hét lên. La hét. Anh nhớ đến điện thoại. Anh có thể với tới nó không? Nó không ở đó. Anh đã để nó vào túi thể thao để tuân thủ quy định không mang điện thoại vào sân.

Bên ngoài container, có những tiếng động đáng lo ngại. Tiếng cào cấu. Chuột? Không, không phải chuột. Anh có thể đối phó với nhiều thứ, nhưng không phải chuột. "Mở cửa cho tôi ra!" anh hét lên.

Một động cơ khởi động. Một chiếc xe cũ, giống như một chiếc xe tải. Sàn dưới chân anh ta bắt đầu rung lắc và kêu lạch cạch khi viên đạn lăn về phía trước và va đập xung quanh.

Bên ngoài container đang va đập vào tường. Bên trong, anh ta ở trong không gian chật hẹp đến mức không thể di chuyển nhiều. Đó là một lợi thế khi bị mắc kẹt trong viên đạn.

Chiếc xe va vào thứ gì đó, và đầu E-Z đập vào phần trên của vật đó. Anh ta hét lên, nhưng tiếng hét dần tắt lịm. Thùng kim loại lại di chuyển sang bên, va vào thứ gì đó rồi trở về vị trí ban đầu. Vai anh ta đau nhức vì va chạm.

E-Z tự hỏi liệu đây có phải là nhiệm vụ của Eriel, nhưng anh ta quyết định đó không thể là vậy. Anh ta bắt đầu kết luận rằng mình đã bị bắt cóc và đang bị giam giữ. Nhưng tại sao lại là bây giờ?

"Này!" anh hét lên khi vật kim loại lăn lộn và dừng lại trên mặt phẳng – nơi mông anh đang nằm. Bây giờ trọng lượng được phân bố đều hơn. Anh cảm thấy thoải mái. Hoặc thoải mái nhất có thể trong hoàn cảnh này. Vì vậy, anh nằm im cho đến khi phương tiện dừng hẳn và anh lật nhào.

Anh hít một hơi thật sâu, bình tĩnh lại và nói to,
"Roch-Ah-Or, A, Ra-Du, EE, El."

Trong khi chờ đợi, anh hỏi, "Bạn ở đâu, Eriel?
Roch-Ah-Or, A, Ra-Du, EE, El?"

"Bạn đã gọi tôi?" Eriel nói. Giọng anh ta rõ ràng và sắc nét, nhưng anh ta không thể nhìn thấy.

"Đúng, Eriel, tôi nghĩ mình đã bị bắt cóc. Tôi đang ở trong một container. Anh có thể giúp tôi không?"

"Tôi luôn biết anh ở đâu," Eriel nói. 'Câu hỏi anh nên hỏi là TÔI CÓ GIÚP ANH KHÔNG."

"Tôi không biết anh đã theo dõi tôi 24/7!' E-Z hét lên, giọng càng lúc càng giận dữ. Anh hít thở sâu vài lần và bình tĩnh lại. Anh cần sự giúp đỡ của Eriel, và vị thiên thần trưởng không có ý định làm điều đó dễ dàng cho anh. "Tôi không thể thấy tài xế của cái thứ này và tôi không thể mở rộng đôi cánh của mình. Ghế của tôi đâu? Tôi sắp hết không khí trong đây. Nếu anh muốn tôi hoàn thành những thử thách đó cho anh, thì anh phải đưa tôi ra khỏi đây ngay lập tức."

"Đầu tiên ngươi xúc phạm ta bằng cách nghi ngờ ta có phải là thiên thần hay không, rồi lại van xin ta giúp đỡ. Con người quả thật là loài sinh vật thay đổi thất thường."

"Ta biết. Ta xin lỗi. Xin hãy giúp ta."

"Ngươi đã từng nghĩ," Eriel gợi ý. "Rằng đây CHÍNH LÀ một thử thách? Một điều mà ngươi phải tự mình vượt qua?"

"Ngươi đang nói với ta rằng, đây chắc chắn là một thử thách?"

"Tôi không nói nó là. Và tôi cũng không nói nó không phải," Eriel nói với một nụ cười khinh bỉ.

E-Z đang tức giận. Anh ta rất nhớ Hadz và Reiki.

"Thật đáng thương khi anh vẫn còn nghĩ về hai kẻ ngốc đó. Bây giờ, E-Z, nếu đây là một thử thách, thì anh sẽ làm gì để thoát khỏi nó?"

"Thứ nhất, họ đã giúp tôi khi anh suýt giết chết Trái Đất. Thứ hai, đây không thể là một cuộc thử thách vì không có ai để tôi giúp đỡ."

Eriel cười. "Anh tự coi mình là không ai sao?" Eriel dừng lại. "Hôm nay anh đang cứu chính mình và chỉ mình anh. Hãy sử dụng những công cụ có sẵn." Anh ta do dự rồi cười lớn. "Hãy nghĩ ngoài chiếc hộp kim loại này." Tiếng cười của anh ta vang lên trong chiếc hộp kim loại đến mức làm đau tai E-Z. Anh ta bịt tai lại. Rồi anh ta không còn nghe thấy Eriel nữa.

E-Z nhắm mắt lại và tập trung. Anh quyết định nắm chặt hai tay và cố đẩy tường ra. Dù cố gắng thế nào, tường vẫn không nhúc nhích. Kế hoạch B là triệu hồi ghế của mình, và anh đã làm vậy. Anh tưởng tượng nó không xa lắm. Nó đang lơ lửng trên không, chờ E-Z gọi nó đến? Anh tập trung quá mức vào việc gọi ghế, đến mức không nhận ra có ai đó đang đi bộ bên ngoài. Tiếng bước chân trên vỉa hè. Một người đàn ông, giày ủng đập mạnh. Người đàn ông đang đi vòng quanh xe, đến phía sau. Một chìa khóa được đưa vào. Cửa cuộn lên.

"Hắn đã lăn lộn trong đây," người đàn ông nói.

Một tiếng cười. Không phải tiếng cười của Eriel. Tiếng cười của một người đàn ông khác.

Rồi một tiếng hét.

Rồi nhiều tiếng hét hơn.

Rồi tiếng chạy. Chạy trốn.

Nhiều tiếng hét hơn.

Rồi có chuyển động. Thùng container di chuyển. Được nâng lên xe lăn của anh ta.

Rồi bay lên cao, cao hơn nữa. Đi về phía an toàn.

"Cảm ơn," E-Z nói với chiếc xe lăn. "Bây giờ đưa tôi về nhà với Uncle Sam."

E-Z biết Uncle Sam có thể đưa anh ta ra khỏi thùng container. Anh ta cần một cái mở hộp khổng lồ, nhưng nếu có, Uncle Sam sẽ tìm ra.

Chiếc xe lăn của anh ta lao đi theo hướng ngược lại.

144   CATHY MCGOUGH

E-Z biết Uncle Sam có thể đưa anh ta ra khỏi thùng container. Anh ta cần một cái mở hộp khổng lồ, nhưng nếu có, Uncle Sam sẽ tìm ra.

Chiếc xe lăn của anh ta lao đi theo hướng ngược lại.

SÁCH 2:

1

Fara, xa xôi nơi E-Z Dickens sống, có một cô bé đang nhảy múa. Lớp học ballet của cô bé diễn ra trong một studio nhỏ nằm ở khu trung tâm thương mại của Hà Lan.

Cô bé là một cô bé xinh xắn, với mái tóc vàng óng ả và những đốm tàn nhang trải dài trên mũi và má. Đặc điểm nổi bật nhất của cô là đôi mắt xanh lục nhạt. Màu mắt của cô y hệt màu mắt của bà ngoại. Ước mơ của cô là trở thành vũ công ballet nổi tiếng nhất Hà Lan.

Chiếc váy tutu hồng của cô bé được làm từ tulle - một loại vải mỏng nhẹ, trong suốt, thường được các nhà thiết kế sử dụng cho vũ công chuyên nghiệp. Chiếc váy tutu đó được thiết kế và may riêng cho cô bé bởi người giúp việc của cô. Bộ trang phục - một tác phẩm nghệ thuật đích thực - đến mức mọi đứa trẻ trong lớp đều muốn có một chiếc giống vậy.

Hannah, người trông trẻ của Lia, nhận được nhiều yêu cầu từ các bậc phụ huynh khác muốn may cho con gái họ chiếc váy tutu giống vậy. Cô kiên quyết từ chối, nói với các em nhỏ, phụ huynh, giáo viên và nhiều người khác rằng cô không có thời gian để nhận thêm công việc. Mặc dù cô có thể cần tiền.

Mọi việc Hannah làm đều xuất phát từ tình yêu dành cho Lia, cô bé mà cô gọi là "kleintje" (nghĩa là "bé nhỏ").

Khi lớp ballet sắp kết thúc, Lia cất giày ballet vào hộp. Cô bé xoa xoa đôi chân đau nhức.

Tất cả các vũ công ballet - kể cả những em nhỏ 7 tuổi như Lia - đều phải tập luyện ít nhất 20 giờ mỗi tuần.

Công việc thêm này, bên cạnh chương trình học đầy đủ, đòi hỏi sự tận tâm và cam kết. Bất kỳ đứa trẻ nào không theo kịp đều bị đuổi ngay lập tức. Dù cha mẹ chúng có trả bao nhiêu tiền để giữ chúng trong chương trình.

Lia hy vọng một ngày nào đó sẽ gặp được thần tượng của mình, Igone de Jongh, vũ công ballet nổi tiếng nhất mọi thời đại của Hà Lan. Kể từ khi thần tượng của cô nghỉ hưu, Lia xem các buổi biểu diễn của cô trên truyền hình.

Hannah chăm sóc Lia vào các ngày trong tuần. Mẹ của Lia, Samantha, đi công tác vào các ngày trong tuần.

Bên ngoài phòng tập ballet, Hannah và Lia lên chiếc Volkswagen Golf. Họ sắp về nhà.

"Con có bài tập về nhà không?" Hannah hỏi.

Lia gật đầu.

"Goed," nghĩa là "tốt," Hannah nói. "Con đi làm bài khi mẹ chuẩn bị bữa tối," Hannah nói.

"Oke," nghĩa là 'được,' Lia trả lời.

Lia lập tức vào phòng, treo bộ đồ ballet lên móc, rồi bắt tay vào làm bài tập tại bàn.

Ở trường, các em đang học về truyền thuyết Cây Phù Thủy. Nhiệm vụ của các em là vẽ cây và tạo ra điều kỳ diệu cho nó. Cô bé định vẽ phác thảo bằng phấn, dùng ống hút làm rễ và rắc nhũ kim tuyến lên lá để tạo hiệu ứng phép thuật.

Mặc dù có tài năng bẩm sinh về nghệ thuật, Lia không thích sáng tạo. Sở thích của cô là nhảy múa. Cô không phàn nàn hay từ chối những nhiệm vụ mình không thích. Tính cách cô không bao giờ bất tuân hay gây rối.

Mặc dù Lia sống ở Zumbert, Hà Lan, cô theo học một trường quốc tế. Tiếng Anh của cô rất giỏi. Zumbert nổi tiếng khắp thế giới là quê hương của Vincent Van Gogh. Lia biết rất rõ về Van Gogh vì cô và ông có chung dòng m áu.

Sau khi hoàn thành bài tập, cô mở máy tính. Cô bật máy và chơi game. Chỉ cần vài phút nữa là cô sẽ lên cấp. Hannah sắp gọi cô xuống ăn tối (avondeten).

"Không ai cần biết," một giọng nói nhỏ trong đầu cô thì thầm. Lia lắng nghe giọng nói đó, nhưng để chắc chắn không ai phát hiện, cô đóng cửa phòng ngủ.

Khi ngón tay cô lướt trên bàn phím, bóng đèn trên bàn học bỗng tắt ngóm. Cô đóng laptop và mở cửa lần nữa. Cô nhìn xuống hành lang nơi có những bóng đèn halogen dự phòng. Người giúp việc để một hộp đèn trong tủ chăn ga ở đầu cầu thang. Tất cả những gì Lia cần làm là chạy ra, lấy một cái, quay lại và thay bóng đèn. Sau đó cô sẽ có thêm thời gian để chơi game.

Trở lại phòng, cô đánh giá tình hình. Cô phải đứng lên ghế bàn – ghế có bánh xe. Cô sẽ đẩy ghế lên sát giường để cố định nó. Đúng rồi, cách này sẽ được.

Sau khi cố định ghế dưới đèn, cô trèo lên ghế. Giữ bóng đèn mới dưới cằm, cô vặn bóng đèn cũ ra. Bóng đèn cháy cô ném lên giường. Lấy bóng đèn khác từ dưới cằm, cô vặn vào.

CRACK!

Bóng đèn mới nổ tung.

Những mảnh thủy tinh nhỏ li ti bắn tung tóe ra xung quanh. Vào mặt và mắt cô bé.

Lia không la lên ngay lập tức, vì một ánh sáng xanh lấp lánh tràn ngập căn phòng, khiến thời gian như ngừng trôi. Ánh sáng bao quanh cô, di chuyển lên ngang tầm mặt.

SWISH!

Một sinh vật nhỏ bé, trông như thiên thần, xuất hiện và kiểm tra đôi mắt của cô bé. Sau khi quyết định rằng chúng đã bị hỏng không thể sửa chữa, nó thì thầm: "Em có muốn trở thành một trong ba người không?"

"Ja," nghĩa là "có," Lia nói, khi thời gian dừng lại.

Thiên thần, tên là Haniel, xuất hiện. Cô hát một bài hát ru êm dịu cho Lia trong khi gỡ những mảnh thủy tinh ra.

Lời bài hát bằng tiếng Anh là:

"Một cô bé buồn bã ngồi xuống

Trên bờ sông.

Cô bé khóc vì buồn bã

Vì cả cha mẹ cô đều đã qua đời."

Trong tiếng Hà Lan, lời bài hát là:

"Asn d'oever van de snelle vliet

Eeen treurig meisje zat.

Het meisje huilde van verdriet

Omdat zij geen ouders meer had."

May mắn thay, Lia nhỏ đang ngủ nên không bị lời bài hát làm sợ hãi.

Khi Haniel hoàn thành việc xử lý phần nặng nhất của vết thương của Lia, cô đặt tay lên hông và ngừng hát. Nhiệm vụ gần như hoàn thành, tất cả những gì cô cần làm bây giờ là đặt nền móng cho đôi mắt mới của người học trò.

Hai bàn tay nhỏ bé của Lia cuộn tròn thành nắm đấm. Haniel để đôi cánh của mình nhẹ nhàng vuốt ve những ngón tay khép chặt, khuyến khích chúng mở ra.

Khi lòng bàn tay Lia mở ra, thiên thần Haniel dùng ngón tay trỏ vẽ hình dáng một con mắt lên cả hai lòng bàn tay. Trên các ngón tay, cô vẽ một đường thẳng từ lòng bàn tay lên đến đầu ngón tay. Nhiệm vụ hoàn thành, thiên thần Haniel nhẹ nhàng hôn lên trán Lia, rồi với một

SWISH!

cô biến mất.

Thời gian tiếp tục trôi và cô bé dũng cảm Lia vẫn không hét lên. Sốc là phản ứng tự vệ của cơ thể, và bằng cách dừng thời gian, cơn đau cũng dừng lại. Khi Lia cuối cùng hét lên, cô không thể dừng lại. Không khi xe cứu thương đến. Hay khi cô bị đưa lên cáng vào xe với tiếng còi hụ hòa vào tiếng hét của cô. Hay khi cô bé bị đẩy trên cáng vào bệnh viện. Không khi họ chiếu một ánh sáng mạnh vào mặt cô bé, mà cô bé có thể cảm nhận nhưng không thể nhìn thấy.

Cô bé ngừng hét khi họ tiêm thuốc an thần. Sau đó, họ sử dụng công nghệ tiên tiến nhất để loại bỏ những mảnh thủy tinh còn lại. Tuy nhiên, mọi mảnh thủy tinh đã được lấy ra. Các bác sĩ tiếp tục băng bó mắt cô bé rồi đưa cô bé vào phòng hồi sức.

Sau ca phẫu thuật, mẹ của Lia, Samantha, đã đến. Cô đã bắt chuyến bay đêm từ London. Cô gặp bác sĩ phẫu thuật trong khi con gái cô vẫn đang ngủ.

"Tôi xin lỗi, nhưng cô ấy sẽ không bao giờ nhìn thấy nữa," ông nói.

Mẹ của Lia đấm tay vào miệng để kìm nén cơn khóc.

Bác sĩ nói: "Cô bé có thể học chữ Braille và theo học tại trường dành cho người khiếm thị. Cô bé đang ở độ tuổi lý tưởng để học hỏi và sẽ nhanh chóng tiếp thu kiến thức. Chẳng bao lâu, việc giao tiếp bằng ký hiệu sẽ trở nên tự nhiên với cô bé."

"Nhưng con gái tôi muốn trở thành vũ công ballet. Ông đã từng thấy hoặc nghe nói về một vũ công chuyên nghiệp mù chưa?"

"Alicia Alonso từng bị mù một phần. Cô ấy không để điều đó cản bước mình."

Mẹ Lia vuốt ve tay con gái đang ngủ. "Cảm ơn bác sĩ, tôi sẽ tìm hiểu thêm về cô ấy trên mạng. Bảy tuổi còn quá nhỏ để phải từ bỏ ước mơ."

"Tôi đồng ý. Bây giờ cô cũng nên nghỉ ngơi. Lia sắp thức dậy và cô sẽ cần phải mạnh mẽ cho con. Khi cô nói với con. Nếu cô muốn tôi ở lại, hãy cho tôi biết."

"Cảm ơn bác sĩ, tôi sẽ cố gắng tự mình xử lý trước."

Khi cánh cửa đóng lại, mẹ Lia chạm vào những vết hằn trên khuôn mặt con gái. Những vết hằn trông như những giọt mưa giận dữ. Rồi bà nhìn Hannah, người trông trẻ đang ngủ của Lia. Khi đi ngang qua để lấy nước, bà vô tình đá nhẹ vào giày trái của Hannah để đánh thức cô. "Ra ngoài!" bà nói, khi Hannah ngáp.

Bây giờ ở hành lang, mẹ của Lia, Samantha, để cảm xúc tuôn trào mà không kiềm chế. "Làm sao cô có thể để điều này xảy ra với con bé? Làm sao cô có thể!? Một phút trước tôi còn đang trong cuộc họp kinh doanh – sau đó tôi phải hủy chuyến công tác và bắt chuyến bay đầu tiên rời London! Chuyện gì đã xảy ra? Làm sao nó có thể xảy ra?"

"Chúng tôi vừa trở về từ lớp ballet. Tôi đang chuẩn bị bữa tối và Lia đang hoàn thành bài tập về nhà. Bóng đèn chắc hẳn đã cháy. Cô bé lấy một cái khác từ tủ quần áo trong hành lang và cố thay nó nhưng nó đã nổ tung. Khi cô bé la lên, tôi có mặt ngay lập tức và xe cấp cứu (ambulance) đến rất nhanh. Tôi đã cầu nguyện cho đôi mắt của cô bé sẽ ổn, rằng cô bé sẽ ổn."

"Bạn cầu nguyện trong giấc ngủ à?" Samantha hỏi, không đợi câu trả lời. 'Các bác sĩ nói cô bé sẽ không bao giờ nhìn thấy nữa,' Samantha nói với giọng điệu độc ác.

*** * ***

Trong khi đó, Lia đang mơ, bay cùng một thiên thần. Cô ôm chặt cổ anh ta, áp sát vào ngực anh. Sự chuyển động của chiếc xe lăn trong không trung khiến cô cảm thấy êm ái và an yên.

Rồi tâm trí cô chuyển hướng, và cô nhìn xuống từ trên cao xuống một hộp kim loại. Hộp đó đang nằm trên ghế của một chiếc xe lăn có cánh. Nó đang được vận chuyển đến một nơi mà cô không biết.

Cô giơ tay phải rồi tay trái, và qua đó cô thấy có một thiên thần/cậu bé bị mắc kẹt bên trong. Anh ta có gương mặt hiền lành, đôi mắt xanh hơn cả bầu trời với những tia vàng lấp lánh, khiến chúng tỏa sáng dù đang ở trong bóng tối. Tóc anh ta chủ yếu là màu vàng, chỉ có vài sợi bạc ở thái dương. Nhưng điều kỳ lạ nhất là một vệt đen chạy dọc giữa mái tóc. Điều đó khiến cậu bé trông già hơn.

Thiên thần/cậu bé trong hộp đang ngồi trên ghế xe lăn bay gần hơn đến cô bé trong giấc mơ. Cô bé chạm vào hộp, và khi làm vậy, cô có thể cảm nhận và nghe thấy nhịp tim của thiên thần/cậu bé bên trong. Không chỉ vậy, cô còn có thể đọc được suy nghĩ và cảm xúc của cậu bé.

Lia tỉnh dậy và hét lên: "Mẹ! Hannah! Đến đây nhanh lên!"

"Mẹ đây, con yêu," mẹ cô nói, vừa bước về phía giường con gái.

Hannah lau mắt và bước vào phòng.

"Không có thời gian để mẹ đổ lỗi cho Hannah. Đây là một tai nạn. Hơn nữa, chúng ta cần giúp đỡ. Hãy tìm cho tôi giấy và bút - NGAY LẬP TỨC."

"Cô ấy đang mê sảng!" Samantha kêu lên. Cô kiểm tra trán con gái xem có sốt không. Dường như không sao.

Hannah lấy những thứ được yêu cầu từ túi xách và đặt vào tay Lia.

Không do dự, Lia bắt đầu vẽ. Cô cào lên giấy như một nghệ sĩ đầy cảm hứng. Samantha và Hannah nhìn với sự tò mò.

Bức tranh đầu tiên cô vẽ là hình một cậu bé bên trong một hộp kim loại hình viên đạn. Hộp đó đang nằm trên ghế của một chiếc xe lăn, và chiếc xe lăn có cánh. Cánh thiên thần. Lia lật trang và vẽ bức thứ hai, vẽ cậu bé/thiên thần từ mọi góc độ. Từ mọi phía. Sau bức đầu tiên, cô vẽ thêm nhiều bức nữa một cách điên cuồng, rồi ném chúng lên không trung.

Những bức tranh, như bị cuốn vào một cơn gió mạnh – bay lượn quanh phòng, bay lên rồi hạ xuống, rồi bay khắp nơi. Như thể chúng đang bị một phép thuật ma thuật điều khiển. Một trong những bức tranh đuổi theo người trông trẻ, khiến cô ta chạy ra khỏi phòng la hét.

Lia nắm chặt hai tay, rồi lẩm bẩm những lời không ai nghe thấy.

"Có nên gọi bác sĩ không?" mẹ cô, trong cơn hoảng loạn, hỏi. "Con bé của tôi, ôi không, con bé tội nghiệp của tôi!"

Hannah trở lại, run rẩy khi nhìn thấy Lia đã chìm vào giấc ngủ.

Hai người phụ nữ ngồi bên giường đứa trẻ. Họ nhìn cô bé ngủ bình yên cho đến khi cả hai cũng chìm vào giấc ngủ.

Lia không thể nhìn thấy bằng đôi mắt màu nâu nhạt mà cô sinh ra. Chúng đã bị thay thế bằng đôi mắt trên lòng bàn tay.

Đôi mắt mới trên lòng bàn tay của cô bé có đầy đủ các bộ phận bình thường của một con mắt. Như đồng tử, mống mắt, tròng trắng, giác mạc và ống dẫn nước mắt. Mỗi mắt trên lòng bàn tay có một mí mắt. Phần trên bắt đầu từ nơi các ngón tay kết thúc. Phần dưới kết thúc ở nơi cổ tay bắt đầu.

Còn về lông mi, mỗi ngón tay có một đường lông mi được xăm lên. Từ phần trên của mí mắt đến nơi móng tay bắt đầu, ngón cái cũng vậy.

Điều đó thật may mắn, vì không cô gái trẻ nào muốn có ngón tay mọc tóc.

Đặc biệt là một cô bé như Lia, người mơ ước trở thành một vũ công ballet vĩ đại.

2

Khi cô tỉnh dậy, lòng bàn tay cô ngứa ngáy khó chịu. Thực ra, chúng ngứa hơn bao giờ hết. Điều đó khiến cô nhớ đến lời bà nội từng nói. Bà nội bảo rằng khi tay phải ngứa, nghĩa là sắp có tiền và rất nhiều tiền. Còn nếu tay trái ngứa, nghĩa là sắp mất tiền. Bà không bao giờ nói điều gì sẽ xảy ra nếu cả hai lòng bàn tay ngứa cùng lúc.

Một hình ảnh thoáng qua của thiên thần/cậu bé bị nhốt trong hộp kéo cô trở lại hiện thực. Cô mở lòng bàn tay, chuẩn bị gãi. Thay vào đó, cô sững sờ khi thấy hình ảnh phản chiếu của mình trong đó. Cô mỉm cười, như thể đang chụp ảnh selfie.

Vẫn chưa hoàn toàn chắc chắn liệu mình đang mơ hay không, cô quay cả hai lòng bàn tay ra xa. Ý định của cô là chụp một bức ảnh toàn cảnh căn phòng.

Căn phòng được trang trí như thể cô đang bơi trong một bể cá. Những con cá hề và cá vàng đang bận rộn đuổi nhau. Cô tiếp tục di chuyển tay khắp căn phòng cho đến khi tìm thấy Hannah. Rồi cô tìm thấy mẹ mình. Cô reo lên vui sướng.

Mẹ của Lia, Samantha, nhảy lên cùng với Hannah.

"Có chuyện gì vậy con yêu?"

"Mẹ ơi? Con có thể thấy mẹ."

"Tất nhiên con có thể, con yêu."

"Mẹ có tin con không?"

"Dĩ nhiên mẹ tin con. Nhưng trước đó, tại sao con vẽ một chiếc xe lăn có cánh? Xe lăn không có cánh mà."

"Cô ấy không thấy đôi mắt mới của con," Lia nghĩ. "Con yêu mẹ, nhưng một số xe lăn có cánh và một số thiên thần bay trên xe lăn có cánh."

"Mẹ cũng yêu con, con yêu," cô trả lời. 'Cậu bé/thiên thần nào? Con có mơ không?"

"Có một cậu bé thiên thần,' Lia nói.

"Cậu bé/thiên thần? Ở đâu, con yêu?"

Lia mở lòng bàn tay và nghĩ về cậu bé thiên thần. Cô nghĩ rất chăm chú, cô có thể thấy anh ta, nghe thấy anh ta, cảm nhận sự hiện diện của anh ta trong tâm trí mình. 'Cậu bé thiên thần đang đến đây để gặp con,' cô nói.

"Ở đây con yêu?" mẹ cô hỏi, liếc nhìn về phía người trông trẻ, người này nhún vai.

"Vâng, cậu bé thiên thần cần sự giúp đỡ của con. Cậu ấy đang đến gặp con từ Bắc Mỹ."

"Khi con vẽ những bức tranh đó," Hannah hỏi, "con vẽ từ ký ức về cậu bé thiên thần sao?"

"Hay từ một giấc mơ?" mẹ cô hỏi.

"Ban đầu là một giấc mơ, nhưng bây giờ con có thể thấy anh ấy ngay cả khi con thức."

"Nếu con có thể thấy mẹ, mẹ đang mặc gì?"

"Con có thể thấy mẹ, không phải bằng đôi mắt cũ của con. Mà bằng đôi mắt mới. Mẹ đang mặc một chiếc váy đỏ, với những viên ngọc trai quanh cổ."

Một bệnh nhân già đi ngang qua phòng cô, dừng lại khi thấy một đứa trẻ đang giơ hai bàn tay mở trước mặt. "Đó là cô ấy," ông nghĩ, và để xác nhận, ông không phải chờ lâu. Lia, cảm nhận sự hiện diện của một người khác, quay bàn tay trái về phía cửa. Ông già thấy bàn tay cô nhấp nháy, rồi bước ra khỏi tầm nhìn của cô.

"Cô bé đang đoán đấy," Hannah gợi ý, kéo sự chú ý của Lia khỏi cửa.

Một y tá đến và Lia, người chưa từng gặp cô trước đây, nói: 'Chào y tá Vinke."

"Chúng ta đã gặp nhau trước đây chưa?' Y tá Heidi Vinke hỏi.

Lia cười khúc khích. 'Không, nhưng con có thể đọc tên của cô trên bảng tên."

"Cô bé nói cô có thể nhìn thấy, với đôi mắt mới của mình,' mẹ Lia nói.

"Thôi nào," Y tá Vinke đáp, chăm sóc mẹ cô bé thay vì cô bé. Cô bé không phiền khi Y tá Vinke đưa mẹ ra ngoài để nói chuyện riêng.

"Điều đó là bình thường đối với con gái chị trong hoàn cảnh này, cô bé đã mất thị lực. Cô bé là một đứa trẻ hạnh phúc, dù đã xảy ra chuyện kinh khủng với cô bé."

Samantha gật đầu và hai người quay lại với Lia.

"Con chắc mệt rồi, con gái," y tá Vinke nói, đo nhịp tim của cô bé.

"Con không mệt," Lia nói. "Con vừa thức dậy và không muốn ngủ lại. Nếu con ngủ bây giờ, con có thể bỏ lỡ anh ấy."

"Bỏ lỡ ai?" Vinke hỏi, đắp chăn cho cô bé.

"Tại sao, cậu bé/thiên thần," Lia nói. "Anh ấy đang đến gần hơn. Gần đến rồi - và anh ấy cần sự giúp đỡ của con. Con không thể chờ đợi để gặp anh ấy. Anh ấy đã đi một quãng đường rất xa, chỉ để gặp con."

"Thôi nào, con gái," Vinke thì thầm. Cô ấn một mũi kim chứa thuốc an thần vào cánh tay Lia.

Lia phản đối, nhưng rồi lập tức chìm vào giấc ngủ.

"Chúc ngủ ngon, con yêu," mẹ cô thì thầm.

$$* * *$$

Người đàn ông già trở về phòng và nhấc điện thoại lên. Sau đó, ông yêu cầu kết nối đường dây ngoài.

"Cô ấy ở đây," ông thì thầm vào điện thoại. "Tôi đã tận mắt thấy cô ấy – ngay tại bệnh viện này, phòng bên cạnh phòng tôi."

Im lặng bao trùm, rồi tiếng tút tút vang lên ở đầu dây bên kia. Người đàn ông già leo lên giường. Ông bật tivi bằng điều khiển từ xa.

Chương trình yêu thích của ông: Now or Neverland (còn được gọi là Fear Factor) vừa bắt đầu. Ông muốn xem những kẻ điên rồ đó sẽ làm gì trong tập phim tuần này.

<h1 style="text-align:center">3</h1>

Still chật chội bên trong viên đạn bạc, E-Z không còn cảm thấy cô đơn nữa. Bởi trong tâm trí anh, anh đang trò chuyện với một cô bé.

Cô bé xuất hiện trong tâm trí anh kèm theo một tia sáng chói lòa và tiếng hét. Cô bé bị thương. Anh chứng kiến thiên thần Haniel giúp cô bé. Anh lắng nghe khi Haniel hát một bài hát cho cô bé trong khi cô ấy gỡ bỏ mảnh kính.

Điều tiếp theo xảy ra thật bất ngờ. Thiên thần Haniel vẽ những đường nét lên lòng bàn tay và ngón tay cô bé. Haniel ban cho cô bé một loại thị lực mới. Và đôi mắt trên lòng bàn tay.

Anh lập tức nhận ra rằng số phận của cô bé gắn liền với anh.

Ban đầu, mặc dù anh có thể nhìn thấy cô bé trong tâm trí, anh không thể giao tiếp với cô. Nó giống như anh đang xem một chương trình truyền hình trong tâm trí mà không có tiếng. Rồi, khi cô bé mơ, cô đến bên anh và đặt tay lên viên đạn mà anh bị mắc kẹt. Lúc đó, anh biết những gì cô biết, và cô biết những gì anh biết, và họ đã kết nối với nhau.

Những lời đầu tiên cô bé nói với anh là: "Em không thích bóng tối."

E-Z trả lời: "Đừng sợ. Tôi ở đây. Tên tôi là E-Z. Còn tên em là gì?"

"Tên em là Cecilia," đứa trẻ trả lời. 'Nhưng bạn bè gọi em là Lia. Anh có thể gọi em là Lia. Em bảy tuổi. Anh bao nhiêu tuổi?"

E-Z nghĩ đứa trẻ còn nhỏ hơn. 'Tôi mười ba tuổi," anh nói. "Tôi đến từ Bắc Mỹ."

"Em sống ở Hà Lan," Lia nói.

Cả hai im lặng khi Lia dùng đôi mắt lòng bàn tay để nhìn anh bên trong viên đạn thép.

"Cậu đang làm gì trong đó?" cô bé hỏi.

E-Z suy nghĩ trước khi trả lời. Anh không muốn làm cô bé sợ hãi với câu chuyện thật rằng anh đã bị một thiên thần trưởng bắt cóc để thử thách. Anh muốn kể cho cô bé sự thật, nhưng không chắc cô bé có thể chấp nhận được sự thật vì cô bé còn quá nhỏ.

Anh nói: "Tôi thực sự không chắc tại sao mình lại bị đưa vào đây, nhưng tôi nghĩ có lẽ là để gặp em." Anh ngập ngừng, gãi đầu và hỏi: "Em có biết Eriel không?"

Lia cảm thấy vinh dự vì anh đến gặp cô, nhưng lo lắng anh bị đưa đến đây theo cách này vì lợi ích của cô. "Tôi rất xin lỗi nếu anh bị ép buộc phải đến đây gặp tôi. À, và không, tôi không biết tên đó."

E-Z rất tò mò về Lia. Vì cô nói cô là người Hà Lan, anh rất ấn tượng với khả năng tiếng Anh của cô.

"Tôi cảm nhận được anh, nhưng không thể nhìn thấy anh cho đến khi đôi mắt mới của tôi mọc ra. Trước đó, tôi có thể đọc suy nghĩ của anh. Anh có thể đọc suy nghĩ của tôi không? À, và cảm ơn anh về tiếng Anh của tôi."

"Tôi đã thấy điều gì xảy ra với anh, vụ tai nạn. Tôi rất tiếc vì anh đã bị thương. Tôi không thể giúp anh vì thứ này." Anh đấm tay vào tường. Anh bịt tai lại khi tiếng đập vang dội. "Khi em mơ, em ở bên anh. Trong đầu anh."

Lia nắm chặt nắm đấm phải, để nắm đấm trái mở ra và chạm vào tường. Lòng bàn tay cô chớp mở rồi đóng lại, mở rồi đóng lại. Cô không nói gì, chỉ nhìn thẳng về phía trước như người đang trong cơn mê.

E-Z quyết định lúc này kể cho cô nghe câu chuyện của mình.

"Cha mẹ tôi đã chết trong một vụ tai nạn xe hơi. Và tôi mất khả năng đi lại."

Anh dừng lại. Băn khoăn không biết nên kể cho cô bao nhiêu.

Sự do dự đó đã quyết định cho anh.

Cô đang ngủ say.

4

B Trở lại bệnh viện, một bác sĩ mới đang trực ca. Anh ta liếc qua hồ sơ của Lia. Thấy Cecelia vẫn đang ngủ, anh ta thì thầm với mẹ cô bé.

"Chúng tôi cần đưa con gái chị xuống tầng hai để làm thêm một lần chụp nữa."

"Có gấp không ạ?" Mẹ Lia hỏi. "Con bé đang ngủ ngon lành thế, thật tiếc nếu phải đánh thức nó dậy."

Bác sĩ có bảng tên bị che khuất bởi cổ áo blouse y tế mỉm cười. "Không cần đánh thức cô bé. Chúng tôi có thể đưa cô bé vào máy trong khi cô bé đang ngủ. Một số bệnh nhân, đặc biệt là trẻ em, thích cách này hơn."

Samantha nhìn đồng hồ. "Được rồi, tôi sẽ đi xuống cùng cô bé."

"Không cần đâu," bác sĩ nói. "Tôi có nhân viên y tế sẽ đến ngay. Hãy tận dụng thời gian này để mua một chiếc sandwich hoặc một tách trà hoa cúc – vợ tôi rất tin tưởng vào thứ đó. Nó giúp cô ấy thư giãn và ngủ ngon hơn."

"Cảm ơn," Samantha nói, khi hai nhân viên y tế đến. Hai người đàn ông to cao mặc quần áo thường ngày nhấc Lia khỏi giường và đặt cô lên một chiếc cáng có bánh xe. Bác sĩ lấy một chiếc chăn từ dưới cáng và đắp lên người Lia.

"Chúng tôi sẽ giữ cô ấy ấm và quay lại ngay. Đừng quên tận dụng thời gian này để tự thưởng cho mình một tách trà hoặc cà phê."

Trong khi Hannah vẫn ngủ, Samantha quan sát các nhân viên y tế và bác sĩ đẩy con gái cô dọc hành lang. Khi đến thang máy, cô nhìn kỹ hơn. Khi cửa thang máy đóng lại, cô lang thang dọc hành lang, phớt lờ cảm giác bất an đang gặm nhấm trong lòng. Cô gạt nó đi, tự nhủ mình đói và đi về phía căng-tin. Nơi đó rất đông đúc, chủ yếu là nhân viên y tế mặc đồ bảo hộ.

Trong khi chuẩn bị và nhấp một ngụm trà, cô chợt nhận ra không có nhân viên nào mặc quần áo thường.

"Xin lỗi," cô nói với một bác sĩ. 'Tầng hai là gì? Đó có phải nơi chụp X-quang và quét cơ thể không?"

Ông lắc đầu, 'Tầng hai là khoa sản."

Samantha đứng dậy, làm đổ tách trà nóng lên đùi mình. Những người giúp việc chạy đến khi cô hét lên.

"Con gái tôi!" cô khóc. "Một bác sĩ cùng hai trợ lý vừa đưa con gái tôi, Lia, đi trên cáng. Họ nói sẽ đưa cô bé lên tầng hai để làm xét nghiệm. Nếu tầng hai là khoa sản, tại sao họ lại đưa cô bé đi?"

Tiếng la hét của cô thu hút quá nhiều sự chú ý. Vì vậy, bác sĩ mà cô đã nói chuyện ban đầu dỗ dành cô ra ngoài.

Họ trở lại phòng của Lia. Samantha giải thích mọi thứ chi tiết hơn. May mắn là cô đã nhìn đồng hồ nên có thể nói cho họ biết chính xác thời gian mọi việc xảy ra.

"Đây là vấn đề nghiêm trọng," Bác sĩ Brown nói. "Hãy để tôi lo. Bệnh viện có camera an ninh khắp nơi. Có thể cô đã nghe nhầm về tầng hai? Có thể cô ấy đang ở tầng bảy để làm xét nghiệm ngay lúc này. Hãy để tôi lo. Hãy ngồi đây và tôi sẽ quay lại ngay khi có thể."

Samantha ngồi xuống và giải thích mọi chuyện cho Hannah. Họ chia sẻ chiếc sandwich cá ngừ và cố gắng không lo lắng.

✳ ✳ ✳

While Lia vẫn đang ngủ say, người đàn ông không phải là bác sĩ và những thực tập sinh không phải là thực tập sinh đã rời khỏi tòa nhà. Họ đi đến một chiếc xe đang chờ sẵn. Để lại cáng cứu thương trong bãi đậu x e.

Bác sĩ Brown triệu tập một cuộc họp với Giám đốc Bệnh viện. Sử dụng hệ thống giám sát video, họ chứng kiến vụ bắt cóc Lia. Họ báo cảnh sát và cung cấp mô tả về chiếc xe. Rất tiếc, camera không ghi lại được chi tiết biển số xe.

"Chúng ta hãy chờ một lát," Helen Mitchell, Giám đốc Bệnh viện, nói. Bà sắp nghỉ hưu chỉ sau vài ngày. 'Trước khi thông báo cho mẹ cô bé. Chúng ta không muốn làm bà ấy lo lắng."

"Tôi không thể làm vậy,' Bác sĩ Brown nói.

"Cảnh sát có thể đưa đứa trẻ trở lại bất cứ lúc nào."

"Tôi hy vọng anh đúng. Nhưng vẫn lo lắng. Hy vọng họ không đi xa."

Điện thoại reo, là cảnh sát. Họ đã phát lệnh truy nã toàn thành phố (APB) cho cô bé. Họ yêu cầu một bức ảnh gần đây của cô bé.

"Họ muốn một bức ảnh gần đây," Helen Mitchell nói.

"Cách duy nhất để có được là hỏi mẹ cô bé," Bác sĩ Brown nói.

Helen gật đầu, trong khi Brown quay đi.

"Hãy nói với họ chúng tôi sẽ fax ngay lập tức."

"Tôi sẽ cử ai đó từ đội cấp cứu lên," Helen nói. Rồi quay sang cảnh sát trên điện thoại, 'Cô bé mù và mới bảy tuổi. Tại sao ba người đàn ông lại phải làm mọi cách để đưa cô bé ra khỏi bệnh viện như vậy?"

"Tôi không thể nói,' viên cảnh sát bên kia đầu dây nói.

5

E-Z lập tức nhận ra có điều gì đó không ổn với người bạn mới Lia. Cô ấy lẽ ra đang ngủ trên giường bệnh viện, nhưng chiếc giường của cô ấy đang di chuyển. Cái quái gì vậy?

Anh cân nhắc việc đánh thức cô, nhưng cô có thể làm gì nếu anh làm vậy? Không, tốt nhất là để cô ngủ tiếp – cho đến khi anh tìm thấy cô và cứu cô. Lúc này, cô đang say sưa mơ về bản thân mình đang biểu diễn một điệu múa ballet. Anh chưa bao giờ để ý đến ballet trước đây, nhưng dường như cô bé này có tài năng. Và cô đang múa bằng đôi mắt trên tay mình khi di chuyển trên sân khấu.

E-Z di chuyển tâm trí mình đến vị trí của cô bé mà không tốn nhiều sức. Cô bé đang ngủ say trong ghế sau của một chiếc xe đang di chuyển. Cô trông thật bình yên, vì cô đang ở trong thế giới của mình, làm điều cô yêu thích – nhảy múa.

Anh mở rộng tầm nhìn và thấy ba cái đầu. Người lái xe có kích thước và vóc dáng bình thường. Trong khi hai người đàn ông còn lại trông như cầu thủ bóng đá.

"Nhanh lên!" E-Z ra lệnh cho ghế, nhưng nó đã làm vậy rồi.

Làm sao anh có thể giúp cô ấy khi vẫn bị mắc kẹt trong viên đạn bạc? Anh cần phá vỡ nó thành từng mảnh – và càng sớm càng tốt. Đến nay, mọi nỗ lực phá vỡ nó đều thất bại.

Anh tự hỏi tại sao những người đó lại bắt cô bé. Họ có biết về sức mạnh của cô không? Làm sao họ có thể biết được? Hầu hết các bệnh viện đều có camera giám sát, liệu họ có theo dõi cô không? Nhưng điều đó không có ý nghĩa gì. Cô bé chỉ là một cô gái mù bảy tuổi. Họ muốn gì ở cô?

Khi E-Z lao vút qua bầu trời với tốc độ chóng mặt, anh không thể không tự hỏi tại sao họ lại bắt cóc cô bé. Liệu họ có ý định đòi tiền chuộc không?

Dù sao đi nữa, nếu đó là mục đích của họ, điều đó có ý nghĩa hơn với anh. Tốt hơn là họ không biết cô bé có thể nhìn thấy. Cùng với sức mạnh đặc biệt của cô bé. Tuy nhiên, ưu tiên hàng đầu của anh là thoát khỏi viên đạn.

Anh hét lên. Như đã làm nhiều lần trước đây, "CỨU!"

POP.

"Xin chào," Hadz nói, ngồi trên vai E-Z. 'Cậu đang làm gì ở đây? Nơi này quá nhỏ cho cậu.' Hadz lắc đầu.

E-Z vô cùng phấn khích khi thấy Hadz. Anh ôm chặt cô bé vào ngực.

"Uh, cẩn thận cánh," Hadz nói.

E-Z buông con vật ra. "Cảm ơn vì đã đến và trả lời cuộc gọi của tôi. Tôi thực sự cần cậu giúp tôi tìm cách thoát khỏi cái này. Tôi biết cậu đã bị rút khỏi vụ án của tôi, nhưng có một cô bé tên Lia và cô ấy đang gặp nguy hiểm và cần tôi. Cậu nhất định phải giúp. Tôi chắc chắn Eriel sẽ hiểu."

"Oh, vậy anh không muốn ở trong cái này sao?" Hadz hỏi.

"Không, tôi không muốn ở đây. Tôi muốn ra ngoài, nhưng làm sao?"

"Cứ làm đi," Hadz nói.

"Tôi đã thử mọi cách. Các bên không nhúc nhích. Tôi đã gọi Eriel đến giúp, nhưng anh ấy nói tôi phải tự lo trong vụ này."

"À, anh ấy không thích điều đó. Tôi không được phép giúp, nhưng có một điều tôi có thể nói với anh: hãy xem xét xung quanh mình."

"Điều đó không giúp được gì," E-Z nói, cố gắng không mất bình tĩnh. "Tôi đã nhờ chiếc ghế đưa tôi đến gặp Uncle Sam. Ông ấy chắc chắn sẽ đưa tôi ra khỏi đây. Nhưng chiếc ghế đã phớt lờ lời tôi. Bây giờ, một cô bé đang gặp rắc rối và cô ấy cần sự giúp đỡ của tôi. Nếu tôi không thể thoát ra, thì tôi không thể tự cứu mình, và nếu tôi không thể tự cứu mình, thì tôi không thể giúp cô bé. Làm ơn. Hãy nói cho tôi biết cách thoát khỏi đây. Hãy đưa tôi ra khỏi đây bằng cách nào đó."

Con quái vật lắc đầu rồi bay lên đỉnh viên đạn. Chạm vào đầu viên đạn. "Hãy xem xét vật lý. Nếu bạn ở bên trong một viên đạn, thứ mà thứ này trông giống như vậy, thì bạn phải bị phóng ra. Bị bắn ra. Đúng không?"

E-Z cân nhắc các lựa chọn. Anh có thể bảo ghế thả anh xuống, phóng anh về phía mặt đất. Mặt đất sẽ làm chậm tốc độ rơi của anh. Liệu nó có làm vỡ viên đạn ra không? Anh quyết định rằng rủi ro đáng giá. "Được rồi," E-Z nói, "tôi cần ghế thả tôi xuống, đúng không?"

Con quái vật cười. "Anh thật hài hước, E-Z. Nếu anh rơi từ độ cao này, thứ này sẽ cắm sâu vào mặt đất. Đó là nếu nó không nổ tung khi va chạm. Và với anh trong đó." Nó cười lần nữa. "Hoặc anh không chết trong cú rơi. Nếu anh chết, anh không thể cứu cô bé. Này, anh đang nói về cô bé nào vậy?"

"Tên cô bé là Cecelia, Lia, và cô ấy ở Hà Lan, không xa nơi chúng ta đang ở."

Hadz cảm nhận được đầu của chiếc hộp mà E-Z không nhìn thấy và cũng không thể với tới. Con quái vật đẩy nó. Chiếc ống phóng ra và bung mở như một bông tulip. Hadz giúp E-Z ra khỏi viên đạn và nhanh chóng anh ta ngồi vào ghế, cầm chiếc hộp trên đùi. Cánh của E-Z mở ra. Cảm giác thật tuyệt khi duỗi chúng ra.

E-Z cất cánh bay qua bầu trời, mang theo chiếc ống và thả nó xuống Biển Bắc.

Ba người, E-Z, chiếc ghế và Hadz bay với tốc độ cao và hướng về phía Bắc Hà Lan, nơi chiếc xe đang lao nhanh.

"Cảm ơn," E-Z nói.

"Không có gì," Hadz trả lời. "Tôi sẽ ở lại đây phòng khi cậu cần tôi."

"Tuyệt vời!"

6

E-Z đang đuổi theo chiếc xe, lúc này đã gần đến Zaandam. Anh kiểm tra và thấy Lia vẫn đang ngủ say ở ghế sau. Cô ấy không còn mơ nữa, nên anh lo lắng cô có thể tỉnh dậy bất cứ lúc nào.

Chiếc xe lăn của anh đổi hướng, tăng tốc và lao thẳng về phía chiếc xe, rồi lơ lửng trên không trung. Bác sĩ giả đang lái xe phát hiện chiếc xe lăn ở phía sau qua gương chiếu hậu.

"Wat is dat vliegende contraptie?" anh ta hỏi. (Dịch: 'Đó là cái gì bay kia?')

Hai tên côn đồ quay đầu lại.

Một tên nói: 'Ik weet het niet, maar versnel het!' (Dịch: 'Tôi không biết, nhưng tăng tốc đi!')

Tên côn đồ thứ hai cười rồi lấy một khẩu súng từ hộp đựng găng tay trên bảng điều khiển. (Dịch: hộp đựng găng tay.) Anh ta kiểm tra đạn. Anh ta đóng sập lại và bấm khóa.

Chiếc xe lăn của E-Z đáp xuống nóc xe với tiếng "cạch".

Tài xế phanh gấp, khiến chiếc xe lăn trượt về phía trước. Nó trượt xuống kính chắn gió, hướng về phía trước rồi trượt ngang qua nắp ca-pô.

E-Z cất cánh, lơ lửng và quay lại đối mặt với họ.

"Cái quái gì vậy?" tài xế hét lên, khi anh ta mất kiểm soát xe, khiến nó trượt và zigzag.

E-Z và chiếc xe lăn cất cánh, lùi lại và nắm chặt cản xe, khiến xe dừng hẳn.

Ngay lập tức, hành khách bị hất văng ra và tiếng súng vang lên.

Ở ghế sau, Lia vẫn ngáy khò khò.

Tên côn đồ cầm súng lăn ra khỏi cửa, quỳ gối chuẩn bị bắn E-Z.

Hadz xuất hiện từ đâu đó và đánh rơi khẩu súng khỏi tay tên côn đồ. Cô sau đó trói tay hắn ra sau lưng và chân ra sau lưng, giống như một con bê trong cuộc đua rodeo.

Tên côn đồ thứ hai lao thẳng về phía E-Z, người đã dùng thắt lưng quấn quanh hắn. Tên côn đồ ngã xuống, khiến E-Z dễ dàng quấn thắt lưng quanh chân hắn.

Tên đó cố nhảy đi nhưng không xa được. Bây giờ hắn đã bị chặn lại, họ dùng cơ chế khóa của ghế để tấn công bác sĩ. Bác sĩ bị bắt và bị khống chế.

Lia ngủ say suốt cả quá trình, thậm chí khi Hadz nhấc cô ra khỏi xe và mang đến nơi an toàn.

E-Z đặt ba tên đàn ông nằm cạnh nhau ở ghế sau xe.

"Các người làm việc cho ai?" anh ta hỏi.

Hadz bay đến, "Họ không hiểu tiếng Anh." Cô dịch câu hỏi của E-Z cho những người đàn ông. Sau khi bác sĩ giả trả lời, Hadz dịch lại. "Anh ta nói họ không biết mình làm việc cho ai."

"Điều đó thật   Họ đã bắt cóc một đứa trẻ từ bệnh viện. Hỏi họ định đưa cô bé đi đâu? Và làm sao họ biết về cô bé?"

Hadz dịch lại. Bác sĩ giả lại trả lời: "Chúng tôi được lệnh đưa cô bé đến bến cảng, và sẽ có người chờ ở đó. Đó là tất cả những gì chúng tôi biết."

E-Z không tin họ, nhưng Hadz xác nhận họ đang nói sự thật. 'Anh muốn làm gì với họ?' cô hỏi.

"Cô có thể xóa trí nhớ của họ không? Và trí nhớ của những người liên quan đến họ. Ba người này là những bánh răng trong cỗ máy. Chúng ta muốn xóa trí nhớ của người ở bến cảng. Để tất cả họ quên cô bé – mãi mãi."

"Xong," cô nói.

"Wow, cô nhanh thật!"

E-Z và Hadz trong ghế trở về bệnh viện, đúng lúc Lia bắt đầu tỉnh dậy. Cô di chuyển đầu, cảm nhận gió thổi qua tóc và ôm chặt vào ngực E-Z. Cô mở lòng bàn tay phải và nhìn bạn mình, cậu bé/thiên thần. Cô cười và ôm chặt anh. Khi nhận ra sinh vật nhỏ bé giống tiên trên vai E-Z, cô dùng mắt lòng bàn tay để nhìn nó.

"Em nhỏ xíu và đáng yêu quá," cô nói.

"Rất vui được gặp em," Hadz nói. "Và cảm ơn em."

Họ bay về phía bệnh viện.

"Em an toàn rồi," E-Z nói.

"Và em không còn ở trong cái đó nữa," Lia nói.

"Hadz đã giúp em thoát ra," E-Z nói, vỗ cánh.

"Em lấy chúng ở đâu vậy?" Lia hỏi. 'Em có thể cho em một ít không?"

E-Z mỉm cười. Anh không chắc nên kể cho cô bé bao nhiêu. Anh lo lắng Eriel sẽ nói gì nếu anh tiết lộ quá nhiều. 'Em có chúng sau khi bố mẹ em qua đời."

"Nhưng tại sao?" Lia nhỏ hỏi.

"Em bắt đầu cứu người," E-Z nói.

"Ý cậu là, tớ không phải là người đầu tiên cậu cứu?"

"Không, cậu không phải."

Hadz ho khan, đó là tín hiệu cho E-Z ngừng nói.

Họ tiếp tục bay trong im lặng. Cô bé ôm chặt ngực E-Z. Chiếc xe lăn biết mình cần đi đâu. Hadz cảm thấy mình lại được cần đến.

E-Z chìm trong suy nghĩ. Anh tự hỏi liệu việc cứu Lia có phải là thử thách chính. Hay việc thoát khỏi viên đạn đã hoàn thành nhiệm vụ. Có thể là hai trong một! Vậy thì tổng cộng là bao nhiêu? Anh phải ghi chép lại để theo dõi. Đó là điều anh đã làm trong nhật ký, nhưng gần đây anh không có nhiều thời gian để ghi chép.

"Tôi có thể nghe thấy suy nghĩ của anh," Lia nói. Cô mở rộng cả hai lòng bàn tay. Cô đang quan sát E-Z từ bên ngoài trong khi lắng nghe những suy nghĩ của anh bên trong. "Tôi muốn biết thêm về những thử thách này. Và tôi muốn biết tại sao tôi có thể nhìn bằng tay thay vì bằng mắt. Anh nghĩ Eriel có biết không?"

POP

Hadz không chờ đợi câu trả lời.

"Bệnh viện ở dưới kia," E-Z nói.

Chiếc ghế từ từ hạ xuống, và họ bước vào bệnh viện. E-Z và đôi cánh của chiếc ghế biến mất. Anh đẩy dọc hành lang và tìm thấy phòng của Lia. Mẹ cô đang chờ ở đó.

"Bắt thằng nhóc này lại," mẹ Lia hét lên.

E-Z sững sờ. Tại sao bà lại muốn anh bắt con gái mình? Anh vừa cứu cô bé mà.

"Nhưng Mẹ," Lia bắt đầu.

Cảnh sát bước vào. Họ đưa tay ra sau lưng E-Z và đeo còng tay vào tay anh.

Trước khi họ đóng còng, Lia hét lên. Rồi cô mở lòng bàn tay và đưa ra trước mặt. Từ lòng bàn tay cô, một ánh sáng trắng chói lòa phát ra, khiến tất cả mọi người trong phòng, trừ cô và E-Z, dừng lại kịp thời. Cô bé Lia đã dừng thời gian.

"Hay quá! Em làm thế nào vậy?" E-Z reo lên khi còng tay rơi xuống sàn với tiếng kêu lạch cạch.

"Em, em không biết. Em muốn bảo vệ anh. Để cứu anh." Cô bé dừng lại, lắng nghe. "Có ai đó đang đến, anh phải rời khỏi đây ngay. Em cảm nhận được có người khác đang đến, và anh phải đi ngay."

"Ai?" E-Z hỏi. "Em biết là ai không?"

"Em không biết. Tất cả những gì em biết là có người khác đang đến, và cậu phải đi ngay lập tức."

"Em sẽ ổn chứ? Họ có làm hại em không?"

"Em sẽ ổn – họ đến tìm cậu – không phải em. Ra khỏi đây ngay lập tức."

"Khi nào em sẽ gặp lại em?" E-Z hỏi, khi anh đập vỡ cửa sổ bệnh viện và bay ra ngoài, chờ cô trả lời.

"Em sẽ luôn thấy anh, E-Z. Chúng ta là một. Chúng ta là bạn. Anh hãy rời khỏi đây, em sẽ lo phần còn lại." Cô thổi một nụ hôn về phía anh.

Lia leo lên giường, kéo chăn lên cổ và giả vờ ngủ say trước khi khiến thế giới tiếp tục chuyển động.

"Có chuyện gì xảy ra vậy?" mẹ cô hỏi.

Mọi thứ lại trở nên bình thường. Lia đang nằm trên giường, không hề hấn gì.

Thế giới tiếp tục như trước đây trong khi E-Z bay về nhà.

"Cảm ơn, Hadz đã giúp đỡ," E-Z nói dù cô đã đi. Bằng cách nào đó, anh biết rằng dù cô ở đâu, cô cũng có thể nghe thấy anh.

7

As E-Z bay vút qua bầu trời, anh nhận ra mình đang đói meo. Dưới chân anh là Big Ben. Anh quyết định hạ cánh và mua một phần cá và khoai tây chiên kiểu Anh.

Khi ghế hạ xuống, anh nhận thấy một chiếc xe van trắng đang di chuyển nhanh trên đường. Nó song song với một trường học. Anh thấy các bậc phụ huynh trong xe và đi bộ đang chờ đón con cái.

Khi chiếc xe van rẽ qua góc đường, nó tăng tốc.

Chiếc xe lăn của anh lao về phía trước, bám theo chiếc xe tải. Cách lái xe ngày càng liều lĩnh khi nó đến gần trường học. Những đứa trẻ bắt đầu ra khỏi trường.

E-Z nắm chặt phần sau của chiếc xe tải. Dùng hết sức lực, anh kéo nó dừng lại với tiếng rít chói tai.

Tài xế đạp ga, cố gắng thoát khỏi đó. Anh ta không may mắn. Họ không thể nhìn thấy thứ gì hoặc ai đang giữ họ lại.

E-Z phá khóa cốp xe, với tay vào trong và kéo ra dây cáp khởi động. Chiếc xe lăn lao về phía trước và đập vào nóc xe. E-Z dùng dây cáp để trói chặt cửa cabin. Tài xế không thể thoát ra.

Tiếng còi báo động vang lên khắp nơi.

E-Z bay lên trời, nhận ra có vài người đang chụp ảnh anh bằng điện thoại, anh bay cao hơn và cao hơn.

Dạ dày anh réo lên và anh nhớ đến món cá và khoai tây chiên. Không có tiền Anh, anh không thể trả tiền cho chúng, nên anh quyết định về nhà.

Nghĩ đến chú Sam đang lo lắng không biết anh ở đâu, anh quyết định để lại tin nhắn và bắt đầu viết: "Tôi đang trên đường về nhà."

Click.

"Anh đang ở đâu?" Chú Sam hỏi.

E-Z mừng vì đó không phải là tin nhắn!

"Tôi đang bay qua Anh. Thời tiết hôm nay thật tuyệt để bay, phải không?"

"Cái gì? Làm sao?"

"Đó là một câu chuyện dài, tôi sẽ giải thích khi về đến nhà."

"Anh đang ở trên máy bay sao?"

"Không, chỉ có tôi và chiếc ghế của tôi thôi."

Dưới kia, E-Z thấy mọi người đang chụp ảnh anh. Khi anh phát hiện một chiếc máy bay chở hàng 747 đang tiến về phía mình, anh nhận ra mình gặp rắc rối. Trước khi kịp bay cao hơn, các máy ảnh đã chụp ảnh và đăng tải khắp mạng xã hội.

"Xin lỗi Eriel," anh nói, bay cao hơn. 'Anh biết câu nói 'bất kỳ sự chú ý nào cũng là tốt' chứ? Well..." E-Z cười. Nếu Eriel có thể thấy anh mỗi ngày, mỗi giờ, tại sao anh lại phải gọi anh đến giúp? Có điều gì đó không ổn. Không phải các thiên thần muốn anh hoàn thành thử thách.

Một cơn ớn lạnh chạy dọc sống lưng anh khi bầu trời đột ngột chuyển màu, những đám mây đen cuộn xoáy và nhấp nháy xung quanh. Anh tiếp tục bay, cố gắng tăng tốc, nhưng rồi những tia sét bắt đầu xuất hiện, và anh phải tránh né chúng. Rồi anh nhớ đến chiếc máy bay. Anh có thể thấy nó đang hạ cánh thành công và mọi người đều an toàn. Anh tiếp tục bay về nhà.

Sau cơn bão, những vì sao xuất hiện. Chiếc ghế của anh ta vẫn đập cánh trong khi E-Z chìm vào giấc ngủ.

"E-Z?" Lia nói trong đầu anh ta. 'Anh có ở đó không?"

Anh ta giật mình tỉnh dậy, quên rằng mình đang ngồi trên ghế và rơi xuống. Anh ta bắt đầu rơi, nhưng đôi cánh của anh ta hoạt động và nhanh chóng đưa anh ta trở lại ghế.

"Mọi thứ ổn chứ, con trai?' anh ta hỏi.

"Vâng. Họ nghĩ đó chỉ là một giấc mơ, con đang nói chuyện với bố. Vẽ tranh về bố. Mẹ biết sự thật, nhưng bà không muốn đối mặt với nó."

"Oh, điều đó có làm con lo lắng không?"

"Không. Sức mạnh của con đang tăng lên. Con có thể cảm nhận được, và con biết có điều gì đó đang đến. Điều gì đó mà bố sẽ cần sự giúp đỡ của con. Con sẽ về nhà sớm. Con sẽ hỏi mẹ xem chúng ta có thể đến thăm bố không. Sớm thôi."

"Gì cơ? Mẹ con nên gọi chú Sam của con và họ có thể trò chuyện?"

"Vâng, đó là ý tưởng hay. Mẹ đã xem ảnh và đã gặp anh, nhưng bà ấy không nhớ. Như thể trí nhớ của bà ấy về anh đã bị xóa sạch hoặc đang ngủ say."

"Con chắc chắn đây là điều đúng đắn để làm?"

"Con chắc chắn. Con cần ở bên anh. Con cần giúp anh."

Tâm trí E-Z trống rỗng. Lia đã biến mất.

Thiếu niên nghĩ về Lia, đến Bắc Mỹ. Cô bé là một cô gái nhỏ, có thể nhìn bằng tay, nhưng làm sao cô có thể giúp anh? Cô đã giúp anh trốn thoát, nhưng anh bối rối về sự tham gia của cô. Anh không muốn đặt cô vào nguy hiểm. Anh gọi Eriel lần nữa. Anh niệm câu thần chú, nhưng không có gì xảy ra.

Anh ngắm nhìn cảnh vật xung quanh, tạm thời quên đi cô bé. Anh sắp về nhà rồi. May mắn là chiếc ghế của anh đã được độ lại và anh có thể di chuyển với tốc độ F-A-S-T!

8

Sắp tới, E-Z phát hiện bờ biển. Anh thở phào nhẹ nhõm cho đến khi nhận ra một con chim lớn đang lao thẳng về phía mình. Khi nó đến gần, anh nhận ra đó là một con thiên nga. Nhưng không phải là con thiên nga bình thường. Nó khổng lồ và sải cánh cũng khổng lồ, anh ước tính hơn một trăm năm mươi inch. Đó chính là con thiên nga đã từng nói chuyện với anh trước đây. Không chỉ vậy, anh còn phát hiện ra một ánh sáng đỏ rực nhấp nháy trên vai con chim.

Con thiên nga đổi hướng và đáp xuống vai anh một cách nặng nề. Nó đã bắt chuyến đi.

"Chào anh," E-Z nói, ngước nhìn lên con vật xinh đẹp đang cố giữ thăng bằng.

"Hoo-hoo," con thiên nga nói. Rồi nó lắc đầu, mở mỏ và nói, 'Xin chào E-Z."

"Tôi nghĩ tôi phải cảm ơn anh,' anh nói.

"Oh, không có gì. Và tôi hy vọng anh không phiền vì tôi đã đi nhờ," con thiên nga nói, xù lông.

"Uh, không sao," E-Z trả lời.

"Đây là người thầy của tôi, Ariel," con thiên nga nói.
WHOOPEE
Một thiên thần thay thế đèn đỏ.

"Xin chào," cô nói, ngồi lên đùi E-Z.

"Uh, rất vui được gặp bạn," anh nói.

"Tôi có thể giúp gì cho bạn?" anh hỏi.

"Tôi hy vọng rằng bạn và người bạn thiên nga của tôi có thể hợp tác với nhau."

"Làm sao vậy?" anh hỏi.

"Đệ tử của tôi đã trải qua nhiều khó khăn. Anh ấy có thể kể chi tiết cho anh khi sẵn sàng, nhưng hiện tại tôi cần anh giúp anh ấy bằng cách cho phép anh ấy giúp anh vượt qua các thử thách. Anh cần sự giúp đỡ, đúng không?"

"Theo như tôi hiểu," anh ta nói với Ariel. Rồi quay sang con thiên nga, 'không có ý gì với anh, bạn ạ.' Sau đó quay lại Ariel, "đó là không ai có thể giúp tôi trong các thử thách. Điều đó đến trực tiếp từ Eriel và Ophaniel."

"Tôi đã làm rõ với họ. Vậy nếu đó là lý do duy nhất của anh," cô dừng lại rồi

WHOOPEE

và cô biến mất.

Sau đó, E-Z và con thiên nga tiếp tục bay qua Đại Tây Dương và vào Bắc Mỹ. Anh luôn muốn được thấy Grand Canyon. Anh sẽ phải xem nó vào lần khác. Con thiên nga ngáy khò khò và ôm chặt vào cổ E-Z.

E-Z đưa tay vào túi và lấy điện thoại ra. Anh chụp một bức ảnh selfie với con thiên nga. Anh giữ điện thoại trong tay, dự định ghi lại lời nói của con thiên nga lần sau khi nó nói. Anh cần bằng chứng rằng mình không đang mất trí.

Một lúc sau, E-Z tập trung vào ngôi nhà của mình. Đó là ngày đi học, nhưng anh quá mệt mỏi để đi. Khi ghế bắt đầu hạ xuống, con thiên nga tỉnh dậy. "Chúng ta đã đến chưa?"

"Đúng rồi, chúng ta đã đến nhà tôi," E-Z nói, nhấn nút ghi âm trên điện thoại. 'Bạn muốn tôi đưa bạn đến đâu?"

"Không, cảm ơn. Tôi phải ở lại với bạn,' con thiên nga nói, duỗi cổ ra để nhìn ngôi nhà mà nó sẽ ở lại. "Bạn và tôi, chúng ta cần nói chuyện."

E-Z nhấn nút phát nhưng không có tiếng gì. Con thiên nga không thể được ghi âm. Thật kỳ lạ.

Họ hạ cánh trước cửa chính. E-Z đưa chìa khóa vào ổ khóa nhưng trước khi kịp mở cửa, chú Sam đã xuất hiện. Ông ôm chặt cháu trai và nói: "Chào mừng về nhà." Ông gãi cằm và trông có vẻ lo lắng khi thấy người bạn đồng hành của E-Z, một con thiên nga khổng lồ.

"Rất vui được trở về," E-Z nói, bước vào trong.

Con thiên nga theo sau, chân có màng bơi nhẹ nhàng bước theo sau anh.

"Và đây là ai, ừm, bạn lông vũ của cậu?" Uncle Sam hỏi.

E-Z nhận ra mình thậm chí không biết tên con thiên nga.

Con thiên nga nói: "Alfred, tên tôi là Alfred."

E-Z giới thiệu một cách trang trọng.

Con thiên nga sau đó bước đi dọc hành lang, vào phòng E-Z và bay lên giường anh ta để nghỉ ngơi.

E-Z vào bếp cùng chú Sam trên xe lăn.

"Con thiên nga đó đang làm gì ở đây vậy?" Anh dừng lại, lấy sữa từ tủ lạnh. Anh rót cho cháu trai một ly đầy. "Nó không thể ở đây. Chúng ta phải đưa nó vào bồn tắm. Nếu nó vừa. Nó là con thiên nga to nhất tôi từng thấy. Anh tìm thấy nó ở đâu và sao lại mang nó đến đây?"

E-Z nuốt vội sữa. Anh lau sạch vệt sữa trên môi. "Tôi không tìm thấy nó, nó tự tìm đến tôi. Và nó có thể nói chuyện. Nó, anh ấy, đã ở đó khi tôi cứu cô bé và khi tôi cứu chiếc máy bay. Anh ấy nói chúng ta cần nói chuyện."

Chú Sam không trả lời, đi xuống hành lang. E-Z theo sát phía sau mà không nói gì.

"Nói đi!" Chú Sam quát.

Alfred, con thiên nga, mở mắt, ngáp một cái, rồi lại ngủ tiếp mà không phát ra tiếng nào.

"Tôi bảo nói đi," Chú Sam nói lại.

Alfred, con thiên nga, mở mỏ và hừ một tiếng.

"Không sao đâu, Alfred," E-Z nói. 'Đó là chú Sam của tôi."

"Nó không hiểu tôi. Và tôi nghĩ nó sẽ không bao giờ hiểu được. Tôi ở đây vì cậu và chỉ vì cậu thôi,' con thiên nga Alfred nói. Nó hừ mũi, rồi cuộn mình vào chăn và chìm vào giấc ngủ một lần nữa.

Chú Sam nhìn theo, trong khi con thiên nga đã được hoạt hình và đang nhìn chằm chằm vào E-Z.

Anh ta và Chú Sam đóng cửa khi ra ngoài và quay trở lại bếp để trò chuyện.

E-Z mệt mỏi đến mức không thể mở mắt.

"Có thể đợi đến sáng mai không?" anh hỏi.

Sam lắc đầu.

"Được rồi, bắt đầu nhé. Đầu tiên, tôi đánh một quả bóng chày ra khỏi sân. Rồi tôi chạy hoặc lăn quanh các góc sân. Sau đó, tôi bị kẹt trong một hộp hình viên đạn không thể thoát ra. Rồi tôi có thể nói chuyện với một cô bé ở Hà Lan. Tôi đến đó để cứu cô ấy. Tên cô ấy là Lia, và mẹ cô ấy sẽ gọi cho anh. Tôi đã ngăn một chiếc xe gây hại cho trẻ em ở London, Anh. Rồi tôi gặp Alfred, con thiên nga thổi kèn. Và bây giờ anh đã biết hết – tôi có thể đi ngủ được chưa?"

"Tôi phải nói gì khi cô ấy gọi?" Sam hỏi. "Chúng ta thậm chí không biết những người này, nhưng chúng ta phải để họ ở lại đây trong nhà với chúng ta. Chúng ta và Alfred, con thiên nga?"

"Vâng, hãy làm theo. Có một kế hoạch đang diễn ra và tôi chưa biết hết chi tiết. Lia có sức mạnh, mắt ở lòng bàn tay và cô ấy có thể đọc suy nghĩ của tôi và dừng thời gian. Alfred con thiên nga cũng có sức mạnh, nó có thể đọc suy nghĩ của tôi và nói chuyện. Tôi nghĩ ba chúng ta có liên kết với nhau theo cách nào đó, có lẽ vì những thử thách. Tôi không biết. Bất cứ điều gì cũng có thể xảy ra khi Eriel theo dõi tôi 24/7," E-Z nói.

Khi đi dọc hành lang, họ nghe thấy tiếng chân thiên nga đập xuống sàn khi nó lạch bạch đi. "Tôi quá đói để ngủ," con thiên nga Alfred nói.

"Bạn ăn những thứ gì?"

"Ngô là tốt, hoặc bạn có thể cho tôi ra sau vườn và tôi sẽ tự tìm cỏ."

"Chúng ta có ngô không?" E-Z hỏi.

"Chỉ có ngô đông lạnh," ông Sam nói. "Nhưng tôi có thể ngâm hạt ngô vào nước ấm, và chúng sẽ sẵn sàng trong chốc lát."

"Hãy cảm ơn ông ấy," Alfred con thiên nga nói. "Ông ấy thật tốt bụng."

Uncle Sam đổ ngô lên đĩa và Alfred ăn phần được cho. Nó vẫn còn đói và cần đi tiểu, nên nó xin phép ra ngoài. Trong lúc ra ngoài, nó sẽ ăn cỏ trên sân.

E-Z và Uncle Sam nhìn con thiên nga trong vài giây.

"Hy vọng con chihuahua của hàng xóm không ghé qua chơi," Uncle Sam nói. 'Con thiên nga đó to quá, nó sẽ làm con chó sợ chết khiếp."

E-Z cười. 'Tưởng tượng xem nó sẽ làm gì nếu con chó hiểu được như tôi?"

Alfred, con thiên nga, cảm thấy thoải mái như ở nhà. Anh ta chắc chắn mình sẽ hạnh phúc ở đây.

9

Sau đó, Alfred con thiên nga xin được nói chuyện riêng với E-Z.

"Cậu có thể nói bất cứ điều gì ở đây," E-Z nói. "Chú Sam không hiểu cậu, nhớ không?"

"Vâng, tôi biết. Nhưng đó là vấn đề về lễ nghi. Người ta không nói chuyện với một người khi có người khác hiện diện, đặc biệt là khi là khách trong nhà người khác. Điều đó sẽ, ừm, khá là vô lễ. Thực ra, rất vô lễ."

E-Z lúc này mới nhận ra rằng Alfred, con thiên nga, nói với giọng Anh.

"Tôi có thể xin phép ra ngoài không?" E-Z hỏi.

Uncle Sam gật đầu và E-Z vào phòng mình, Alfred theo s au.

"Được rồi," E-Z nói. "Hãy nói cho tôi biết tại sao Ariel gửi anh đến đây và chính xác anh định làm gì để giúp tôi?"

Bây giờ E-Z đã nằm trên giường, con thiên nga Alfred bơi lội xung quanh, xoa bóp vào chăn, cố gắng tìm tư thế thoải mái.

"Anh có thể ngủ ở cuối giường," E-Z nói, ném một chiếc gối về phía đó.

"Cảm ơn," Alfred con thiên nga nói. Nó lạch bạch lên chiếc gối và đập nó bằng đôi chân có màng cho đến khi thoải mái. Rồi nó ngồi xổm xuống.

"Bây giờ, chúng ta bắt đầu nhé," Alfred nói.

E-Z, giờ đã mặc pyjama, lắng nghe Alfred kể câu chuyện của mình.

"Tôi từng là một người đàn ông."

E-Z thốt lên.

"Tốt nhất là đừng ngắt lời cho đến khi tôi kể xong," con thiên nga quở trách. "Nếu không, câu chuyện của tôi sẽ kéo dài mãi và cả hai chúng ta sẽ không được ngủ."

"Xin lỗi," E-Z nói.

Con thiên nga tiếp tục. "Tôi sống cùng vợ và hai con. Chúng tôi vô cùng hạnh phúc, cho đến khi một cơn bão ập đến, phá hủy ngôi nhà và giết chết tất cả họ. Tôi sống sót nhưng không muốn sống mà không có họ. Rồi một thiên thần đến gặp tôi, Ariel mà cậu đã gặp, và cô ấy nói rằng tôi có thể gặp lại họ một lần nữa nếu đồng ý giúp đỡ người khác. Tôi thích giúp đỡ người khác và điều đó sẽ mang lại mục đích cho cuộc sống của tôi. Hơn nữa, tôi không còn lựa chọn nào khác nên đã đồng ý."

"Anh có thử thách không?" E-Z hỏi. Anh ta đã nhầm tưởng câu chuyện của Alfred đã kết thúc.

"Câu chuyện của tôi chưa kết thúc," con thiên nga Alfred nói với giọng bực bội. Rồi nó tiếp tục. "Đó là điểm mấu chốt của câu chuyện tôi. Tôi không có thử thách, vì tôi không phải là thiên thần đang huấn luyện. Cánh của tôi không giống cánh của các bạn. Tôi là một con thiên nga, dù là một con thiên nga lớn hơn bình thường. Tên loài của tôi là Cygnus Falconeri, còn được gọi là thiên nga khổng lồ. Loài của tôi đã tuyệt chủng từ lâu. Mục đích của tôi không được xác định. Tôi bị kẹt giữa hai thế giới, trôi dạt qua thời gian vì đã phạm sai lầm. Nhưng tôi không muốn nói về điều đó bây giờ. Khi thấy anh cứu cô bé đó, tôi đã gọi Ariel và hỏi liệu có thể giúp anh không. Cô ấy mắng tôi vì đã trốn thoát và tôi bị gửi trở lại khoảng không giữa hai thế giới. Tôi trốn thoát lần nữa và giúp bạn với chiếc máy bay, và Ariel đã nhờ Ophaniel cho tôi một cơ hội khác. Bây giờ tôi có mục đích - giúp bạn."

"Và Ophaniel đồng ý? Nhưng còn Eriel thì sao?"

"Họ không đồng ý lúc đầu. Đó là vì Hadz và Reiki đã báo cáo tôi vì đã giúp anh bằng cách triệu hồi những người bạn chim của tôi. Khi nghe tin họ bị gửi đến mỏ, và tôi trốn thoát lần nữa, Ariel đã trình bày trường hợp của tôi và Ophaniel đồng ý. Tôi không biết về Eriel. Anh ấy là mentor của anh sao?"

"Đúng, anh ấy đã thay thế Hadz và Reiki. Họ chỉ xuất hiện thoáng qua, trong khi anh ấy nói rằng anh ấy luôn có thể thấy tôi ở đâu và đang làm gì."

"Nghe có vẻ quá mức. Dù sao, tôi cũng muốn gặp anh ấy một ngày nào đó. Hiện tại, chúng ta là một đội. Tôi có thể giúp bạn, để một ngày nào đó, tôi cũng có thể trở về với gia đình mình. Vậy nên, E-Z đi đâu, tôi sẽ đi theo."

E-Z đặt đầu lên gối và nhắm mắt lại. Anh cảm thấy biết ơn vì bất kỳ sự giúp đỡ nào. Dù sao, con thiên nga đã giúp anh trong quá khứ với chiếc máy bay.

"Tôi sẽ không cản đường anh," Alfred, con thiên nga, nói. "Tôi biết, anh đang nghĩ chúng ta là một cặp đôi phi lý và khi Lia đến, chúng ta sẽ trở thành một bộ ba còn phi lý hơn nữa, nhưng..."

"Chờ đã," E-Z nói. 'Anh biết về Lia? Làm sao anh biết?"

"À vâng, tôi biết tất cả về cậu và tôi biết tất cả về cô ấy, và tôi còn biết nhiều hơn nữa. Rằng ba chúng ta có mối liên kết. Định mệnh đã sắp đặt cho chúng ta làm việc cùng nhau.' Anh ta duỗi hàm, trông như đang cố ngáp. 'Tôi quá mệt để nói thêm đêm nay.' Chẳng bao lâu sau, Alfred, con thiên nga, đã ngáy khò khò.

E-Z suy nghĩ lại tất cả những gì anh biết về thiên nga. Không có nhiều. Sáng mai, anh sẽ tìm hiểu thêm về loài của Alfred.

Anh tự hỏi PJ và Arden sẽ nghĩ gì về Alfred. Anh có cần giới thiệu họ hay Alfred có thể là một bí mật?

Anh vỗ vỗ gối bằng nắm đấm và chuẩn bị đi ngủ.

Điều đó đánh thức Alfred, và anh ta cáu kỉnh vì điều đó.

"Cậu phải làm thế à?" Alfred hỏi.

"Xin lỗi," E-Z nói.

10

Sáng hôm sau, E-Z tỉnh dậy bởi tiếng gõ cửa ầm ầm của chú Sam. "Dậy đi E-Z! PJ và Arden đã trên đường đến đón cậu đi học."

E-Z ngáp dài và duỗi người. Cậu mặc quần áo rồi chậm rãi ngồi vào ghế. Vì Alfred vẫn còn ngủ, cậu sẽ lẻn ra ngoài và gặp cậu ấy sau giờ học.

"Con không được đi đâu mà không có ta!" Alfred nói. Nó lắc lắc lông khắp người rồi nhảy xuống sàn.

"Con không thể đi cùng ta đến trường. Thú cưng không được phép vào."

"E-Z, mau lên đi!" Chú Sam hét từ bếp. "Không thì con sẽ bỏ lỡ bữa sáng."

Dạ dày E-Z sôi sục khi mùi bánh mì nướng bay vào mũi. "Đến đây!"

Không có thời gian để tranh cãi, E-Z mở cửa. Anh bước vào bếp đúng lúc Arden và PJ đến. Tiếng còi xe bên ngoài báo hiệu họ đã đến.

"Được rồi, được rồi!" E-Z gọi to khi cầm một miếng bánh mì nướng. Anh đi dọc hành lang với người bạn mới có chân có màng bơi theo sau.

PJ xuống xe giúp E-Z lên và cố định xe lăn của anh ta vào cốp. Khi đang đóng cửa, anh ta thấy Alfred đang cố gắng leo vào xe.

"Ồ, cái thứ đó không thể vào xe được," PJ hét lên.

Arden hạ cửa sổ xuống.

"Đó là cái quái gì vậy? Tôi có bỏ lỡ thông báo nào nói hôm nay có Show and Tell không?" Anh ta cười khẩy.

"Đó là con thiên nga sao?" Bà Handle, mẹ của PJ, hỏi.

"Hay là thứ này là Chủ tịch câu lạc bộ hâm mộ của cậu?" PJ hỏi với nụ cười mỉa mai.

Khi đã vào xe, E-Z trả lời. "Chúng ta đã quá lớn để tham gia Show and Tell," anh cười. "Con thiên nga là dự án của tôi. Một thí nghiệm, giống như chó dẫn đường cho người mù. Nó là bạn đồng hành xe lăn của tôi." Anh thắt dây an toàn cho Alfred.

PJ ngồi vào ghế trước bên cạnh mẹ.

Alfred, con thiên nga, nói: "Cậu không giới thiệu tôi sao?"

Bà Handle lái xe ra và họ trên đường đến trường.

"Alfred," E-Z liếc nhìn bạn bè, "đây là bà Handle. Và hai người bạn thân nhất của tôi, PJ và Arden. Mọi người, đây là Alfred, con thiên nga kèn trumpet." E-Z khoanh tay.

Alfred nói: "Hoo-hoo." Với E-Z, anh nói: "Tôi rất vui được gặp cậu. Cậu có thể dịch giúp tôi không?"

"Sao cậu biết tên anh ấy?" PJ hỏi.

"Cậu không phải là người có thể nói chuyện với động vật, đúng không E-Z? Xin đừng nói là cậu có thể. Mặc dù, điều đó có thể trở thành một nguồn thu nhập khổng lồ. Chúng ta có thể quảng bá tài năng của cậu. Hãy đặt câu hỏi và đăng câu trả lời lên kênh YouTube của chúng ta. Chúng ta có thể gọi nó là E-Z Dickens, Người Thì Thầm Với Thiên Nga."

"Ý tưởng tuyệt vời!" PJ nói khi mẹ anh dừng lại ở vạch sang đường. 'Mấy năm trước, chúng ta có thể kiếm được hàng triệu đô la trực tuyến. Bây giờ kiếm tiền trực tuyến thật khó khăn. Họ đã siết chặt lắm rồi."

"Đừng vô lễ,' bà Handle nói khi lái xe tiếp.

"Người mà anh ấy nhắc đến là Bác sĩ Dolittle," Alfred giải thích. "Đó là series 12 cuốn tiểu thuyết do Hugh Lofting viết. Cuốn đầu tiên được xuất bản vào năm 1920, và các cuốn tiếp theo ra mắt cho đến năm 1952. Hugh Lofting qua đời vào năm 1947. Ông là người Anh, sinh ra và lớn lên ở Berkshire."

"Tôi biết họ đang nói về ai," E-Z nói với Alfred. 'Và không, tôi không phải."

Arden nói: 'Tôi hy vọng con thiên nga bạn của anh không cướp hết các cô gái của chúng ta hôm nay. Anh biết con gái thích những thứ lông vũ mà."

Bà Handle ho khan.

"Tôi từng là một tay sát gái, hồi còn trẻ," Alfred nói, tiếp theo là một tiếng "Hoo-hoo!" hướng về phía PJ và Arden.

PJ nói, "Con thiên nga của anh thật là hài hước."

Arden hỏi, 'Bộ phim về chim nào đã đoạt giải Oscar?"

PJ trả lời, 'Lord of the Wings."

Arden hỏi, 'Chim đầu tư tiền vào đâu?"

PJ trả lời, 'Vào thị trường chim bồ câu!"

"Bạn bè của ông dễ bị chọc cười quá," Alfred nói. 'Họ là hai kẻ ngốc, cùng một giuộc. Tôi hiểu tại sao ông thích họ. Tôi thích bà Handle. Bà ấy yên lặng và lái xe giỏi."

E-Z cười.

"Rất vui vì ông thích humor buổi sáng,' PJ nói.

"Tôi không thực sự thích," Alfred nói. "Hơn nữa, hai người là những kẻ ngốc thực sự."

Arden và PJ nhìn nhau ngạc nhiên.

E-Z cũng nhìn hai người ngạc nhiên. "Gì cơ?"

"Các cậu không nghe thấy à?" hai người nói cùng lúc. "Con thiên nga biết nói – và với giọng Anh. Ôi trời, các cô gái sẽ thích anh ta lắm."

Bà Handle lắc đầu. "Đừng có làm trò ngốc nghếch, hai đứa!"

E-Z nhìn Alfred, con thiên nga, trông có vẻ bối rối.

Alfred thử kể một câu đùa của riêng mình để xem liệu họ có thực sự hiểu anh không. "Tại sao chim ruồi lại hót?" anh hỏi.

Ba cậu bé nhìn nhau, rõ ràng cả Arden và PJ bây giờ đều có thể hiểu anh.

Alfred nói câu kết, "Bởi vì chúng không biết lời, tất nhiên."

PJ và Arden cười, nhưng chủ yếu là vì họ cảm thấy sợ hãi.

"Tại sao bây giờ họ cũng có thể hiểu anh?" E-Z hỏi. 'Ban đầu họ không thể, bây giờ thì có. Tôi tưởng anh nói chỉ có mình anh. Và tại sao chú Sam không thể hiểu anh?"

Bây giờ họ có thể hiểu anh, Alfred cảm thấy ngại ngùng. Anh thì thầm với E-Z: 'Thật sự tôi không biết. Trừ khi, việc tôi ở đây có liên quan đến họ."

"Và không bao gồm chú Sam? Hay bà Handle?"

"Có lẽ không," Alfred trả lời.

"Và anh tìm thấy con thiên nga biết nói này ở đâu?" Arden hỏi.

"Và tại sao anh lại mang nó đến trường?" PJ hỏi.

Bà Handle thở dài. "Các con đang rất ngớ ngẩn. E-Z nói nó là một con thiên nga bạn đồng hành. Nó không thể nói."

"Thứ nhất, nó không chỉ là một con thiên nga, nó là Cygnus Falconeri. Còn được gọi là thiên nga khổng lồ và là loài đã tuyệt chủng hàng thế kỷ."

"Tôi chưa từng thấy nhiều thiên nga trong đời," Arden nói. "Những con tôi thấy trên kênh thiên nhiên không to bằng nó. Chân nó to quá!" Và nếu nó phải, à, đi vệ sinh thì sao?"

"Chiều dài từ mỏ đến đuôi của một con thiên nga khổng lồ trung bình là 190-210 centimet," Alfred giải thích. 'Và nếu tôi phải đi, tôi sẽ dùng cỏ – sân thể thao sẽ cho tôi đủ không gian để ăn và làm việc đó nếu cần thiết."

"Ý anh là anh ăn cỏ rồi đi trên cỏ à?' PJ hỏi.

"Eww!" Arden nói.

Họ đã rất gần trường học, nên E-Z giải thích. 'Tôi không thể cho các bạn chi tiết vì tôi không biết rõ. Tất cả những gì tôi chắc chắn là Alfred ở đây để giúp tôi, và các bạn sẽ gặp anh ấy nhiều lần."

"Tôi không nghĩ họ sẽ cho anh ấy vào trường,' Arden nói.

"Sẽ không sao đâu, vì tôi là bạn đồng hành của cậu," Alfred nói.

PJ, Arden và Alfred cười khi xe dừng lại trước cổng trường.

"Gọi cho tôi nếu cậu muốn tôi đón cậu sau giờ học," bà Handle nói.

"Cảm ơn," họ trả lời.

Sau khi ghế của E-Z được lấy ra khỏi cốp xe, bà Handle lái xe rời khỏi lề đường.

Bạn bè của anh ta giúp anh ta lên xe, trong khi Alfred bay lên và ngồi trên vai anh ta. Họ tiến về phía trước trường nơi Hiệu trưởng Pearson đang đưa học sinh vào trong.

"Chào buổi sáng các cậu," ông nói với nụ cười rạng rỡ trên khuôn mặt. Cho đến khi ông nhận ra Alfred, con thiên nga. 'Đó là cái gì vậy?' ông hỏi.

"Đó là con thiên nga bạn đồng hành," E-Z nói.

"Đó là Cygnus Falconerie, chính xác là vậy," Arden nói.

"Nó đi cùng chúng tôi," PJ nói.

Hiệu trưởng Pearson khoanh tay. "Cái thứ đó, Cygnus gì đó không được vào đây!"

Alfred nói: "Không sao đâu E-Z. Đừng gây ồn ào. Tôi sẽ ở đây khi các cậu tan học. Hẹn gặp lại sau." Alfred bay lên và đáp xuống mái nhà. Anh ngắm nhìn khung cảnh xung quanh trước khi bay xuống sân bóng đá. Có rất nhiều cỏ để ăn. Khi no bụng, anh sẽ tìm một chỗ râm mát dưới cây và chợp mắt.

Hiệu trưởng Pearson lắc đầu, rồi mở cửa cho E-Z và bạn bè. Bên trong, chuông báo hết giờ năm phút đã reo.

Ngày học hôm đó diễn ra bình thường đối với E-Z và bạn bè.

Vẫn chưa có tin gì từ Eriel về các thử thách mới.

11

Alfred đã quen với cuộc sống mới. Các bạn học ở trường dần quen với anh – mặc dù chỉ có E-Z và bạn bè của cậu biết anh có thể nói chuyện.

Hôm đó, ngoài cổng trường, Alfred đang đợi E-Z và hỏi: "Chúng ta có thể nói chuyện không?"

E-Z nhìn quanh; cậu vẫn không muốn các học sinh khác nghe thấy mình nói chuyện với một con thiên nga. Cậu thì thầm: "À, có thể đợi đến khi về nhà được không?"

"À, tôi hiểu," Alfred nói. "Bạn vẫn cảm thấy ngại ngùng khi chúng ta trò chuyện. Điều đó dễ hiểu, nhưng bọn trẻ ở đây rất thích tôi. Chúng xếp hàng để vuốt ve tôi, cho tôi ăn. Hơn nữa, chú Sam có về nhà không? Tôi cần nói chuyện riêng với bạn."

"Vì chú ấy vẫn chưa hiểu bạn, nên khi ở nhà, bạn vẫn đang nói chuyện riêng với tôi."

"Nhưng đây là vấn đề quan trọng và khá gấp gáp," Alfred nói.

PJ dừng xe bên lề đường. Arden hỏi họ có muốn về nhà không.

"À, các cậu. Xin lỗi nhưng hôm nay tớ sẽ về nhà cùng Alfred. Anh ấy có thông tin quan trọng cần nói với tớ."

PJ và Arden lắc đầu. Arden nói: "Chúng tôi đã nghĩ sẽ bị bỏ rơi vì một cô gái – chứ không phải một con chim." Anh ta cười khẽ.

"Còn trận đấu thì sao?" Arden hỏi.

"Hôm nay là hôm nay, trận đấu còn đến ngày mai. Xin lỗi các cậu." E-Z tăng tốc. Chiếc xe lăn bánh bên cạnh anh ta, rồi lao đi với tiếng rít của lốp xe.

"Đồ ngốc," Alfred nói.

"Họ có ý tốt. Vậy chuyện gì quan trọng đến vậy?"

"Anh có nghe gì về Lia gần đây không? Tôi lo cho cô ấy." Alfred lạch bạch đi bên cạnh E-Z, nhổ đầu một bông cúc dại.

"Sao anh lại lo? Không có tin tức là tin tốt, phải không?"

"Thực ra, tôi đã nghe tin từ cô ấy và có một, ừm, một diễn biến mới khó hiểu."

E-Z dừng lại. "Nói cho tôi nghe thêm đi."

"Tiếp tục đi," Alfred nói, giờ đang cắn đầu một bông cúc. "Lia và mẹ cô ấy đang trên đường đến đây. Họ sẽ đến vào khoảng ngày mai."

"Sao phải vội vàng thế? Ý tôi là, đúng là bất ngờ. Chúng ta biết họ sẽ đến sớm mà. Điều gì khiến anh bối rối?"

"Đó không phải là phần bối rối."

"Đừng vòng vo nữa, nói thẳng ra đi!"

"Lia không còn bảy tuổi nữa – cô bé giờ đã mười tuổi."

"Cái gì? Điều đó là không thể."

"Anh nghĩ cô bé sẽ nói dối sao?"

"Không, tôi không nghĩ cô bé sẽ nói dối, nhưng – điều đó hoàn toàn không có ý nghĩa. Con người không thể lớn từ bảy lên mười trong vài tuần."

"Cô ấy nói cô ấy đi ngủ. Sáng hôm sau, cô ấy vào bếp ăn sáng và người giúp việc bắt đầu la hét. Đó là cách cô ấy phát hiện ra mình đã già đi ba tuổi trong một đêm."

"Trời ơi!" E-Z kêu lên.

"Và còn nữa."

"Nữa. Tôi không thể tưởng tượng được gì nữa."

"Cô ấy đã thuyết phục được mẹ mình rằng không cần phải ở lại đây suốt chuyến thăm. Cô ấy là một phụ nữ bận rộn. Phải mất khá nhiều thời gian để thuyết phục. Lia nói cô ấy sẽ tốt hơn nếu được ở cùng Sam vì kinh nghiệm của anh với cô bé và những thử thách đã qua. Mẹ cô ấy đồng ý, với một số điều kiện."

"Như thế nào?"

"Rằng cô ấy thích chú Sam."

"Ai mà chẳng thích chú Sam."

"Còn nữa, anh phải giải thích cho cô ấy tại sao con gái cô ấy lại già đi như vậy chỉ trong một đêm."

"Và anh định giải thích thế nào?"

"Thành thật mà nói," Alfred nói, 'tôi không biết. Đó là lý do tôi muốn nói chuyện riêng với anh. Ý tôi là, chú Sam biết Lia đang đến, đúng không?"

E-Z gật đầu, 'Tôi nghĩ vậy nếu họ đang trên đường."

"Nhưng ông ấy mong đợi một cô bé bảy tuổi, trong khi một cô bé mười tuổi sẽ xuất hiện trước cửa nhà ông ấy."

E-Z dừng lại. Uncle Sam. Anh thậm chí chưa từng nghĩ đến việc Uncle Sam phải đối mặt với một cô bé mười tuổi. "Tôi không chắc mình đã từng nhắc đến tuổi của Lia với ông ấy!"

Alfred tiếp tục nói. "Tôi đã nghe nói về việc con người lão hóa nhanh. Có một bệnh gọi là Progeria. Đó là một rối loạn di truyền, khá hiếm và rất nguy hiểm. Hầu hết trẻ em không sống quá mười ba tuổi và Lia đã mười tuổi, nên chúng ta cần phải tìm hiểu điều này."

"Cái bệnh mà anh vừa nói là gì?"

"Progeria."

"Đúng, Progeria, làm sao nó lây lan?" E-Z hỏi.

"Theo tôi hiểu, nó xảy ra trong vài năm đầu đời. Và trẻ em thường bị biến dạng."

"Lia bị biến dạng vì kính, không phải bệnh. Có cách chữa không?"

"Không có cách chữa. Nhưng E-Z, còn một điều nữa. Nó có liên quan đến đôi mắt trên tay cô ấy. Chúng mới xuất hiện và bệnh này cũng mới. Quá nhiều trùng hợp, anh không nghĩ vậy sao?"

E-Z suy nghĩ một lúc và quyết định Alfred đúng. Đó là một sự trùng hợp quá lớn. Nhưng anh sẽ làm gì bây giờ? Có nên gọi Eriel không? "Anh có biết Eriel không?"

Alfred chậm lại và E-Z cũng vậy. Họ sắp về đến nhà và cần phải nói chuyện này trước khi gặp Uncle Sam. "Có, tôi đã nghe nói về anh ta. Nhưng như anh biết, Eriel không phải là thiên thần của tôi. Anh đã gặp Ariel, người thầy của tôi, và cô ấy là thiên thần của thiên nhiên, vì vậy tôi mới ở trong trạng thái của một con thiên nga hiếm. Cô ấy có thể giúp, nhưng chúng ta phải chờ đến lần xuất hiện tiếp theo của c ô ấy."

"Anh có nghĩa là anh không thể triệu hồi cô ấy?"

Alfred gật đầu. "Anh có thể triệu hồi Eriel theo ý muốn không?"

E-Z cười. "Không hẳn là theo ý muốn, nhưng ông ấy có thể liên lạc được. Tuy nhiên, ông ấy là một kẻ khó chịu và không thích bị gọi hoặc triệu hồi." E-Z suy nghĩ im lặng, và Alfred cũng vậy. Ngôi nhà của họ đã hiện ra, và Uncle Sam đã về nhà vì xe của ông ấy đỗ trong lối vào. "Tôi nghĩ chúng ta nên chờ xem chuyện gì xảy ra với Lia."

"Đồng ý," Alfred nói, bước ra khỏi lối đi và nhổ một ít cỏ khỏi đất rồi nhai. E-Z nhìn theo. "Tôi không thích ăn quá nhiều cỏ; ý tôi là cỏ sân vườn. Đó là thứ tôi ăn cả ngày khi cậu ở trường – ngoài vài bông hoa tôi tìm được. Bây giờ, tôi muốn ăn thứ ướt át, mọc dưới nước. Nó tươi hơn và ngọt hơn."

"Tôi hoàn toàn hiểu điều đó," E-Z nói. "Tôi thích ăn salad khi nó tươi và giòn. Tôi không thích lắm khi nó được đóng gói trong túi và cách duy nhất để ăn là ngâm nó trong sốt salad."

"Tôi thật sự nhớ thức ăn của con người."

"Bạn nhớ nhất thứ gì?"

"Bánh mì kẹp phô mai và khoai tây chiên, không nghi ngờ gì cả. À, và sốt cà chua. Tôi từng yêu thích thứ sốt đỏ sệt đó, có thể cho lên mọi thứ."

"Có lẽ nó không tệ lắm nếu cho lên cỏ?" E-Z cười, nhưng Alfred đang suy nghĩ.

"Tôi sẵn sàng thử."

"Hãy đưa nó vào danh sách những điều muốn làm trước khi chết," E-Z nói.

"Danh sách những điều muốn làm trước khi chết là gì?" Alfred hỏi.

12

E-Z suy ngẫm về câu hỏi của Alfred. Alfred không biết "bucket list" là gì… và cụm từ này được đặt ra vào năm 2007. Trong bộ phim cùng tên của Nicholson và Freeman. Anh giải thích mà không đi vào chi tiết.

"Đó là một ý tưởng thật thú vị," Alfred nói, xòe rộng lông vũ. "Nhưng tại sao lại cần giữ một danh sách ước mơ? Chắc chắn bạn sẽ nhớ những điều mình thật sự muốn làm?"

"Alfred à, tôi cũng không chắc lắm. Có lẽ nó liên quan đến tuổi tác. Khi già đi và mất trí nhớ."

"Cũng có lý."

Họ tiếp tục hành trình và về đến nhà. Khi E-Z lăn xe lên dốc, Alfred nhảy lên. Con thiên nga vỗ cánh để giúp tăng tốc độ. Khi E-Z mở cửa, họ nghe thấy một giọng nói lạ.

"Ôi không, họ đã đến rồi!" Alfred nói.

"Sao anh không báo cho tôi biết!" E-Z đáp, cất túi lên móc trên đường vào phòng khách.

"Dĩ nhiên là tôi sẽ báo nếu biết!"

Lia đứng dậy.

Với E-Z, Lia mười tuổi trông hoàn toàn khác biệt, cho đến khi cô bé giơ hai bàn tay mở rộng.

Lia reo lên và chạy đến ôm chầm lấy anh. Sau đó cô bé ôm Alfred và nói rằng cô rất hạnh phúc khi cuối cùng cũng được gặp anh.

Mẹ của Lia, Samantha, cũng đang đứng đó, nhìn con gái mình ôm chặt cậu bé đã cứu mạng cô. Cậu bé thiên thần trong xe lăn. Con gái cô đã nhắc đến Alfred, nhưng không nói rằng anh là một con thiên nga khổng lồ.

Chú Sam đứng dậy và nói: "Ôi, E-Z! May quá cậu đã về!" Ông tiến lại gần cháu trai. Rồi ngượng ngùng đề nghị mọi người vào bếp lấy đồ uống.

"Chúng ta ổn mà," Samantha nói.

Sam vẫn khăng khăng đòi họ vào bếp.

"Uh," E-Z ấp úng. "Tôi muốn uống gì đó."

Sam thở dài.

"Đừng phiền cho chúng tôi," Samantha nói.

"Không phiền gì cả," Sam nói, đẩy ghế của E-Z về phía cửa ra vào phòng khách.

"Lia, em rất xinh đẹp," Alfred nói, cúi đầu để cô có thể vỗ nhẹ lên đầu anh.

"Cảm ơn," Lia nói với gương mặt ửng hồng. Cô liếc nhìn về phía E-Z khi họ rời khỏi phòng, nhưng anh không để ý vì mắt anh đang nhìn về phía chú mình.

Khi vào bếp, Sam đặt cháu trai xuống. Anh mở tủ lạnh rồi đóng lại. Anh đi đến tủ bếp, mở cửa rồi đóng lại.

"Có chuyện gì vậy?" E-Z hỏi.

"Tôi, tôi không ngờ họ đến sớm thế. Người Hà Lan ăn uống gì nhỉ? Tôi nghĩ trong nhà không có gì phù hợp. Có nên ra ngoài mua thứ gì đặc biệt không?"

"Họ cũng là người như chúng ta, chắc họ sẽ thử bất cứ thứ gì anh có. Đừng suy nghĩ quá nhiều."

"Giúp tôi với, cậu bé. Chúng ta nên phục vụ gì? Phô mai và bánh quy? Một thứ gì đó nóng, như sandwich phô mai nướng? Chúng ta có nước, nước ép và nước ngọt."

"Được rồi, chúng ta làm phô mai và bánh quy trước đã. Xem sao rồi hẳng tính. Và một khay đồ uống hỗn hợp."

Sam thở dài và xếp tất cả lên khay. "À, khăn giấy!" anh nói, lấy một xấp khăn giấy từ ngăn kéo.

"Xong chưa?" E-Z hỏi.

"Cảm ơn, con trai," Sam nói, cầm khay thức ăn và đồ uống. Anh bước vào phòng khách, cháu trai theo sau. Sam đặt mọi thứ lên bàn rồi nhảy lên nói, "Đĩa nhỏ!" và rời khỏi phòng, quay lại sau đó với những món đồ đó.

E-Z liếc nhìn về phía Lia khi nhấp một ngụm đồ uống. Anh vẫn thấy cô như một cô bé, dù cô đã không còn là trẻ con nữa. Tóc cô dài hơn.

Mẹ của Lia trông còn khó chịu hơn cả chú Sam. Bà mân mê một miếng bánh quy nhưng không cắn. Bà đẩy ly đồ uống qua lại nhưng không uống. Thỉnh thoảng bà liếc nhìn về phía chú Sam, nhưng không lâu. Rồi thở dài thật to và quay lại mân mê thức ăn.

"Chuyến bay của em thế nào?" E-Z hỏi.

"Dễ như ăn bánh so với bay cùng cậu," Lia nói. Cô cười và nước ngọt suýt trào ra khỏi mũi. Chẳng bao lâu, tất cả đều cười vang và cảm thấy thoải mái hơn.

Alfred nói chuyện thoải mái, biết rằng chỉ có Lia và E-Z mới hiểu anh. "Bây giờ chúng ta đã ở bên nhau, The Three. Như định mệnh đã an bài."

Lia và E-Z liếc nhìn nhau.

Alfred tiếp tục. "Tôi luôn tự hỏi tại sao chúng ta lại được đưa đến với nhau. E-Z, cậu có thể cứu người và cậu rất mạnh, còn ghế của cậu cũng có thể bay. Lia, sức mạnh của cậu nằm ở đôi mắt. Cậu có thể đọc suy nghĩ. Theo như E-Z kể, cậu có sức mạnh của ánh sáng và có thể dừng thời gian.

"Tôi, tôi có thể du hành, bay trên trời và đôi khi có thể dự đoán những điều sẽ xảy ra trước khi chúng xảy ra. Tôi cũng có thể đọc suy nghĩ, nhưng không phải lúc nào cũng được. Hơn nữa, hầu hết mọi người đều yêu thích thiên nga. Có người nói chúng ta có vẻ thiên thần. Thậm chí có người tin rằng thiên nga có sức mạnh biến con người thành thiên thần. Tôi không biết điều đó có thật hay không. Bản thân tôi có thể giúp tất cả sinh vật sống tự chữa lành."

Phần cuối cùng là điều mới mẻ với E-Z. Anh muốn biết thêm.

Alfred tình nguyện nói: "Đầu hàng là bước đầu tiên."

E-Z và Lia chìm trong suy nghĩ về lời thú nhận của Alfred.

"Bây giờ chúng ta phải làm gì?" Lia hỏi.

"Mọi đội đều cần một lãnh đạo, một đội trưởng. Tôi đề cử E-Z," Alfred nói.

"Tôi ủng hộ đề cử đó," Lia nói.

Lia và Alfred giơ ly chúc mừng E-Z. Uncle Sam và mẹ của Lia, Samantha, cũng tham gia vào lời chúc. Mặc dù họ không biết tại sao mọi người lại chúc mừng.

E-Z cảm ơn mọi người. Nhưng trong lòng anh đang tự hỏi mọi chuyện sẽ diễn ra thế nào. Làm sao anh có thể dẫn dắt một cô bé và một con thiên nga trumpeter? Làm sao anh có thể bảo vệ họ khỏi nguy hiểm?

Uncle Sam và Samantha đề nghị dọn dẹp, trong khi ba người quay trở lại phòng khách.

"Đây sẽ là cơ hội tốt để họ làm quen với nhau hơn," Alfred nói.

"Đúng vậy, mẹ chưa bao giờ lo lắng như vậy. Với công việc của bà, bà gặp gỡ nhiều người và trò chuyện với họ, thậm chí là những người lạ mặt, như thể bà đã biết họ từ lâu. Đó là một trong những bí quyết thành công của bà, tôi nghĩ. Nhưng với Sam, bà lại im lặng như chuột và run rẩy."

"Có thể là do chênh lệch múi giờ," E-Z gợi ý.

Alfred cười. "Không, họ bị thu hút bởi nhau. Hai đứa còn quá trẻ để nhận ra, nhưng có một năng lượng đặc biệt trong không khí."

"Thật sao, mẹ tôi thích Sam à?"

"Chú Sam cũng hơi ngượng ngùng – nhưng ông ấy không gặp nhiều cô gái gần đây vì làm việc tại nhà và dành hầu hết thời gian giúp tôi. Tôi đề nghị chúng ta đổi chủ đề."

"Tôi cũng vậy," Lia nói.

"Hai người thật là nhàm chán."

"Tôi nghĩ đã đến lúc chúng ta nên triệu hồi Eriel," E-Z nói. "Chắc chắn anh ấy là người đã đưa chúng ta đến đây. Chúng ta cần biết kế hoạch là gì và khi nào sẽ phải làm gì."

"Eriel là ai?" Lia hỏi. "Em nhớ anh đã hỏi em trước đây xem anh có biết anh ấy không."

"Anh ấy là một Thiên thần trưởng và đã hướng dẫn tôi trong các thử thách của mình. À, ít nhất là trong vài lần gần đây."

"Thiên thần của tôi, người đã ban cho tôi khả năng nhìn thấy bằng tay, tên là Haniel. Cô ấy cũng là một Thiên thần trưởng. Cô ấy là người chăm sóc Trái Đất."

Điều này khiến E-Z ngạc nhiên. Nếu tất cả họ đều làm việc cho các thiên thần của mình, vậy tại sao họ lại được tập hợp lại? Có phải một thiên thần mạnh hơn những thiên thần khác không? Ai là thiên thần chỉ huy? Ai trả lời ai?

"Tôi thật sự muốn biết chuyện gì đang xảy ra," Alfred nói.

"Tất cả những gì tôi biết," Lia nói, "là sau vụ tai nạn, tôi được hỏi liệu tôi có muốn trở thành một trong ba người không. Và bây giờ, voilà, chúng ta ở đây."

Chú Sam và Samantha bước vào phòng. Họ trò chuyện thêm một lúc nữa cho đến khi Samantha, mệt mỏi sau chuyến bay, đi về phòng mình. Chú Sam cũng về phòng mình.

"Hãy vào phòng tôi và nói chuyện," E-Z nói.

Lia và Alfred theo sau. Sau vài giờ thảo luận, ba người nhận ra họ có rất nhiều câu hỏi nhưng ít câu trả lời. Lia về phòng mình, nơi cô chia sẻ với mẹ. Alfred ngủ trên mép giường của E-Z. E-Z ngáy khò khò. Ngày mai là một ngày mới – họ sẽ giải quyết mọi chuyện vào lúc đó.

13

T Sáng hôm sau, Lia mang những bát ngũ cốc ra vườn sau. Mặt trời đang mọc trên bầu trời, trời trong xanh và sắp đến 10 giờ sáng. Alfred đang nhai cỏ gần lối đi.

Lia đưa bát cho E-Z, rồi ngồi xuống dưới ô trên sân hiên và múc một thìa ngũ cốc Cornflakes.

"Ngũ cốc Cornflakes ở Bắc Mỹ có vị khác so với loại chúng ta có ở Hà Lan."

"Khác nhau ở đâu?" E-Z hỏi.

"Mọi thứ ở đây đều ngọt hơn."

"Tôi nghe nói họ dùng công thức khác nhau ở các nước. Bạn muốn ăn gì khác không?" Cô lắc đầu từ chối. "Tôi không ngủ được đêm qua," E-Z nói, múc thêm một thìa Captain Crunch.

"Xin lỗi, tôi có ngáy to không?" Alfred hỏi, đẩy mặt vào cỏ ướt sương.

"Không, anh ổn mà. Tôi có nhiều chuyện trong đầu. Ý tôi là, chúng ta đều ở đây. Ba người chúng ta – và tôi đã không có phiên tòa nào trong một thời gian... Kể từ khi Hadz và Reiki bị giáng chức, tôi không biết chuyện gì đang xảy ra. Sau trận chiến cuối cùng với Eriel – mà tôi đã thắng, bằng cách này hay cách khác – tôi không nghe thấy gì từ Eriel.

Điều đó khiến tôi lo lắng. Không biết anh ta đang nghĩ gì để làm cuộc sống của tôi thêm khổ sở."

Alfred lạch bạch đi xa hơn trong vườn, khi một con kỳ lân đáp xuống cỏ.

"Rất hân hạnh được phục vụ," Little Dorrit nói.

Con kỳ lân cọ đầu vào Lia, trong khi cô đứng dậy và hôn lên trán nó.

Trên cao, một vệt xanh trên bầu trời bắt đầu hiện ra. Nó viết nên những từ:

THEO TÔI.

Ghế của E-Z bay lên, "Nhanh lên!" anh ta hét.

Little Dorrit cúi xuống, để Lia leo lên lưng nó.

Alfred vỗ cánh và gia nhập nhóm.

"Có ai biết chúng ta đang đi đâu không?" Alfred hỏi.

"Tất cả những gì tôi biết là chúng ta phải nhanh lên! Dao động đang tăng lên, nghĩa là chúng ta sắp đến nơi."

"Nhìn lên phía trước," Lia hét lên. "Chúng ta có lẽ cần đến công viên giải trí."

Ngay lập tức, E-Z hiểu họ cần làm gì. Tàu lượn siêu tốc đã bị trật đường ray. Các toa tàu treo lơ lửng một nửa trên và một nửa dưới đường ray. Hành khách ở mọi lứa tuổi đang la hét. Một đứa trẻ đang treo lơ lửng với hai chân thõng xuống bên hông toa tàu, rõ ràng nó sẽ rơi xuống trước tiên.

"Chúng ta sẽ cứu đứa trẻ," Lia nói, lao đi. Cô và Little Dorrit lao thẳng đến cậu bé. Cậu bé buông tay, rơi xuống và an toàn đáp xuống trước mặt Lia trên con ngựa một sừng.

"Cảm ơn," cậu bé nói. "Đây thật sự là con ngựa một sừng, hay tôi đang mơ?"

"Đúng vậy," Lia nói. "Tên nó là Little Dorrit."

"Mẹ tớ có một cuốn sách có tên đó. Tớ nghĩ nó của Charles Dickens."

"Đúng rồi," Lia nói.

"Có kỳ lân trong Little Dorrit không? Nếu có, tớ phải đọc nó!"

"Tớ không chắc," Lia nói. "Nhưng nếu cậu tìm ra, hãy cho tớ biết."

E-Z nắm lấy từng chiếc xe đang treo lơ lửng. Việc giữ thăng bằng khá khó khăn, ban đầu nó giống như một chiếc lò xo bị nghiêng về một phía. Nhưng kinh nghiệm với máy bay đã giúp và truyền cảm hứng cho anh khi anh nâng những chiếc xe trở lại đường ray. Anh giữ chúng ổn định cho đến khi tất cả hành khách an toàn bên trong.

Nhờ sự giúp đỡ của Alfred, quá trình này diễn ra suôn sẻ. Alfred, bằng đôi cánh, mỏ và kích thước khổng lồ của mình, đã tận dụng chúng để đưa mọi thứ an toàn.

"Mọi người có sao không?" E-Z gọi to, tiếng vỗ tay vang dội từ tất cả hành khách.

Nhiệm vụ hoàn thành thành công, Alfred bay lên nơi Lia và những người khác đang đứng. Đó là vị trí tuyệt vời để quan sát.

"Chúng ta có thể đưa cậu bé xuống bây giờ không?" Lia hỏi.

E-Z gật đầu đồng ý.

Dưới đất, một cần cẩu được đưa đến để nâng lên thực hiện cứu hộ. Nó vẫn chưa sẵn sàng. Anh quan sát công nhân mặc mũ bảo hộ vàng đang tất bật làm việc.

E-Z huýt sáo gọi người điều khiển tàu lượn siêu tốc khởi động lại.

Người điều khiển khởi động động cơ. Ban đầu, các toa tàu di chuyển chậm chạp rồi dừng lại. Hành khách la hét; họ sợ nó sẽ trật đường ray lần nữa. Một số người ôm cổ, nơi bị va đập trong vụ tai nạn ban đầu.

E-Z điều chỉnh xe lăn của mình ở phía trước các toa xe để quan sát vị trí của chúng không thay đổi. Anh nhận thấy gió đang mạnh lên, tóc của hành khách bị cuốn tung trong các toa xe. Một ông lão mất chiếc mũ bóng chày LA Dodgers. Mọi người nhìn theo nó rơi xuống đất.

"Thử lại đi," E-Z hét lên, hy vọng điều tốt nhất nhưng đã nghĩ ra Kế hoạch B phòng hờ.

Người điều khiển tăng ga. Lần này, tàu lượn siêu tốc lại di chuyển về phía trước, nhưng chỉ một đoạn ngắn trước khi dừng hẳn.

E-Z ra lệnh cho Little Dorrit: "Hãy đưa Lia xuống đất. Sau đó lấy một đoạn dây xích có móc ở cả hai đầu và mang lên cho tôi."

Con kỳ lân gật đầu, hạ xuống trong tiếng "ooh" và "ahh" của đám đông tụ tập bên dưới. Một người đàn ông cố gắng nắm lấy nó và leo lên, nhưng nó đẩy anh ta ra bằng mũi và cảnh sát lập tức đến phong tỏa khu vực.

"Đây!" một công nhân xây dựng nói. Anh ta đã nghe thấy yêu cầu của E-Z. Anh ta đặt một phần dây xích vào miệng Little Dorrit và quấn phần còn lại quanh cổ nó.

"Không quá nặng chứ?" anh ta hỏi, khi Little Dorrit cất cánh mà không gặp vấn đề gì và bay lên nơi Alfred đang chờ bên cạnh E-Z.

Alfred dùng mỏ của mình, đưa móc vào phía trước toa tàu lượn siêu tốc. Anh ta cố định nó vào vị trí và gắn vào xe lăn của E-Z.

"Xin hãy ngồi yên," E-Z gọi. 'Tôi sẽ đưa bạn xuống từ từ nhưng chắc chắn. Hãy cố gắng không di chuyển quá nhiều, tôi muốn trọng lượng được phân bố đều. Ba, chúng ta bắt đầu,' anh nói. 'Một, hai, ba.' Anh kéo hết sức mình, và chiếc xe lăn theo anh. Xuống dốc dễ dàng, nhưng khi lên dốc, anh phải đảm bảo xe không tăng tốc quá nhanh và bị trượt ra khỏi đường ray. Little Dorrit và Alfred bay bên cạnh xe, sẵn sàng hành động nếu có sự cố.

Lia sợ hãi, lo lắng và hào hứng.

"Bạn làm được mà, E-Z!" cô hét lên, quên rằng mình có thể nói thầm trong đầu và anh sẽ nghe thấy.

"Cảm ơn," anh nói, giữ tốc độ chậm và đều. Mặc dù E-Z đã mệt mỏi, anh phải hoàn thành nhiệm vụ trước mắt. Khi chiếc xe rẽ qua góc và dừng hẳn, nó quay trở lại đường hầm. Trở lại nơi hành trình của nó bắt đầu.

"Cảm ơn!" người điều khiển gọi.

Lính cứu hỏa, nhân viên y tế và y tá chuẩn bị sẵn sàng cho làn sóng hành khách. Mọi người cùng lúc xuống xe.

"E-Z! E-Z! E-Z!" đám đông hô vang, điện thoại giơ cao quay phim toàn bộ sự việc.

"Anh nghĩ chúng ta có thời gian mua kẹo bông không?" Lia hỏi.

"Và kẹo caramel ngô?" Alfred nói. "Tôi không chắc mình thích, nhưng sẵn sàng thử!"

"Được thôi," E-Z nói, "Tớ sẽ mua cả hai cho cậu, đừng lo! Có thể tớ cũng sẽ mua cho mình một quả táo kẹo."

Khi anh ta đi mua đồ, anh ta nhận ra các phóng viên đã đến. Họ đang tụ tập quanh một người đàn ông cao lớn với mái tóc đen nhánh. Người đàn ông đó đang cầm một chiếc mũ cao bồi trước mặt và trông giống Abraham Lincoln. Sau khi nhìn kỹ hơn, anh ta nhận ra đó là Eriel cải trang. Anh ta tiến lại gần để nghe lén.

"Đúng vậy, tôi là người đã tập hợp bộ ba tài năng này. Người lãnh đạo là E-Z Dickens, 13 tuổi và là một siêu sao. Ngoài việc là thành viên giàu kinh nghiệm nhất của The Three, anh ấy còn là người lãnh đạo. Như các bạn đã thấy, anh ấy có thể xử lý hầu hết mọi việc. Anh ấy là một cậu bé tuyệt vời!"

E-Z cảm thấy má mình ửng hồng.

"Còn cô gái và con kỳ lân thì sao?" một phóng viên gọi to.

"Tên cô ấy là Lia, và đây là lần đầu tiên cô ấy tham gia vào thế giới siêu anh hùng. Con kỳ lân của cô ấy là Little Dorrit, và hai người là một đội tuyệt vời. Cô ấy đã cứu cậu bé đó," anh ta nắm lấy cậu bé. Anh ta đưa cậu bé ra trước ống kính máy quay.

Khi mọi ánh mắt đều hướng về anh ta, anh ta kết thúc câu nói. "Một cách dễ dàng. Lia và Little Dorrit là những thành viên tuyệt vời của đội, và họ sẽ là sự trợ giúp to lớn cho E-Z trong tất cả các nhiệm vụ tương lai của anh ta."

"Cảm giác thế nào?" một phóng viên hỏi cậu bé.

"Lia rất thân thiện," cậu bé trả lời.

Hình bóng đen đẩy cậu bé ra. Anh ta phủi bụi trên người.

"Con thiên nga trumpet tên là Alfred. Đây là lần đầu tiên nó được giúp đỡ E-Z. Nó đã dũng cảm, đặt mình vào tình huống nguy hiểm. Alfred là một thành viên xuất sắc khác của đội siêu anh hùng The Three. Các bạn sẽ thấy họ nhiều hơn trong tương lai." Anh ta ngập ngừng, "À, và tên tôi là Eriel, nếu các bạn muốn trích dẫn trong bài viết."

Giờ E-Z ước gì mình đã không đồng ý đi thu thập quà carnival. Anh co ro, lùi sang một bên, hy vọng không bị chú ý.

"Kia kìa!" ai đó hét lên.

Những người đứng sau anh trong hàng đẩy anh về phía trước.

"Miễn phí," người bán hàng nói, đưa cho anh một cái mỗi loại.

"Cảm ơn," anh nói, khi anh bay lên.

"Đó là anh ta! Cậu bé trong xe lăn! Anh hùng của chúng ta!" ai đó hét lên từ phía dưới.

"Kia kìa, chụp ảnh anh ta đi."

"Lại đây chụp selfie đi!"

E-Z liếc nhìn về phía Eriel từng đứng, nhưng bây giờ anh ta đã bị phát hiện, không ai quan tâm đến anh nữa. Chẳng mấy chốc, Eriel đã biến mất.

"Chúng ta đi khỏi đây!" E-Z kêu lên, tự hỏi họ nên đi đâu. Nếu về nhà anh, các phóng viên và fan hâm mộ chắc chắn sẽ theo dõi. Theo một cách nào đó, anh nhớ những ngày Hadz và Reiki xóa sạch ký ức của tất cả mọi người – điều đó thực sự làm mọi thứ đơn giản hơn.

Trên đường về, E-Z không thể không tự hỏi Eriel đang làm gì. Dù sao thì không ai được biết về những thử thách của anh ta. Điều đó thật kỳ lạ – nhưng anh ta quá mệt mỏi để nói về điều đó với bạn bè. Thay vào đó, anh ta tự hỏi tại sao việc giấu giếm những thử thách của mình không còn quan trọng nữa – và điều đó sẽ thay đổi mọi thứ như thế nào. Thật may mắn là đôi cánh của anh ta không còn cháy nữa, và chiếc ghế của anh ta cũng không còn muốn uống máu.

"Ồ, thế là dễ dàng đấy," Alfred nói.

Lia cười, 'Và cũng khá thú vị khi thấy cậu hành động, E-Z."

"Này, còn tôi thì sao, tôi cũng giúp mà!"

"Cậu đã giúp đấy,' E-Z nói. 'Và Little Dorrit, cảm ơn cậu! Không có cậu thì không làm được đâu!"

Little Dorrit cười. 'Rất vui được giúp đỡ."

"Cậu thật tuyệt vời!" Lia nói, vuốt ve cổ mình.

Nhưng có điều gì đó khiến họ băn khoăn. Rõ ràng là E-Z có thể làm tất cả một mình. Anh ta không cần sự giúp đỡ.

Alfred đặc biệt cảm thấy, với tư cách là một con thiên nga trumpeter, anh đã làm hết sức mình. Nhưng anh không giúp được gì nhiều trong loại cứu hộ này. Không như những người có tay có thể giúp. Anh đã cố gắng hết sức, nhưng liệu có đủ không? Liệu anh có phải là lựa chọn tốt nhất để trở thành thành viên của The Three?

Lia nghĩ rằng Little Dorrit có thể đã hạ cánh dưới cậu bé và cứu anh ta mà không cần cô ở trên lưng nó. Con kỳ lân thông minh và có thể theo dõi hướng dẫn của E-Z. Cô cảm thấy mình đã đi xa như vậy, và để làm gì? Thật sự không có ý nghĩa gì.

Họ trở về nhà. Mặc dù họ đã cùng nhau hoàn thành một việc tuyệt vời, tinh thần của họ vẫn u ám.

Little Dorrit rời đi và trở về nơi cô sống khi không còn cần thiết.

E-Z lập tức đến văn phòng của mình để làm việc trên cuốn sách. Anh đã muốn cập nhật danh sách các thử thách để xem mình đã đến đâu. Anh quyết định gõ lại tất cả từ đầu:

1/ Cứu cô bé

2/ Cứu máy bay khỏi rơi

3/ Chặn kẻ bắn súng trên mái nhà

4/ Chặn cô gái trong cửa hàng

5/ ngăn kẻ bắn súng ngoài nhà anh ta

6/ đấu kiếm với Eriel

7. thoát khỏi viên đạn

8/ cứu Lia

9/ đưa tàu lượn siêu tốc trở lại đường ray.

Anh không chắc việc cứu Uncle Sam có phải là thử thách hay không. Hadz và Reiki đã xóa sạch trí nhớ của anh.   E-Z rằng việc cứu Uncle Sam không phải là thử thách.

Anh ngồi lại vào ghế. Nghĩ về hạn chót sắp tới. Anh phải hoàn thành ba thử thách nữa trong thời gian giới hạn. Một mặt, anh muốn hoàn thành chúng, kết thúc mọi chuyện. Mặt khác, việc hoàn thành cam kết của mình khiến anh sợ hãi.

Trong khi đó, Alfred quyết định đi bơi ở hồ.

Còn Lia và mẹ cô đi dạo.

▌▌ So, cảm giác thế nào?" Samantha hỏi.

"Rất hồi hộp và đáng sợ cùng lúc. E-Z thật đáng kinh ngạc. Dũng cảm," Lia giải thích.

"Và đóng góp của em là gì?"

Họ rẽ qua góc đường và ngồi cùng nhau trên ghế công viên. Những đứa trẻ chơi đùa, chạy nhảy và la hét. Cả mẹ và con gái đều nhớ lại lúc Lia từng chơi đùa như vậy, vô tư lự, khi cô bé mới bảy tuổi. Giờ đây, khi đã mười tuổi, sự quan tâm của cô bé đối với việc chơi đùa đã giảm đi rất nhiều.

"Con có nhớ không?" Samantha hỏi.

Lia mỉm cười. "Mẹ luôn biết con đang nghĩ gì. Con không thực sự nhớ, nhưng một ngày nào đó, con muốn thử nhảy lại. Để xem mình có thể thích nghi được không."

Họ ngồi bên nhau, im lặng nhìn.

"Về phần tôi, có một cậu bé đang bám vào xe và nếu không có sự giúp đỡ của Little Dorrit, cậu bé có thể đã ngã."

"Có thể?"

"Đúng vậy, tôi nghĩ E-Z sẽ cứu cậu bé, rồi xử lý phần còn lại nếu chúng ta không có mặt. Cậu ấy quen làm những việc thử thách một mình."

"Bạn không nghĩ bạn hay Alfred cần thiết sao?"

"Sự có mặt của chúng ta để động viên tinh thần có thể hữu ích, tôi không biết. Các thiên thần đã rất vất vả để đưa chúng ta đến đây. Bay từ Hà Lan, quê hương của chúng ta. Dựa trên thử nghiệm này, tôi không nghĩ chúng ta là cần thiết."

Samantha nắm tay con gái và đứng dậy, quay về nhà.

"Tôi nghĩ có một đội, có sự hỗ trợ, là điều tốt và tôi chắc chắn E-Z biết và đánh giá cao điều đó. Anh ấy không phải là tipo trẻ con thích ở một mình. Anh ấy chơi bóng chày, vẫn chơi theo như Sam kể. Anh ấy biết các đội làm việc tốt cùng nhau, phát huy thế mạnh của từng thành viên. Còn về bạn, tôi không nghĩ bạn không phải là yếu tố quan trọng nhất trong thử thách này. Và đừng bao giờ đánh giá thấp giá trị của mình."

"Cảm ơn, Mẹ," Lia nói khi họ rẽ vào con đường của mình. "Bây giờ, hãy nói về Sam. Mẹ thực sự thích cậu ấy, phải không?"

Samantha mỉm cười nhưng không trả lời.

***

Trong khi đó, Sam đang ghé qua xem E-Z. "Mọi chuyện ổn cả chứ?" anh hỏi, thò đầu vào văn phòng của cháu trai.

"Tôi không chắc. Chúng ta có thể nói chuyện được không?"

"Được thôi, cháu."

"Đóng cửa lại nhé."

"Có chuyện gì vậy? Lần thử nghiệm đầu tiên của đội không ổn sao?"

"Trước tiên, tôi muốn hỏi anh, chuyện gì đang xảy ra giữa anh và mẹ của Lia?"

Sam xoa tay và lau kính. "Đừng làm chuyện này liên quan đến tôi và Samantha. Đó là chuyện riêng của chúng tôi."

"À, vậy là có 'chúng ta' rồi sao?" anh ta mỉm cười.

"Đổi chủ đề đi," Sam nói.

"Được rồi, tùy anh. Còn về buổi thử việc, nó diễn ra tốt đẹp, và đừng nghĩ xấu về tôi. Tôi không nói thế vì tự cao, nhưng tôi có thể hoàn thành nó mà không cần ai giúp."

"Hãy kể cho tôi chính xác chuyện gì đã xảy ra. Nhiệm vụ của anh là gì? Và tôi phải nói, điều này khiến tôi ngạc nhiên, vì anh luôn là người chơi đội."

"Tôi biết. Đó chính là điều khiến tôi bận tâm. Đó là ở công viên giải trí. Một chiếc tàu lượn siêu tốc đã trật khỏi đường ray. Phần trước của nó treo lơ lửng bên mép và hành khách đang rơi xuống. Chỉ có một người thực sự nguy hiểm – một đứa trẻ mà Lia đã cứu với sự giúp đỡ của Little Dorrit, con kỳ lân."

"Nghe có vẻ như cuộc cứu hộ đó rất hữu ích."

"Đúng vậy, vì đứa trẻ đã được cứu kịp thời, nhưng tôi có mặt ở đó và có thể cứu nó. Sau đó, tôi đưa xe trượt trở lại đường ray và giúp những người khác lên xe. Thời gian như ngừng trôi đối với tôi – nên tôi có thể giải quyết tình huống này mà không cần sự giúp đỡ của ai."

"Nghe có vẻ như Alfred không giúp được gì cho bạn. Bạn có ý nói là bạn có thể làm mà không cần anh ta?"

E-Z vuốt tay qua phần tóc đen ở giữa đầu. Cảm giác gai góc ấy somehow giúp anh thư giãn.

"Alfred đã giúp. Nhưng tôi đang tìm cách để anh ấy giúp. Anh ấy cố gắng rất nhiều. Chúng tôi rất muốn giúp, nhưng thành thật mà nói, anh ấy đủ thông minh để biết tôi đang tạo công việc cho anh ấy. Vì vậy, anh ấy có thể giúp, và tôi không cảm thấy thoải mái về điều đó."

"Đó là điều mà những thành viên trong đội làm. Họ quan tâm lẫn nhau. Giúp đỡ nhau."

"Tôi biết, nhưng khi có mạng người đang nguy hiểm, trách nhiệm của tôi là đảm bảo không ai chết. Nếu tôi tìm việc cho người khác để họ cảm thấy cần thiết, đó là cản trở chứ không phải giúp đỡ." Anh thở dài, gõ ngón tay lên bàn phím. Xấu hổ, anh tránh nhìn vào mắt chú mình.

Sau vài phút im lặng, E-Z quay lại làm việc với cuốn sách của mình để để chú suy nghĩ. Anh xem lại chi tiết các sự kiện trong ngày.

Trong khi tóm tắt lại, phân tích từng chi tiết, tháo rời và lắp ráp lại vụ án, anh có một phát hiện. Đây là điều anh chưa từng làm trước đây. Anh có thể thảo luận vấn đề này với đội của mình. Họ có thể cho anh biết anh đã làm thế nào, đưa ra đề xuất để anh cải thiện. Vâng, có nhiều lợi ích khi là một trong ba người. Anh cảm thấy thư thái và hạnh phúc hơn với nhận thức này.

"Tôi nghĩ anh nên dành thêm thời gian cho tình huống này trước khi đưa ra quyết định. Sẽ có lợi cho anh nếu biết rằng mỗi người đều có khả năng đặc biệt của riêng mình để hỗ trợ anh. Trong tình huống này, kỹ năng của anh đã được phát huy tối đa. Điều đó không có nghĩa là mọi thứ sẽ luôn như vậy. Mọi thứ có thể thay đổi trong nhiệm vụ tiếp theo. Mọi thứ xảy ra đều có lý do của nó."

"Anh đang nghĩ giống như tôi bây giờ. Mọi thứ luôn tốt hơn nếu bạn không phải đối mặt với nó một mình. Bạn đã dạy tôi điều đó."

"Có ai khác trong nhà này đói không?" Alfred gọi to khi lạch bạch đi dọc hành lang.

E-Z đẩy ghế ra và trả lời, 'Tôi!"

Sam nói, 'Cậu nói gì?"

"À, Alfred hỏi xem có ai đói không."

"Tôi cũng đói!" Sam gọi.

"Tôi cũng đói," Lia nói. "Bữa tối có gì?"

Samantha đề nghị gọi pizza. Mọi người reo hò, trừ Alfred. Anh không thích phô mai sợi.

Họ dành cả buổi tối bên nhau, ăn uống thả ga và xem một bộ phim về zombie.

"Không quá đáng sợ với cậu, phải không Lia?" E-Z hỏi,

"Quá đáng sợ với tớ!" Samantha trả lời. Sam ôm vai cô, trong khi Lia cười khúc khích và nắm tay mẹ.

14

E Sáng sớm hôm sau, Alfred thức dậy với một tiếng
hét lớn. Nếu bạn chưa từng nghe tiếng hét của một
con thiên nga, thì bạn thật may mắn. Tiếng hét đó quá
lớn, khiến mọi người đều thức giấc.

E-Z cố gắng trấn an Alfred. Con thiên nga chỉ đập cánh
mạnh hơn và phát ra tiếng kêu kinh hoàng. Nghe như
thể nó đang bị tra tấn. Hoặc có thể thế giới đang sụp đổ!

Chú Sam đến để xem chuyện gì đang xảy ra.

"Là Alfred, nhưng đừng lo. Tôi sẽ xử lý," E-Z nói.

Lia và Samantha nhanh chóng đến xem xét. Lia thuyết
phục Samantha quay lại ngủ.

Lia ở lại giúp E-Z an ủi Alfred. Alfred lập tức đến cửa
sổ, dùng mỏ mở cửa và bay ra ngoài đêm tối.

Trên cao, E-Z và Lia nghe thấy tiếng chân có màng của
Alfred đập vào mái nhà.

"Các cậu còn chờ gì nữa!" anh ta hét lên. "Chúng ta phải
đi – NGAY LẬP TỨC!"

Lia trèo ra cửa sổ và đứng run rẩy trên mép tường. Cô
chờ cho đến khi E-Z có thể vào xe lăn và điều khiển nó
vào tư thế lơ lửng.

"Chờ đã, tôi nghĩ con kỳ lân cuối cùng cũng đang đến," Alfred nói. "Đó là lý do tôi ở đây. Để xem cô ấy có đến không."

Little Dorrit hạ cánh, đưa mũi vào dưới Lia và ném cô lên lưng mình.

Họ bay đi với Alfred dẫn đầu.

"Chậm lại!" E-Z hét lên. Alfred phớt lờ anh ta. Anh tiếp tục tăng độ cao và tốc độ. Cánh xe lăn của E-Z bắt đầu đập, cùng với đôi cánh thiên thần của anh. Anh phải hành động nhanh để giữ Alfred trong tầm nhìn.

Lia run rẩy. "Ước gì mình có một chiếc áo len."

"Hãy ôm chặt cổ tôi," Little Dorrit nói. "Tôi sẽ giữ ấm cho cậu."

E-Z tăng tốc, tiến gần hơn, rồi nhận ra Alfred đang chậm lại. Hoặc ít nhất anh nghĩ vậy. Thay vào đó, anh thấy một cảnh tượng sẽ mãi mãi in sâu trong tâm trí anh. Alfred đang đông cứng giữa không trung, cánh và chân duỗi thẳng. Trông anh như đang tạo dáng chữ X.

Rồi toàn thân anh bắt đầu run rẩy, rồi rung lắc mạnh. Trông như anh đang bị điện giật. Và khuôn mặt anh, với biểu cảm đau đớn tột độ, khiến nước mắt của bạn bè anh trào ra.

"Có chuyện gì xảy ra với anh ấy vậy?" Lia hỏi. 'Em không thể nhìn nữa. Em không thể,' cô nức nở.

"Trông như anh ấy đang bị điện giật. Ai lại làm vậy?" Khi anh ta nói điều đó, anh ta biết. Chỉ có Eriel mới có thể tàn nhẫn đến vậy. Eriel đang triệu hồi họ. Sử dụng kỹ thuật điện giật này để buộc họ theo bạn mình, Alfred. Nhưng nếu anh ta không sống sót qua những cú sốc đó thì sao? Khi anh ta nói điều đó, một nắm lông của Alfred tách khỏi cơ thể anh ta và lơ lửng trong không trung. Anh ta ngừng run rẩy và bắt đầu bay. Qua vai anh ta, anh ta nói: "Nhanh lên, theo kịp trước khi nó đánh trúng tôi lần nữa."

"Cậu có sao không?" Lia hỏi.

"Đó là lần thứ ba, và mỗi lần càng tệ hơn. Chúng ta phải đến nơi chúng muốn chúng ta đến và nhanh lên. Tôi không biết liệu mình có thể sống sót qua lần nữa – không tệ hơn lần trước. Lần trước đã đủ kinh khủng rồi."

Họ tiếp tục bay, trò chuyện dọc đường.

"Tôi xin lỗi vì đã đánh thức mọi người," Alfred nói khi những cú sốc đã dừng lại.

"Không phải lỗi của anh," E-Z nói. 'Tôi khá chắc chắn biết ai là người gây ra chuyện này – và khi gặp hắn, tôi sẽ cho hắn một bài học."

"Anh có ý gì?' Lia hỏi, ôm chặt cổ Little Dorrit. Trời tối và lạnh quá; cô không thể ngừng run rẩy.

Alfred nói: "Chúng ta đã bị triệu tập bằng cách gửi những cú sốc điện khắp cơ thể tôi. Cảm giác như lông vũ của tôi đang bốc cháy từ bên trong ra ngoài. Thật là vô lễ. Rất vô lễ, và trong giây lát, tôi nghĩ mình lại quay trở lại khoảng không giữa hai thế giới."

Cả cơ thể thiên nga của anh run rẩy khi nghĩ về điều đó. "Tôi cũng sẽ cho kẻ đã làm điều đó một bài học khi gặp lại!"

Alfred tiếp tục bay song song với những con thiên nga khác. "Trước đây, Ariel đã thì thầm vào tai tôi để đánh thức tôi dậy. Sau đó, chúng tôi sẽ cùng nhau bàn bạc kế hoạch. Cô ấy thậm chí còn làm điều đó khi tôi đang ở giữa hai thế giới. Cô ấy luôn dịu dàng và tốt bụng với tôi. Lần triệu tập này khác hẳn."

"Nghe giống như Eriel làm," E-Z thừa nhận. "Anh ta không khéo léo, hay drama và khá vô cảm. Chưa kể anh ta có một sense of humour bệnh hoạn."

"Hay drama còn chưa đủ," Alfred nói.

"Cậu phải kể cho chúng tớ nghe về cái 'betwixt and between' đó sau nhé. Tên nghe dễ thương nhưng tớ có cảm giác nó là một oxymoron," E-Z nói.

"Tôi không thích nói về điều đó," Alfred trả lời.

"Tôi thực sự mong chờ được gặp người tên Eriel. KHÔNG," Lia thừa nhận. "Nó giống như mong chờ gặp Voldemort. Danh tiếng của anh ta đã đi trước."

"À, một fan của Harry Potter, phải không?" Alfred nói.

"Chắc chắn," Lia thừa nhận.

Những vì sao trên bầu trời tỏa ra hơi ấm ảo. Dù vậy, họ vẫn run rẩy trong không khí đêm lạnh.

"Chúng ta sắp đến chưa?" E-Z hỏi.

"Tôi không chắc," Alfred nói. "Cú sốc không nói chúng ta được triệu hồi đến đâu, và tôi không cảm nhận được bất kỳ rung động nào trong không khí. Điều duy nhất cho thấy chúng ta không làm đúng như mong đợi là một cú sốc khác. Đáng tiếc."

"Chúng ta không muốn điều đó xảy ra. Hãy tăng tốc."

"Có vẻ như chúng ta đang đến gần hơn." Alfred dừng lại giữa không trung, đôi cánh dang rộng. 'Ôi không!' anh thì thầm, chờ đợi cú sốc mới ập đến. Anh chờ đợi nhưng không có gì xảy ra. "Có lẽ chúng ta sắp..."

Lần này, cơ thể con thiên nga không chỉ run rẩy. Cơ thể Alfred lăn tròn liên tục. Như thể anh đang thực hiện những cú lộn nhào trên bầu trời.

Lông vũ bay tung tóe xung quanh anh, nhảy múa trong gió khi con thiên nga rơi tự do.

E-Z bay xuống dưới con thiên nga trumpet và bắt lấy anh. "Alfred? Alfred?" Con thiên nga đáng thương đã ngất xỉu. "Eriel! Mày! Mày là con kền kền lông xù!" E-Z hét lên, giơ nắm đấm về phía trời. 'Mày không cần phải giết Alfred. Hãy nói cho chúng ta biết mày ở đâu, và chúng ta sẽ đến đó, nhưng chỉ khi mày đồng ý ngừng sử dụng điện. Đó là hành động man rợ. Nó là một con thiên nga, trời ơi. Hãy để nó y ên."

"Nó nói đúng,' Lia đáp, hai tay mở rộng hướng lên trời.

Trong giây lát, họ lơ lửng tại chỗ.

Rồi một luồng điện giật vào chiếc xe lăn. Rồi nó giật vào Dorrit, con kỳ lân. Và tất cả rơi tự do.

Tiếng cười của Eriel vang khắp không gian xung quanh. Thế giới là Sensurround của hắn, và hắn chế giễu The Three một cách không ai sánh kịp. Hoặc dám.

15

Họ tiếp tục rơi tự do trong một thời gian dài. Không ai trong số họ có thể kiểm soát được sức mạnh hay khả năng đặc biệt của mình.

Họ nửa tin nửa ngờ rằng cơ thể mình sẽ bị văng tung tóe trên mặt đường phía dưới. Mặt đường đang dâng lên để đón họ.

Bỗng nhiên, cuộc rơi tự do dừng lại. Cảm giác như tất cả họ đều bị gắn vào một sợi dây vô hình của một người điều khiển rối.

Sau vài giây, chuyển động bắt đầu lại. Lần này, nó nhẹ nhàng hơn.

Hướng dẫn họ cho đến khi họ có thể an toàn đáp xuống chân của Eriel, Ariel và Haniel, ba vị thiên thần trưởng.

"Chuyến đi vui vẻ chứ?" Eriel hỏi. Anh ta cười lớn. Những người bạn của anh ta nhìn theo mà không cười hay nói gì.

Alfred, giờ đã tỉnh táo, bay và hạ cánh, theo sau là Little Dorrit, con kỳ lân mang theo Lia.

Con kỳ lân cúi chào các vị khách khác, rồi lùi về phía xa của căn phòng.

Eriel là người cao nhất trong ba người, đứng với hai tay chống hông, đảm bảo không ai nghi ngờ ai là người chỉ huy.

Ariel, ngược lại, trông như một nàng tiên.

Haniel đứng như tượng, toát lên vẻ đẹp rực rỡ.

Eriel bước tới, bay lên khỏi mặt đất để đứng cao hơn họ. Anh ta gầm lên: "Các ngươi đến đây mất bao lâu vậy! Trong tương lai, khi ta ra lệnh cho các ngươi có mặt, các ngươi phải đến ngay lập tức!"

Haniel bay gần Alfred. Cô chạm vào trán anh. Sau đó, cô quay sang E-Z và làm tương tự. Cô mỉm cười. "Rất vui được gặp hai người." Cô quay sang Lia. Lia mở lòng bàn tay và hai người chạm nhẹ các ngón tay vào nhau. Lia lao vào vòng tay Haniel. Haniel ôm cô bằng đôi cánh, ngắm nhìn vẻ ngoài của cô bé mười tuổi mới lớn.

Ariel bay gần E-Z. Cô nháy mắt với anh và mỉm cười với Lia. Cô bay đến Alfred và xoa dịu cơn đau của anh.

"Đủ rồi!" Eriel ra lệnh với giọng sấm sét khiến E-Z sợ rằng anh ta sẽ làm sập mái nhà.

"Chờ đã," Alfred nói, bước đi với tiếng chân có màng bơi đập vào sàn bê tông. "Tôi suýt bị điện giật, và tôi muốn một lời xin lỗi."

Eriel dang rộng đôi cánh, càng rộng càng tốt. Anh lơ lửng trên đầu Alfred, người run rẩy nhưng vẫn đứng vững. Ánh mắt hai người chạm nhau.

E-Z cảm thấy Alfred, con thiên nga kèn, hoặc là rất dũng cảm hoặc là rất ngu ngốc. Dù sao đi nữa, anh cần giúp đỡ.

E-Z lăn về phía trước, đặt ghế giữa hai con thiên nga. "Đã xảy ra thì đã xảy ra." Anh nói với Alfred, "Hạ vũ khí xuống." Alfred làm theo. Rồi quay sang Eriel, "Tôi biết anh là kẻ bắt nạt và những gì anh làm với bạn chúng tôi là không thể tha thứ và tàn nhẫn. Đã nửa đêm rồi, hãy đi vào vấn đề – tại sao chúng ta ở đây? Có chuyện gì khẩn cấp vậy?"

Eriel hạ xuống và đôi cánh của anh ta gấp lại sau lưng. Anh ta gầm lên, "Những nỗ lực của ta để liên lạc với ngươi, học trò của ta, đều vô ích. Dù ta làm gì, tiếng ngáy của ngươi cũng không khiến ngươi tỉnh dậy. Ta đã cử Haniel đi tìm Lia, nhưng cô ấy không thể đánh thức cô ấy mà không làm phiền mẹ cô ấy, người đang ngủ bên cạnh. Vì vậy, chúng ta đã triệu tập Alfred, nhưng anh ta cũng không trả lời trong một thời gian dài. Người thầy của anh ta đã cố tiếp cận anh ta theo cách thường lệ – nhưng những lời thì thầm của cô ấy không đủ mạnh để đánh thức anh ta."

"Ta lo cho ngươi," Ariel nói.

"Ta xin lỗi," Alfred nói. "Giường của E-Z thật sự rất thoải mái, và anh ta ngáy rất to. Đã lâu rồi ta không được ngủ trên một chiếc giường thật sự."

"IM LẶNG!" Eriel gào thét.

Alfred lùi lại, trong khi E-Z di chuyển ghế của mình gần hơn đến con quái vật.

Eriel hạ giọng. "Haniel nghĩ anh đã chết, thiên nga. Vì vậy, tôi đã tận dụng cơ hội này để đánh giá công nghệ mới nhất của chúng ta."

"Điều đó chưa từng được thực hiện trên con người trước đây," Haniel thừa nhận.

"Chúng tôi nghĩ rằng tốt nhất là thử trên một người không phải con người – Alfred, anh phù hợp và nó đã thành công mỹ mãn. Đúng vậy, tất cả các ngươi đến muộn, nhưng các ngươi đã đến. Như người ta thường nói, muộn còn hơn không."

"Ngươi dùng ta làm chuột bạch?" Alfred nói, lắc đầu qua lại với mỏ mở rộng và tiến về phía trước trên sàn.

E-Z một lần nữa đặt xe lăn của mình giữa họ. 'Hạ vũ khí,' anh ta nói với Alfred.

Eriel, Haniel và Ariel tạo thành một vòng tròn bán nguyệt xung quanh ba người.

"Cậu nói đúng, E-Z. Việc đã rồi. Thà họ thử trên tôi còn hơn là trên hai người. Bây giờ hãy tiếp tục," Alfred đòi hỏi.

"Vâng, Eriel," E-Z nói, "một lần nữa tôi hỏi, tại sao chúng ta ở đây?"

"Đầu tiên," thiên thần trưởng gầm lên, "kế hoạch là ba người các cậu sẽ tạo thành một bộ ba."

"Chúng tôi đã tự mình nhận ra điều đó," Lia nói. Cô giơ hai lòng bàn tay ra để có thể nhìn rõ ba thiên thần trưởng cùng lúc. Thỉnh thoảng cô nhìn quanh phòng để quan sát xung quanh. Nơi đây trông quen thuộc, với những bức tường kim loại giống như nơi cô lần đầu gặp E-Z. Chỉ là rộng rãi hơn nhiều.

E-Z nhìn quanh và nhìn Lia. Anh cũng đang nghĩ điều tương tự. Càng nhìn vào tường, chúng càng có vẻ như đang ép sát vào anh. Anh cảm thấy lạnh lẽo và ngột ngạt, dù không gian rất rộng lớn. Anh ước gì chiếc xe lăn của mình có nút bấm như trong một số xe hơi, nơi ghế có thể được sưởi ấm.

"Im lặng!" Eriel hét lên. Vì tất cả đều im lặng, tiếng hét của anh ta nghe thật lạc lõng. Tất nhiên, họ không tính đến việc anh ta có thể đọc được suy nghĩ của họ.

Alfred cười.

Eriel tiến lại gần, và Alfred lùi lại. Eriel lại tiến lại gần. Và cứ thế, cho đến khi Alfred bị ép sát vào tường. Alfred bay lên. Eriel bắt lấy anh ta bằng những móng vuốt của mình. Giữ anh ta trên không trung.

"Eriel, xin hãy tha cho anh ấy," Ariel nói. "Alfred là một linh hồn tốt."

Eriel đặt anh ta xuống, rồi giơ nắm đấm lên. Những tia sét bắn ra từ nắm đấm của anh ta và bật lại từ trần kim loại của container. Tất cả trừ Eriel đều né tránh những tia điện đang bay loạn xạ. Eriel nhìn xuống. Cười. Cho đến khi anh ta chán ngán với trò giải trí này.

Sự tự tin của Ba Người đã bị thử thách.

Eriel bắt lấy những tia sét còn lại. Anh ta làm ra vẻ khoe khoang khi đặt chúng vào túi.

"Bây giờ," anh ta nói với nụ cười gian xảo. 'Một thử thách mới đang đến với các ngươi. Hôm nay. Một trong số các ngươi sẽ chết."

E-Z nhảy dựng lên khỏi ghế. Alfred hét lên một tiếng 'Hoo-hoo!" không tự chủ, và Lia hét lên như một cô bé.

Eriel tiếp tục, phớt lờ phản ứng của họ. "Các ngươi ở đây để lựa chọn. Ai trong số các ngươi sẽ chết hôm nay? Sau khi lựa chọn, ta sẽ giải thích hậu quả mà các ngươi phải gánh chịu do cái chết đó." Eriel bay ra vài feet và hai thiên thần còn lại đứng bên cạnh anh ta, mỗi người một b ên.

Đầu tiên, Ariel mô tả cái chết của Alfred:

"Ta không thể tiết lộ chi tiết về thử thách này. Tất cả những gì ta có thể nói là, nếu Alfred chết hôm nay, ngươi sẽ không hoàn thành hợp đồng của mình. Vì vậy, ngươi sẽ không bao giờ gặp lại gia đình mình, không phải bây giờ hay bao giờ. Tuy nhiên, cái chết của ngươi sẽ rất đẹp. Bởi vì, giống như trong cuộc sống, cái chết của một con thiên nga luôn đẹp đẽ. Uy nghiêm. Khi một con thiên nga chết, nó sẽ trở thành một thiên thần. Sự biến đổi của ngươi sẽ là một khởi đầu mới cho ngươi. Mục đích của bạn sẽ là vì sự tốt đẹp của con người và động vật. Bạn sẽ được bán cho một cái tên mới và một mục đích mới. Bạn sẽ được trân trọng trong mọi khía cạnh. Và linh hồn của bạn sẽ trở về nơi an nghỉ vĩnh hằng của nó."

Nước mắt tuôn trào trên má con thiên nga trumpeter của Alfred. Ariel an ủi anh bằng cách ôm cánh của mình quanh cánh của anh.

Thứ hai, Haniel kể về cái chết của Lia:

"Con gái, sắp trở thành một người phụ nữ, giống như Ariel, ta không thể tiết lộ bất kỳ thông tin nào về nhiệm vụ trước mắt. Tất cả những gì ta có thể nói với con, Cecelia thân yêu, còn được gọi là Lia, là nếu con chết hôm nay, con sẽ không còn tồn tại. Dưới bất kỳ hình thức nào. Cái chết của con sẽ chỉ là cái chết. Cuối cùng. Nó sẽ giống như khi bóng đèn nổ tung, con sẽ chết. Cuộc đời nghèo khổ của con sẽ kết thúc lúc đó. Và thế mà con vẫn ở đây, và con có nhiều điều để cống hiến cho thế giới. Con thậm chí còn chưa chạm đến bề mặt của những sức mạnh mà con có thể sở hữu. Tuy nhiên, nếu con chết hôm nay, những sức mạnh đó sẽ mãi mãi không được sử dụng. Con sẽ trở về với đất, bụi trở về bụi. Chỉ còn là ký ức đối với những người đã yêu thương con. Nhưng linh hồn con, cũng sẽ trở về nơi an nghỉ vĩnh hằng của nó."

Lia nắm chặt hai tay để ngăn những giọt nước mắt rơi xuống. Chúng cũng rơi từ đôi mắt già nua của bà. Cơ thể bà run rẩy khi khóc nức nở. Bà quá xúc động để có thể nói nên lời.

Little Dorrit tiến lại gần và đẩy nhẹ vai cô bé. Haniel cũng cố an ủi cô bằng cách hôn lên trán cô.

Và rồi Eriel bắt đầu kể câu chuyện của E-Z:

"E-Z, con đã đạt được nhiều thành tựu kể từ khi cha mẹ con qua đời. Những thử thách đã được trao cho con. Đôi khi, đó là những nhiệm vụ không thể vượt qua đối với một con người. Tuy nhiên, con đã thành công trong việc vượt qua chúng. Con đã cứu sống nhiều người. Con không làm ta thất vọng. Tuy nhiên, chúng ta vẫn cảm thấy." Cô ngập ngừng, liếc nhìn xung quanh. "Đặc biệt, ta cảm thấy rằng con đã kìm hãm sức mạnh của mình. Thậm chí đôi khi từ chối chúng. Con đã dành thời gian chúng ta ban cho để làm cho thế giới tốt đẹp hơn và đã phung phí nó."

E-Z mở miệng định nói.

"Im lặng!" Eriel hét lên. "Đừng cố biện minh cho mình. Chúng ta đã thấy con chơi bóng chày và lãng phí thời gian với bạn bè như thể con có cả đời để hoàn thành nhiệm vụ của mình. Thời gian đã hết. Nếu con chết hôm nay, những thử thách của con sẽ không hoàn thành."

E-Z đã đoán được điều sắp xảy ra, nhưng anh phải chờ Eriel nói ra. Phải nghe chính miệng cô ta nói để điều đó trở thành sự thật.

Như anh đã đoán, Eriel chưa nói hết. "Để lại cho chúng ta những thử thách chưa hoàn thành, trong khi cuộc đời các ngươi đã được cứu. Điều đó sẽ là không thể tha thứ. Nếu bạn chết hôm nay, bạn sẽ mất đôi cánh. Đó chỉ là khởi đầu. Những thử thách mà bạn chưa được giao - sẽ không bao giờ tồn tại. Bởi vì bạn là người duy nhất có thể hoàn thành nhiệm vụ. Hy vọng duy nhất của chúng tôi.

"Vì vậy, những người mà bạn định cứu sẽ không được ai cứu, vào bất kỳ thời điểm nào. Họ sẽ chết vì bạn. Mọi người mà bạn đã cứu trong các thử thách của mình sẽ chết.

"Sẽ như thể bạn chưa từng tồn tại. Cái chết của họ sẽ là vĩnh viễn. Hoàn toàn. Không có cơ hội nào cho cuộc sống sau cái chết đối với bất kỳ ai trong số họ. Ngay cả việc gửi họ đến vùng đất giữa hai thế giới cũng không phải là một lựa chọn. Cái chết của bạn, E-Z, sẽ gây ra hỗn loạn và mang lại sự hỗn loạn cho thế giới. Giống như ngày bạn và tôi đấu kiếm. Bạn còn nhớ thế giới trông như thế nào vào ngày đó không? Đó chính là cách trái đất sẽ trở thành - vào mỗi ngày." Eriel quay lưng lại. Họ nhìn anh ta dang rộng đôi cánh, như thể đang chuẩn bị ra đi.

Tất cả im lặng. Suy ngẫm về số phận của mình.

Sau một lúc, Eriel phá vỡ im lặng. "Ariel, Haniel và ta sẽ rời khỏi đây tạm thời. Các ngươi có thể thảo luận với nhau và quyết định. Nhưng hãy nhanh lên. Chúng ta không có cả ngày."

Ba vị thiên thần trưởng biến mất qua trần nhà.

16

Sau khi các thiên thần trưởng rời đi, Ba Người quá sốc đến mức không thể nói nên lời. Cho đến khi E-Z phá vỡ im lặng.

"Điều này hoàn toàn vô nghĩa. Tại sao họ lại đưa tất cả chúng ta đến đây? Tại sao họ lại tra tấn Alfred? Đưa chúng ta đến đây, rồi bảo một trong số chúng ta phải chết? Và chúng ta phải chọn ai? Điều này thật man rợ – ngay cả đối với Eriel."

Lia đi qua đi lại với nắm đấm siết chặt. Cô quá tức giận để nói, và cô không quan tâm nếu va vào thứ gì. Thực tế, khi cô va vào thứ gì đó, cô đá nó.

Alfred lên tiếng. "Tôi nghĩ nếu ai phải chết, đó nên là tôi. Sức mạnh của tôi cực kỳ hạn chế. Tôi có thể bị biến thành súp thiên nga với độ phức tạp của các thử thách. Như thử thách cuối cùng. Tôi biết cậu đã giúp tôi, E-Z. Đó là một hành động tốt bụng, nhưng tôi biết mình là gánh nặng."

E-Z cố gắng ngắt lời nhưng Alfred tiếp tục. "Chưa kể, tôi có thể cản đường. Đưa một trong số các cậu vào nguy hiểm. Tôi đã sống một cuộc đời buồn bã và cô đơn kể từ khi gia đình tôi bị cướp đi. Đôi khi sự cô đơn trở nên quá sức chịu đựng. Việc trở thành thành viên của The Three đã giúp tôi, nhưng...

"Ngay cả khi là một con thiên nga, tôi vẫn có thể nghĩ về họ. Nhớ về họ, yêu thương họ. Chỉ cần biết rằng họ đã chết cùng nhau và đang ở đâu đó bên nhau đã mang lại cho tôi sự bình yên. Dù tôi không ở bên họ, nhưng hôm nay tôi sẽ ở bên họ nếu tôi là người ra đi. Tôi sẵn sàng chấp nhận rủi ro đó. Hơn nữa, khi tôi ra đi, không ai trên trái đất này sẽ nhớ đến tôi."

"Chúng tôi sẽ nhớ anh!" Lia nói.

"Tất nhiên, chúng tôi sẽ nhớ cậu!" E-Z đồng ý, khi anh bước qua sàn nhà, nhận ra một chiếc bàn trước đó đã hòa vào tường. Anh tiến lại gần, phát hiện ra một chồng giấy trên đó và lật qua từng trang.

"Tôi đánh giá cao tình cảm của cậu," Alfred nói. "Này, cậu đang làm gì vậy, E-Z? Chiếc bàn đó từ đâu ra?"

Lia giơ cả hai tay ra trước mặt để có thể nhìn thấy cả E-Z và Alfred cùng lúc.

E-Z tiếp tục lật trang. Chẳng bao lâu, những tờ giấy bay tung tóe khắp phòng. Chúng xoay tròn trong không trung như bị cuốn vào mắt bão.

Ba người tụ lại và quan sát cơn lốc giấy. Rồi tất cả cùng lúc rơi xuống vỉa hè.

Lia nhặt một tờ và đọc trong khi E-Z và Alfred nhìn theo.

"Đây là gì?" cô thốt lên. 'Nó ghi tên chúng ta. Nó kể những câu chuyện. Những câu chuyện của chúng ta. Về cái chết của chúng ta."

"Nó nói chúng ta đã chết!' E-Z nói, đọc một tờ giấy anh ta vừa nhặt được.

"Ôi," Lia nói, một giọt nước mắt lăn xuống má. "Nó cũng nói mẹ tôi đã chết, và chú Sam của anh cũng vậy."

E-Z lắc đầu. "Điều đó không thể là sự thật. Đó không phải là sự thật. Họ đang lừa chúng ta." Anh nhìn xung quanh. Có điều gì đó trong phòng đã thay đổi. Những bức tường. Chúng giờ đây đã chuyển sang màu đỏ. "Chúng ta đã bước vào một chiều không gian khác hay sao? Nhìn những bức tường kia? Chúng ta đang ở đâu đó, nơi tương lai đã trở thành quá khứ?"

Alfred nhặt thêm một trang giấy rơi xuống. Nó kể về cái chết của vợ anh, con cái anh và chính bản thân anh. Nhưng khi anh nhìn vào bản thân, cảm nhận cơ thể mình, anh vẫn còn sống, với đôi cánh: một con thiên nga trumpeter. "Tôi muốn ra khỏi đây," anh nói.

Lia mỉm cười. "Anh có ý là ra khỏi căn phòng này, hay ra khỏi cuộc đời này? Em cũng muốn ra khỏi đây, ý em là ra khỏi cái hộp kim loại đáng sợ này, nhưng em không muốn chết. Nhìn thế giới qua lòng bàn tay thật kỳ lạ và thú vị. Có thể đọc suy nghĩ của người khác cũng hay lắm. Nhưng khi em dừng thời gian lại, đó mới là điều tuyệt vời nhất. Hãy tưởng tượng có thể triệu hồi sức mạnh đó, như khi ai đó đang gặp nguy hiểm, hoặc khi có thảm họa. Hãy tưởng tượng bao nhiêu mạng sống có thể được cứu? Và bây giờ tôi mười tuổi, ai biết còn bao nhiêu sức mạnh khác đang chờ đợi tôi."

"Thần thánh," E-Z nói. "Tôi hiểu cảm giác của em, Lia. Đó cũng là cảm giác của tôi khi cứu cô bé đầu tiên, khi cứu những người khác và khi cứu em."

Ba người tái tạo thành một vòng tròn, nắm tay nhau và cùng đọc: "Chúng ta có sức mạnh. Không ai chết hôm nay. Dù họ nói gì đi nữa." Họ quay tròn, quay tròn, niệm câu thần chú mới. Cho đến khi sẵn sàng triệu hồi các thiên thần trở lại.

17

Eriel đến trước tiên, lông mày nhíu lại và môi cong lên đầy khinh bỉ. Tiếp theo là Ariel và Haniel. Hai người đứng sau lưng anh ta, ẩn mình trong bóng tối của đôi cánh khổng lồ. Eriel khoanh tay, trong khi hai thiên thần khác tiến lên. Họ lơ lửng hai bên vai anh ta.

"Chúng ta đã quyết định," E-Z nói. "Hôm nay sẽ không ai chết."

Tiếng cười của Eriel vang dội khắp không gian kim loại. Anh ta bay lên không trung, rồi khoanh tay trước ngực. Ariel và Haniel im lặng, trong khi tiếng cười của Eriel ngày càng cao, đủ để làm đau tai Alfred.

Alfred ngất xỉu nhưng nhanh chóng tỉnh lại. Lia và E-Z giúp anh đứng dậy. Họ đỡ anh cho đến khi Little Dorrit bay đến. Chốc lát sau, Alfred đã ngồi cao trên lưng con kỳ lân, đối mặt với Eriel.

"Cảm ơn, bạn," Alfred nói.

"Rất vui được giúp đỡ," Little Dorrit nói.

"Đủ rồi!" Eriel hét lên, bay cao hơn họ. Hắn đe dọa họ bằng kích thước, sự u ám và giọng nói như sấm sét của mình. "Các ngươi nghĩ có thể thay đổi điều sẽ xảy ra? Ta đã nói với các ngươi điều phải xảy ra, và các ngươi không có quyền lựa chọn ngoài việc tuân lệnh ta. Đó không phải là một cuộc thăm dò. Cũng không phải là dân chủ. Đó là sự chắc chắn. Bởi vì nó đã được ghi chép..."

Rồi hắn nhận ra sàn nhà phủ đầy giấy tờ. Hắn bay xuống, nhặt một tờ lên. Rồi bay lên, đối mặt với Alfred. Trong tay hắn là câu chuyện của Alfred.

"Ta thấy ngươi đã đọc tương lai. Giờ ngươi biết sự thật, rằng ngươi đang sống trong một vũ trụ song song. Những gì xảy ra ở đây sẽ lan tỏa khắp các vũ trụ khác. Ở những nơi mà cả tương lai và quá khứ đều tồn tại."

Lia buông tay phải và giơ tay trái lên. Cánh tay cô không còn mạnh mẽ, vì chúng vẫn còn yếu ớt sau khi phải giữ chúng lên suốt thời gian qua.

Eriel bay qua phòng và ngồi xuống một chiếc sofa đỏ. Các thiên thần khác cũng gia nhập, mỗi người ngồi trên một cánh tay của sofa. Eriel ngồi thoải mái, đôi cánh của anh không hoàn toàn thu vào hay mở ra.

Sau khi ổn định, anh tiếp tục. "Trong một trong những thế giới đó, cả ba người các ngươi đã chết. Các ngươi đã đọc sự thật. Trong thế giới này, vẫn còn hy vọng. Hy vọng tồn tại nhờ chúng ta, tức là ta, Ariel, Haniel và Ophaniel. Chúng ta đã chọn ba con người các ngươi để hợp tác với chúng ta. Chúng ta đã trao cho các ngươi mục tiêu và đã giúp đỡ các ngươi khi và nơi nào có thể. Trong khi chúng ta ở bên các ngươi, chỉ có chúng ta mới cho phép sự tồn tại của các ngươi tiếp tục. Chỉ có chúng ta mới mang lại ý nghĩa cho cuộc sống của các ngươi. Nếu từ chối theo con đường chúng ta đã chọn cho các ngươi, các ngươi sẽ không còn tồn tại ở thế giới này nữa. Các ngươi sẽ bị xóa sổ, như thể các ngươi chưa từng tồn tại và sẽ không bao giờ tồn tại."

E-Z siết chặt nắm đấm và ghế của anh ta nghiêng về phía trước. "Trong tài liệu, tài liệu về cuộc đời khác của tôi, nó nói rằng chú Sam cũng đã chết. Ông ấy không có trong vụ tai nạn với cha mẹ tôi. Ông ấy không phải là một phần của thỏa thuận này. Các người đã giết ông ấy, Eriel, để giữ ta ở đây?"

Không chờ câu trả lời, Lia xen vào. "Trong tài liệu của tôi, nó nói rằng mẹ tôi đã chết. Làm sao điều đó có thể là sự thật? Xin hãy nói với tôi rằng đó không phải sự thật!"

Alfred, cảm thấy tốt hơn, nhảy xuống lưng Little Dorrit. Anh lạch bạch tiến lại gần sofa và một lần nữa đối mặt với Eriel.

E-Z nhìn bạn mình, Alfred, con thiên nga trumpeter dũng cảm, với ánh mắt tự hào.

"Và trong tài liệu, lời cầu nguyện của tôi đã được đáp ứng. Tôi đã chết rồi. Tôi đã chết cùng gia đình như lẽ ra phải thế. Tôi thà để mình chết đi. Chết cùng họ còn hơn là được tái sinh thành một con thiên nga trumpeter. Đó là sau khi Haniel cứu tôi khỏi betwixt and the between."

Eriel xua Alfred đi. "À, đúng rồi, cõi giữa. Ta đã quên ngươi bị gửi đến đó. Ngươi không thích nơi đó lắm phải không?"

Alfred ngoái cổ và nhăn mặt bằng mỏ. Nó lộ ra những chiếc răng nhỏ, nhọn như muốn cắn Eriel.

"Thôi đi," E-Z nói khi anh ta lăn đến sofa.

Alfred đóng mỏ lại. Lia tiến lại gần. Bây giờ Ba Người đang đứng cùng nhau trước Eriel. Họ chờ thiên thần nói gì đó, bất cứ điều gì. Lần đầu tiên anh ta im lặng.

E-Z nhân cơ hội để kiểm soát tình hình.

"Trong báo chí đã ghi rằng chú Sam đã chết trong vụ tai nạn cùng mẹ, cha và tôi. Ông ấy không ở trong xe với chúng tôi. Để điều đó xảy ra, ông ấy phải được đặt vào xe cùng chúng tôi. Vì mục đích gì? Hãy giải thích cho chúng tôi, các thiên thần tự xưng kia. Tại sao các người lại thay đổi lịch sử để phục vụ mục đích của mình? Chúa ở đâu trong tất cả chuyện này? Tôi muốn nói chuyện với Ngài."

"Tôi cũng vậy!" Lia hét lên.

"Tôi cũng vậy!" Alfred tiếp lời.

Eriel khoanh chân và xòe cánh. Ông đặt tay lên cằm và trả lời: "Chúa không liên quan gì đến chúng ta hay các người – không còn nữa." Ông ngáp dài, như thể nhiệm vụ này khiến ông chán ngán.

"Nếu tôi nói với các người rằng ngôi nhà của các người đang bốc cháy ngay lúc này? Nếu tôi nói với các người rằng cả Uncle Sam lẫn mẹ Samantha của Lia đều sẽ không sống sót qua ngày mai?"

"Thằng khốn!" E-Z hét lên.

"Cũng vậy!" Lia nói.

"Thôi nào," Eriel quở trách. "Chúng ta là bạn bè mà. Bạn bè, phải không? Nhà của các người có thể đang bốc cháy, bất cứ điều gì có thể xảy ra trong khi chúng ta ở đây, bị treo lơ lửng trong thời gian. Càng trì hoãn việc lựa chọn, các người càng tạo ra nhiều hỗn loạn trên thế giới." Anh đứng dậy và đôi cánh của anh mở rộng, khiến ba người lùi lại vài bước.

Anh ta tiếp tục, "E-Z, cậu sẵn sàng hy sinh mạng sống vì chú Sam của mình, đúng không?" E-Z gật đầu. "Tất nhiên, cậu sẽ làm vậy. Và Lia, cậu sẽ hy sinh mạng sống để cứu mẹ mình, đúng không?" Lia gật đầu.

"Và Alfred, con thiên nga trumpet nhỏ bé của ta. Người bạn lông vũ của ta. Trong hai người, ngươi sẽ cứu ai? Nếu ngươi chỉ có thể cứu một người?" Eriel mỉm cười, tự hào về những vần thơ mình vừa tạo ra.

"Ta sẽ cứu cả hai," Alfred nói. "Ta sẽ liều mạng hoặc chết trong nỗ lực đó."

"Ngươi có một ước muốn chết chóc kỳ lạ, người bạn lông vũ của ta."

Alfred lao về phía Eriel.

"Bạn không phải là bạn của tôi! Đừng chơi trò này với chúng tôi. Ngươi đã đưa chúng tôi đến đây. Tại sao? Để trêu chọc chúng tôi. Để làm một cô bé khóc. Ngươi chẳng là gì ngoài một, một tên bắt nạt."

"Đúng vậy," Lia nói. 'Đừng bắt nạt chúng tôi."

"Những gì họ nói,' E-Z thêm vào.

Eriel giờ đây tức giận, chuyển từ đen sang đỏ rồi lại đen rồi đỏ. Anh ta bay qua phòng và đập mạnh hai nắm đấm xuống bàn.

"Các ngươi muốn sự thật? Các ngươi không thể chịu đựng được sự thật!" Anh ta mỉm cười. "Một chút bên lề, ta thích diễn xuất của Jack Nicholson trong A Few Good Men."

Đó là điều duy nhất Eriel và E-Z đồng ý. Diễn xuất của Nicholson trong bộ phim đó là hoàn hảo.

"Dừng ngay những màn kịch tính và nói cho chúng tôi biết các người muốn gì."

"Chúng tôi đã nói rồi," Eriel nói. 'Tôi đã nói với các người rằng một trong số các người phải chết hôm nay. Tôi đã bảo các người chọn ai. Điều đó đã được viết sẵn, một trong số các người phải chết. Các người phải chọn. Ngay bây giờ."

Alfred bước lên, cổ dài như cổ thiên nga. 'Thì sẽ là tôi."

Alfred quỳ xuống, cơ thể run rẩy. Anh cúi đầu, như thể chờ đợi thiên thần trưởng chém đứt nó.

Thay vào đó, cả ba thiên thần trưởng vỗ tay. Họ nhảy múa quanh phòng. Tiếng la hét chói tai như những tên hề được thuê biểu diễn tại một bữa tiệc sinh nhật trẻ con.

Sau vài phút điên loạn, các thiên thần trưởng dừng lại.

"Đã xong," Eriel nói.

Và rồi họ biến mất.

18

Với E-Z trên xe lăn, Lia trên Little Dorrit và Alfred con thiên nga vẫn là The Three khi họ bay lượn trên bầu trời. Họ tiếp tục bay thêm vài dặm, cho đến khi dưới chân họ xuất hiện một cây cầu kim loại khổng lồ.

Một chàng trai trẻ đang đứng chênh vênh trên mép cầu, có vẻ như sắp nhảy xuống.

E-Z lấy điện thoại ra và chuẩn bị gọi 911, trong khi Alfred không do dự bay xuống gần người đàn ông. Anh cất điện thoại đi và cùng Lia theo sau.

Alfred lơ lửng gần người đàn ông, không thể nói hay được anh ta hiểu. Tất cả những gì anh có thể làm là kêu "Hoo-hoo!"

"Tránh xa tôi ra!" người đàn ông hét lên, vẫy tay đuổi Alfred, người chỉ đang cố giúp đỡ.

Người đàn ông từ từ tiến gần hơn đến mép, cởi giày và nhìn chúng rơi xuống sông bên dưới. Anh ta nhìn nước cuốn trôi giày, kéo chúng xuống bằng cái miệng thèm khát. Muốn nhìn rõ hơn, anh ta cởi áo phông - trên đó có dòng chữ "The End" một cách trớ trêu.

Chàng trai trẻ nhìn chiếc áo thun yêu thích của mình đung đưa và nhảy múa trên đường rơi xuống. Khi nước nuốt chửng nó, người đàn ông bắt đầu hát:

"Here I go round the mulberry bush.

The mulberry bush, the mulberry bush.

Here I go round the mulberry bush,

All on a, on a sunny, morning."

Alfred nghe thấy anh ta hát. Anh ta quen thuộc với bài hát đó. Anh ta chờ đợi người đàn ông hát tiếp. Thực ra, anh ta muốn anh ta hát nhiều hơn. Nhưng anh ta sợ làm phiền anh ta. Người đàn ông sẽ không hiểu, ngay cả khi anh ta cố gắng nói chuyện với anh ta.

Lúc này, E-Z đang chờ đợi một tín hiệu từ Alfred. Cuối cùng, anh ta nhận được một tín hiệu – Alfred bảo anh ta và Lia không được đến gần hơn.

Alfred mong người thanh niên có thể hiểu anh. Nếu anh tiến lại gần, liệu anh có thể bắt được anh ta không? Anh tiến lại gần, dang rộng đôi cánh hết cỡ.

Người thanh niên nhìn thấy anh. "Thiên nga," anh ta nói. Rồi anh ta nhảy lên.

Con thiên nga trumpeter to lớn hơn những con thiên nga bình thường. Nhưng không đủ to để bắt được một người đàn ông trưởng thành. Anh ta vẫn cố gắng, để đỡ anh ta rơi. Anh ta đặt mạng sống của mình vào nguy hiểm để cứu anh ta. Nhưng dù anh ta làm gì, người đàn ông vẫn rơi xuống như một quả bóng chì. Vào miệng sông đang đói khát.

Alfred không do dự, nhảy xuống theo anh ta. Cách anh ta định cứu người đàn ông ra sao, không ai biết. Một số người nói rằng ý định mới là quan trọng. Trong trường hợp này, Alfred bị kéo xuống bởi trọng lượng của người đàn ông.

Lúc này, E-Z đang lơ lửng trên mặt nước, tìm kiếm người đàn ông hoặc Alfred nổi lên để giúp họ. Lia và Little Dorrit đều không biết bơi. Và E-Z không thể vào cứu họ, dù có hay không có chiếc ghế của mình.

Bực bội, anh bay về phía bờ, tìm kiếm bất kỳ dấu hiệu nào của sự sống. Cuối cùng, anh thấy nó, một thứ gì đó nổi lên bên kia. Anh lao đến, mang người đàn ông đến nơi Lia đang chờ, và sau khi anh ta ho khan, anh đi tìm dấu vết của Alfred, con thiên nga.

Rồi anh ta thấy nó. Nửa trong nửa ngoài nước. Đang nổi theo dòng nước.

"Alfred!" anh ta gọi, khi nâng đầu con thiên nga lên, lập tức nhận ra cổ nó đã gãy. Alfred, con thiên nga trumpeter, người bạn của anh ta, đã ra đi. Hành động của Eriel đã hoàn t hành.

Lia, người đã theo dõi mọi hành động của E-Z, nhìn thấy cổ Alfred và hét lên "Khôngggggg!"

E-Z nhấc xác con thiên nga vô hồn lên xe lăn và ôm chặt. Anh cũng bắt đầu khóc.

Phía sau họ, người đàn ông mà Alfred đã cứu gọi to,

"Tôi không chết! Là tôi, Alfred."

19

T RÁI ĐẤT DỪNG LẠI.

Chim chóc ngừng bay giữa không trung. Máy bay cũng vậy. Các vật thể bay khác như bóng bay và drone cũng dừng lại. Đạn ngừng bắn sau khi rời khỏi nòng súng. Nước ngừng chảy qua thác Niagara. Côn trùng không còn vo ve. Không khí đứng yên.

Ophaniel xuất hiện, bên cạnh Eriel, Ariel và Haniel. Với hai tay chống hông và cằm đưa về phía trước, rõ ràng là cô đang bực bội.

Thay vì nói, cô quay về phía E-Z.

Anh ta đông cứng, miệng mở rộng. Lời cuối cùng anh ta nói là, "NOOOOOOOOOOOOOOOOO!"

Bây giờ cô quan sát Lia. Cô gái có một giọt nước mắt đông cứng trên má. Nó chảy ra từ mắt cũ của cô.

Bây giờ quay lại E-Z. Anh ta đang ôm một thi thể. Thi thể của một con thiên nga chết.

Bây giờ, đến Alfred, người không còn là thiên nga nữa. Anh ta đã biến thành một người đàn ông. Một người đàn ông bị đuối nước.

Chính người đàn ông đó sẽ thay thế anh ta trong The Three.

"Bây giờ, có gì sai với bức tranh này?" Ophaniel, vị vua của mặt trăng sao, hỏi.

Không ai dám nói.

"Eriel, ngươi là người chịu trách nhiệm ở đây. Đầu tiên, ngươi đã làm hỏng bài kiểm tra kết nối với E-Z và Sam bằng cách tự mình, xin lỗi vì cách nói này – bị đánh bay khỏi sân.

"Bây giờ, vì sự ngu ngốc của ngươi, Alfred, con thiên nga, đã chiếm lấy cơ thể con người. Cơ thể của người mà ta đã nói với ngươi, phải là thành viên của The Three.

"Ngươi biết chúng ta đang đối mặt với điều gì. Ngươi hiểu tương lai sẽ ra sao nếu chúng ta không sắp xếp mọi việc. Ngươi biết!"

Eriel cúi đầu trước chân Ophaniel, rồi bay lên khỏi mặt đất trước khi nói. "Ta đã nói những lời đó, việc đã xong."

"Đúng, ngươi đã nói những lời đó, nhưng ngươi đã không đảm bảo nhiệm vụ được hoàn thành, ngươi đồ ngốc!"

Cô ta lơ lửng gần Alfred mới. "Tôi xin lỗi, nhưng điều này khiến mọi việc phức tạp hơn, ngay cả với chúng ta. Dù có sức mạnh của chúng ta, việc đưa anh ta ra khỏi cơ thể con người và trở lại hình dạng thiên nga sẽ không dễ dàng. Chúng ta có thể phải gửi anh ta trở lại vùng đất giữa hai thế giới! Và anh ta không xứng đáng với điều đó. Thực ra,"

Ariel bay đến bên Ophaniel và hỏi, "Tôi có thể nói không?"

"Cô có thể, nếu cô có bất kỳ thông tin nào về Alfred có thể giúp chúng ta thoát khỏi rắc rối này."

"Tôi biết Alfred hơn bất kỳ ai ở đây. Anh ta đã đồng ý trở thành người đó, hy sinh bản thân mình. Anh ta sẽ làm điều đó một lần nữa mà không do dự – ngay cả khi không có gì cho anh ta. Đó là một sự hy sinh to lớn đối với bất kỳ sinh vật sống nào, hy sinh cuộc đời mình để cứu người khác. Hơn nữa, hãy xem xét tất cả những gì Alfred đã phải chịu đựng, cả trong cuộc sống con người và khi là một con thiên nga. Anh ta là một linh hồn phi thường và xứng đáng được cho một cơ hội thứ hai, thứ ba, và nhiều hơn nữa!"

Eriel khinh bỉ: "Anh ta nên biến mất, trở về nơi giữa hai thế giới mãi mãi. Anh ta không xứng đáng..."

"Ta không cho phép ngươi ngắt lời!" Ophaniel hét lên. Để ngăn anh ta ngắt lời trong tương lai, cô khép chặt môi anh ta.

"Điều anh nói là đúng, Ariel," Ophaniel nói. "Alfred hợp tác tốt với cả Lia và E-Z. Chúng ta nên cho anh ta một cơ hội thứ hai trong thân xác mới này. Anh ta không thuộc về vùng đất giữa hai thế giới. Đó là lỗi của Hadz và Reiki. Chúng ta đã có thể đày họ xuống mỏ ngay lập tức sau đó. Thay vào đó, chúng ta đã cho họ một cơ hội khác với E-Z.

"Tuy nhiên, Eriel đã gửi họ đến mỏ. Vậy nên, mọi chuyện đều tốt đẹp. Có lẽ Alfred xứng đáng được một cơ hội nữa. Hãy xem chuyện gì sẽ xảy ra, như con người thường nói, tùy cơ ứng biến. Nếu mọi chuyện suôn sẻ. Nếu không, cơ thể này có thể được tái sử dụng vì linh hồn đã rời khỏi nó."

"Cảm ơn," Ariel nói, cúi đầu trước Ophaniel. "Cảm ơn rất nhiều. Tôi sẽ theo dõi tình hình. Tôi sẽ không để Alfred làm ông thất vọng."

Ophaniel gật đầu, bay lên và nói:

EARTH RESUME.

Thời gian bắt đầu trôi chảy và thế giới trở lại như trước đây.

Ophaniel biến mất trước tiên, ba người còn lại chờ vài giây trước khi theo sau.

20

" Không thể nào!" E-Z kêu lên, đẩy xe lăn lại gần Alfred mới. 'Alfred, phải là anh sao? Thật sự là anh sao?"

Lia không cần phải hỏi vì cô đã biết. Cô chạy đến ôm chầm lấy Alfred.

Alfred nói bằng giọng Anh, 'Eriel chắc hẳn đã hoán đổi thân xác."

Alfred, chỉ mặc một chiếc quần jean, run rẩy. "Mặc dù tôi đang lạnh cóng, nhưng thật tuyệt khi được trở lại cơ thể này." Anh ta co duỗi cơ bắp và chạy tại chỗ để sưởi ấm. Sau đó, anh ta làm vài vòng nhào lộn trên bãi cỏ trong khi E-Z và Lia đứng nhìn với miệng há hốc.

"Thật là khoe khoang!" Little Dorrit nói.

Alfred, vừa nhận ra cô, tiến lại gần và vuốt ve bộ lông của cô. Cô cảm thấy mềm mại và ấm áp, anh áp mặt vào c ô.

"Đây quả là một tình huống kỳ lạ," E-Z nói, tiến lại gần. "Tôi không biết phải nghĩ sao về chuyện này."

"Tôi cũng không biết," Alfred nói, 'Nhưng chúng ta có thể thảo luận điều này trong khi ăn không? Tôi đói lắm và một chiếc burger phô mai đầy sốt cà chua và hành tây kèm một đĩa khoai tây chiên khổng lồ chắc chắn sẽ làm tôi no nê."

"Chờ đã,' E-Z nói. "Nếu anh là người đó, người mà chúng ta thậm chí không biết tên – thì sao nếu ai đó nhận ra anh?"

Alfred cúi xuống chạm vào ngón chân. Anh cảm nhận làn da trên khuôn mặt. Tóc anh. "Chúng ta sẽ lo chuyện đó khi đến lúc." Anh mỉm cười, ngẩng đầu về phía bầu trời và nói, "Cảm ơn Eriel, dù anh ở đâu."

Một chiếc máy bay bay qua đầu họ viết lên bầu trời:

"Một lần nữa, hãy tiến lên, các bạn thân mến."

"Đó là một câu nói khá kỳ lạ cho chữ viết trên trời," Lia nhận xét. 'Cả hai cậu có biết nó nghĩa là gì không?"

E-Z lắc đầu, 'Tôi có thể tra Google." Anh ta lấy điện thoại ra.

"Không cần," Alfred nói. 'Đó là câu của Shakespeare, được cho là của Vua Henry. Nghĩa đen là 'Hãy thử một lần nữa.' Tôi tin nó được nói trong trận chiến. Vậy, tôi đoán đây là tin nhắn từ Ariel của tôi, báo cho tôi biết rằng tôi đã được cho thêm một cơ hội." Nước mắt trào lên trong mắt anh.

E-Z nghi ngờ sự thay đổi này. Anh vui vì Alfred vẫn ở bên họ, nhưng anh tự hỏi giá phải trả là gì. 'Tôi lo lắng,' E-Z thừa nhận.

Lia cũng nói cô lo lắng.

"À, đừng lo. Nếu Ariel gửi cho tôi thông điệp này, thì cô ấy đang đứng về phía chúng ta. Hơn nữa, người đàn ông mà tôi đang ở trong cơ thể – anh ta không còn muốn nó nữa. Tôi đã cố cứu anh ta, nhưng anh ta vẫn nhảy xuống. Có lẽ đây là số phận, để tôi giúp các bạn vượt qua thử thách, E-Z. Dù là gì đi nữa, tôi sẽ chấp nhận. Tôi sẽ làm hết sức mình. Đó là sau khi tôi mặc áo sơ mi và đi giày."

"Tôi tự hỏi sức mạnh của anh bây giờ thế nào, Alfred. Ý tôi là, nếu anh vẫn còn chúng, hay anh có sức mạnh khác. Hoặc không có gì. Vì anh đã trở lại làm người," Lia hỏi.

Alfred gãi đầu tóc vàng. "Uh, tôi không biết. Điều duy nhất cần chữa trị ở đây là cơ thể thiên nga cũ của tôi. Tôi không muốn mạo hiểm chữa nó, nếu không tôi sẽ quay lại trong đó."

"Được thôi," Lia nói. 'Nhưng chúng ta không thể để xác thiên nga cũ của anh ở đó, đúng không? Chúng ta phải chôn nó."

Khi họ nhìn vào xác thiên nga vô hồn, nó biến mất vào không khí.

"Vậy là giải quyết được vấn đề,' E-Z nói.

"Tôi cảm thấy mình nên nói vài lời cho sự ra đi của cơ thể cũ của mình. Ai đó có phiền không?"

Cả E-Z và Lia đều cúi đầu.

Alfred ngâm một đoạn thơ của Lord Alfred Tennyson có tựa đề:

Con Thiên Nga Chết:

Đồng cỏ trống trải, hoang vu và trơ trọi,

Rộng lớn, hoang vu và mở rộng ra bầu trời,

Nơi đã tạo nên khắp nơi

Một mái vòm xám xịt u buồn.

Dòng sông chảy với tiếng lòng,

Một con thiên nga đang chết trôi theo dòng,

Và nó than khóc vang dội.

Ở đây, Alfred Hoo-Hoo'd và Hoo-Hoo'd cho đến khi nước mắt tràn đầy mắt họ khi bài thơ tiếp tục:

Đó là giữa trưa.

Gió mệt mỏi vẫn tiếp tục thổi,

Và cuốn theo những ngọn cỏ lau.

Họ đứng im lặng trong giây lát.

Rồi Lia nói: "Bây giờ chúng ta hãy lấy cho cậu bộ quần áo khô ráo, rồi chúng ta sẽ cùng đi ăn burger. Tớ cũng đói và khát rồi."

E-Z lắc đầu. "Một chút thức ăn sẽ tốt, nhưng tớ vẫn nghi ngờ Eriel. Có điều gì đó không ổn ở đây."

"Chúng ta sẽ tìm ra – sau khi ăn xong! Hãy dẫn tớ đến thiên đường burger phô mai."

Họ bắt đầu di chuyển dọc theo con đường ven biển. Họ tiếp tục đi bộ một lúc lâu. Trước khi nhận ra mình đã lạc đường.

"Tôi là một người dẫn đường xuất sắc," Little Dorrit, con kỳ lân, nói khi bay xuống chào họ. "Lên ngựa Alfred và Lia. E-Z, cậu có thể theo tôi."

Alfred móc tay vào túi quần jean và lấy ra một ví. Bên trong có vài tờ tiền và giấy tờ tùy thân của cơ thể mà anh đang cư ngụ. Tên của chàng trai trẻ là David, James Parker, 24 tuổi. Anh giơ lên bằng lái xe.

"Ảnh đẹp đấy," Lia nói.

"Đúng vậy, tôi khá điển trai."

"Ôi trời," E-Z nói, tiếp tục đi về phía trước.

Lên cao, lên cao, hành khách của Little Dorrit bay lên trời. E-Z theo sau cho đến khi biết mình đang ở đâu. Anh quyết định yêu cầu thêm GPS vào xe lăn của mình. Tiếc là họ không nghĩ đến điều đó khi sửa chữa xe.

Sau khi hạ cánh, họ nhanh chóng ghé vào một cửa hàng đồ cũ. Alfred giờ đây mặc một chiếc áo thun mới, quần jean, giày thể thao và tất. Sau đó, họ xếp hàng ngắn trước khi bắt đầu đặt đồ ăn.

Little Dorrit lặng lẽ rời đi, trong khi ba người kia thưởng thức bữa ăn. Tất cả đều rất đói.

Alfred phát ra những tiếng kêu âu yếm, quá nhiều để mô tả chi tiết. Khi ăn xong, họ bỏ rác vào thùng rác tương ứng và trở về nhà.

Khi gần đến nơi, Alfred gọi E-Z: "Chúng ta cần nói chuyện!"

"Có thể đợi đến khi chúng ta về nhà không?" Little Dorrit hỏi. 'Sau khi tôi xong việc ở đây, tôi còn nhiều việc phải làm, nhiều người phải gặp."

"Thật là vô lễ,' E-Z nói. "Thôi được, Alfred hay David hay bất cứ tên gì của cậu bây giờ."

"Đó chính là điều tôi muốn nói với cậu," Alfred nói. "Làm sao cậu giải thích sự biến đổi của tôi cho Uncle Sam và Samantha? À, Uncle Sam và Samantha, tôi muốn giới thiệu Alfred, con thiên nga trumpet. Tên mới của anh ấy là David James Parker. Nhờ vào cơ thể mà anh ấy đã nhập vào và đang cư ngụ. Vì người thanh niên từng sở hữu cơ thể đó đã tự sát trên cầu Jones Street."

"Ôi trời ơi," E-Z nói. "Đó là sự thật 100% như chúng ta biết, nhưng chúng ta không thể nói cho họ biết sự thật."

"Mẹ tôi sẽ ngất xỉu nếu chúng ta nói điều đó. Tại sao chúng ta không nói với họ rằng Alfred, con thiên nga, đã bay về phía nam? Để tìm thời tiết ấm áp hơn. Hoặc rằng anh ấy đã gặp một người bạn đời? Rồi chúng ta có thể giới thiệu Alfred là DJ, nghe thân thiện hơn nhiều so với David James."

"Anh thật là thiên tài," E-Z nói. "Tuy nhiên, vì bạn tôi tên là PJ, việc có một DJ và PJ có thể gây nhầm lẫn. Anh nghĩ sao, Alfred? Anh có thích cái tên nào không?"

"Tôi không thích DJ. Nghe quá phổ biến. Tôi thích được gọi là Parker. Parker the Butler là một trong những nhân vật yêu thích của tôi trong Thunderbirds."

"Vậy thì Parker nhé," E-Z nói xong thì Lia hét lên và Alfred ngất xỉu – ngôi nhà của họ đã biến mất. Bị thiêu rụi hoàn toàn.

21

▋▋ Oh không!" E-Z hét lên khi chạy về phía những gì còn lại của đám cháy. "Tôi phải tìm chú Sam và Samantha. Tôi nhất định phải tìm."

Chiếc ghế của anh ta lơ lửng trên những gì còn lại; tất cả đều cháy đen. Một mớ hỗn độn không thể nhận ra, không có dấu hiệu của sự sống. Những vật dụng lẻ tẻ bị ngấm nước. Những làn khói thỉnh thoảng bốc lên từ những tàn tro đã tắt.

E-Z giơ hai nắm đấm lên trời. "Đến đây Eriel, con quái vật khổng lồ-"

"Thằng ngốc bay!" Parker kết thúc lời mắng.

Lia cố gắng trấn an mọi người.

"Tại sao các người lại làm thế? Tại sao? Tại sao?" E-Z khóc.

Lia ngã xuống đất. Cô đặt đầu lên đầu gối E-Z và Parker ôm cô ngay khi một chiếc xe rít lên dừng lại phía sau họ.

Hai cánh cửa bật mở: Sam và Samantha.

Họ chạy đến ôm chặt lấy nhau, như thể họ không bao giờ nghĩ sẽ gặp lại nhau. Mọi người đều rơi nước mắt trước khi buông nhau ra. Khi họ nhận ra rằng cái ôm tập thể đó còn có một người đàn ông mà họ không quen biết.

Người lạ là một người đàn ông cao lớn, có thể dễ dàng có một vị trí trong đội Raptors. Anh ta mặc bộ vest đen sọc nhỏ từ đầu đến chân, đi giày cùng màu.

Cúc áo vest của anh ta mở ra, lộ ra bộ vest đen với chất liệu bóng loáng, có thể là lụa. Đôi mắt đen như mực và mái tóc rối bời của anh ta tương phản với làn da trắng như ngọc. Anh ta trông giống như sự kết hợp giữa một người làm tang lễ và một ảo thuật gia.

Anh ta đưa tay ra, "Chào, tôi là người bảo hiểm của Sam."

Ông Sam giải thích rằng ông và Samantha đã ra ngoài để ăn gì đó. Thấy biểu cảm của E-Z, ông giải thích thêm, 'Cô ấy không thể ngủ được vì chênh lệch múi giờ.' Samantha và Sam trao đổi ánh mắt, gật đầu. "Samantha và tôi…"

"Ôi, mẹ!"

E-Z nói, "Samantha và chú Sam ngồi dưới cây – k-i-s-s-i-n-g."

"Dừng lại," Parker nói. "Cậu đang làm họ xấu hổ."

Mọi ánh mắt đều đổ dồn về phía nhân viên bảo hiểm. Tên anh ta là Reginald Oxworthy. Anh ta đang nói điện thoại. La hét. 'Anh nói gì cơ? Anh ta không đủ điều kiện?"

"Ôi không!' Sam nói.

"Ông ấy đã là khách hàng của chúng ta nhiều năm, từ khi ông ấy sống ở bang khác và sau đó chuyển đến đây. Ông ấy đã được bảo hiểm, tôi chắc chắn điều đó." Có một khoảng lặng. 'Thôi, HÃY KIỂM TRA LẠI!' Ông ta đóng sầm điện thoại. 'Tôi xin lỗi về tất cả chuyện này."

Sam bước lại gần và mọi người khác cũng theo sau. 'Vấn đề chính xác là gì?"

"À, không có vấn đề gì đáng kể."

"Nghe có vẻ như là vấn đề đấy," Samantha nói. Những người khác gật đầu.

Oxworthy ho khan. 'Tôi đã bảo họ kiểm tra lại chính sách của anh. Cho tôi một,' điện thoại của anh ta reo. 'Một lát,' anh ta nói, bước xa khỏi họ. Họ theo sau anh ta như một nhóm cầu thủ bóng đá trong một cuộc họp, lắng nghe từng lời anh ta nói. "Ừ, đúng rồi. Họ đã xác nhận rồi. Không sao, chuyện này thường xảy ra."

Anh ta nở nụ cười hướng về phía Sam rồi giơ ngón tay cái lên. Anh ta rời khỏi đám đông và tiếp tục cuộc trò chuyện.

Họ đứng thành một nhóm, nhìn vào những gì còn lại của ngôi nhà. Một ngôi nhà mà E-Z đã sống suốt cuộc đời mình. Bây giờ sẽ ra sao? Họ có phải xây lại ở đây không? Một ngôi nhà mới, không có lịch sử hay ý nghĩa. Một ngôi nhà mới sẽ không bao giờ là ngôi nhà của anh. Sẽ không bao giờ là nơi mà linh hồn của cha mẹ anh, nếu linh hồn tồn tại, có thể ghé thăm.

Oxworthy tiến về phía họ. "Thôi được rồi. Tôi xin lỗi vì sự chậm trễ. Nhưng đặt phòng khách sạn của các anh đã được xác nhận. Chúng ta có thể đi ngay. Sẽ sắp xếp cho các anh khi nào sẵn sàng."

"Cảm ơn," Sam nói. "Có biết nguyên nhân gây ra vụ cháy chưa?"

"Sau cuộc điều tra sơ bộ, họ chắc chắn 90% rằng vụ nổ do rò rỉ khí gas gây ra. Nhưng đừng lo lắng về điều đó bây giờ. Chính sách bảo hiểm của các vị sẽ chi trả toàn bộ chi phí lưu trú tại khách sạn. Tôi đã đặt cho các vị ba phòng. Như vậy là đủ, phải không?"

"Như vậy là được," Sam nói. "Cảm ơn, Reg."

"Chính sách bảo hiểm của các vị cũng bao gồm chi phí cho các vật dụng thay thế, nhu yếu phẩm và thức ăn. Bạn không cần phải trả một xu nào tại khách sạn. Bất kỳ khoản chi tiêu nào, hãy gửi hóa đơn cho tôi. Làm bản sao, bạn giữ bản gốc. Tôi sẽ đảm bảo bạn được hoàn lại tiền."

Sam và Oxworthy bắt tay nhau.

"Ai cần đưa đến khách sạn?" Oxworthy hỏi, và Lia và Samantha leo lên ghế sau của chiếc Mercedes đen của anh t a.

E-Z và Parker lên xe của Uncle Sam.

"Tôi nghĩ chúng ta chưa được giới thiệu," Sam nói, đưa tay ra cho Parker đang ngồi ở ghế sau.

"Rất vui được gặp anh," Parker nói.

"À, anh cũng là người Anh à," Sam nói. 'Nói đến chuyện đó, Alfred đâu rồi?"

E-Z lắc đầu. 'Tôi sẽ giải thích vào sáng mai. Và anh có thể tiếp tục kể cho chúng tôi nghe về anh và Samantha."

"Được thôi," Sam nói, nhìn vào gương chiếu hậu để thấy Parker đã ngủ say. Anh khởi động xe và phóng đi.

"Chúng ta đều có một ngày khá bận rộn," E-Z nói.

"Anh nói đúng."

Xin lỗi Eriel, vì đã đổ lỗi cho cậu, E-Z nghĩ. Mặc dù một linh cảm trong sâu thẳm tâm trí anh cho rằng vụ việc vẫn chưa có kết luận.

22

Khi mọi người đến khách sạn, họ làm thủ tục nhận phòng và lên kế hoạch gặp nhau vào lúc 6 giờ tối để ăn tối.

Chú Sam có một phòng riêng, nhưng giữa phòng của ông và phòng của cháu trai có một cửa thông nhau. Parker cũng ở chung phòng với E-Z, trong khi Lia và mẹ cô chia sẻ một phòng cách đó vài cửa.

Sau khi ổn định, Lia và Samantha quyết định đi mua sắm những thứ cần thiết. Ưu tiên hàng đầu là quần áo mới vì tất cả đồ đạc họ mang theo đều bị cháy trong đám cháy.

"Còn hộ chiếu của chúng ta thì sao?" Lia hỏi.

"May mà tôi luôn mang theo trong túi xách."

"Phew!" Hai người bước vào một cửa hàng thời trang cao cấp và lập tức thử những bộ trang phục mới nhất của Bắc Mỹ.

"Điều này sẽ thật thú vị vì công ty bảo hiểm sẽ trả hết mọi chi phí!" Samantha reo lên qua tường với con gái đang ở phòng thử đồ bên cạnh.

"Chúng ta không có gì thích hơn là đi mua sắm!" Lia nói. "Mình nhất định sẽ mua cái này, cái này và cái này."

****

B Trở về khách sạn, Parker đang ngáy khò khò trên giường. E-Z đang đi đi lại lại trong phòng, nghĩ về chiếc máy tính bị mất. May mắn là anh chưa viết được nhiều trong cuốn tiểu thuyết Hình xăm thiên thần, nhưng điều anh lo lắng nhất là những đồ đạc của bố mẹ. Anh không thể tin rằng tất cả đã biến mất. Việc anh đã lâu không xem chúng cũng không giúp được gì. Nhưng tại sao anh lại tự trách mình? Nhân viên bảo hiểm nói nguyên nhân là do rò rỉ khí gas. Họ nói họ chắc chắn 90%. Tại sao anh lại cứ cảm thấy đó là lỗi của mình vì anh có thể đã ngăn chặn được, ngăn Eriel khi anh còn cơ hội.

Sam thò đầu vào phòng. "Hai người ổn không?"

Parker duỗi người.

"Ổn mà. Vào đi."

"Tớ đi xuống cửa hàng mua vài thứ cần thiết. Hai cậu muốn đưa cho tớ danh sách những thứ cần mua, hay muốn đi cùng tớ?"

"Nếu liên quan đến thức ăn – tính tớ vào!" Alfred nói.

"Cậu luôn đói!"

"Biết sao được, tớ đã chỉ ăn cỏ trong một thời gian dài."

E-Z bắt gặp ánh mắt của Sam và giả vờ hút một điếu thuốc ảo.

Chú Sam khịt mũi, thắc mắc làm sao thằng cháu mười ba tuổi lại biết những thứ đó. Để đổi chủ đề, họ khóa cửa phòng và đi xuống hành lang.

"Chúng ta đi đâu vậy?" E-Z hỏi.

"Đúng rồi, chúng ta không thường đi mua sắm trong thành phố. Có một trung tâm thương mại tuyệt vời, tôi đã muốn đến đó từ khi chuyển đến đây. Không xa lắm, nên tôi nghĩ chúng ta có thể trò chuyện dọc đường."

"Anh có thể kể cho chúng tôi nghe chuyện gì đã xảy ra không?" Parker hỏi.

"Ừ, sao anh và Samantha lại quen nhau nhanh thế?" E-Z hỏi.

"Hmmm," Sam nói.

"Tôi đang nói về vụ cháy," Parker nói, liếc nhìn E-Z qua vai.

Họ đến cửa hàng. Parker và Sam đi vào qua cửa xoay, trong khi E-Z dùng nút mở cửa để vào.

Bên trong, Parker cúi xuống buộc lại dây giày. E-Z lấy một chiếc áo khoác denim thời trang từ móc treo và thử mặc. Anh đẩy xe lăn đến trước gương để kiểm tra độ vừa vặn. "Trông khá ổn."

Sam lại gần để đánh giá tình hình, "Đồng ý, vừa vặn hoàn hảo. Trông như được may riêng cho anh."

"Anh nghĩ sao, Alfred?"

Sam ngạc nhiên. Parker nói, "Đừng gọi tôi là Alfred nữa! Alfred là ai vậy?"

"À, xin lỗi, đó là giọng Anh. Anh ta cũng có giọng đó. Alfred là, ừm, một người bạn của chúng ta."

Sam quay lại xem quần áo. Anh đang cho đồ lót và đồ vệ sinh vào giỏ.

"Anh nghĩ sao, Parker?"

Anh bước lại gần để xem kỹ hơn. "Phù hợp lắm. Anh nên mua nó. Nhưng sẽ tiếc khi cánh của anh mọc ra và làm hỏng nó."

Sam đi ngang qua và E-Z ném chiếc áo khoác vào giỏ của anh. "Tôi nghĩ các cậu nên mua thêm mấy thứ cần thiết, như quần lót. Trừ khi các cậu định đi 'commando'."

"Eww!" E-Z kêu lên.

"À, tôi quen với cụm từ đó. Nguồn gốc của nó, tôi chắc chắn là từ Anh."

"Tôi hiểu tại sao cháu trai tôi cứ gọi anh là Alfred. Đó chính là kiểu câu mà nó hay nói."

E-Z liếc nhìn Parker một lúc. Rồi anh theo chú mình đến quầy thu ngân, dừng lại, thử một chiếc mũ và ném nó vào giỏ.

"Giờ Parker đi đâu rồi?" anh hỏi. Sam tiếp tục xem các chiếc ghim cà vạt trong khi E-Z tìm kiếm bạn mình trong cửa hàng.

Parker đứng im như tượng giữa lối đi số 4, tay phải giơ lên, tay trái buông thõng. Khuôn mặt anh ta trông không khác gì một xác sống.

"Ôi không!" E-Z nói khi quay lại. 'Uh, Parker,' anh thì thầm. "Có chuyện gì vậy? Cậu phải cẩn thận kẻo ai đó nhầm cậu với mannequin."

Parker vẫn đứng im như tượng.

"Tỉnh lại đi," E-Z nói, đẩy ghế vào Parker. Cơ thể Parker nghiêng sang một bên rồi ngã nhào. E-Z kịp thời nắm lấy anh, giữ anh bằng tay áo sau lưng. Anh cố gắng chỉnh lại tư thế cho bạn mình để trông bớt cứng đờ và giống mannequin, nhưng đó không phải là việc dễ dàng.

Chú Sam chạy lại giúp. "Có chuyện gì với Parker vậy?"

"Tôi không biết. Chúng ta phải đưa anh ta ra khỏi đây."

"Anh ta có dùng ma túy không? Anh ta có vẻ mặt kỳ lạ, như thể vừa thấy ma hay gì đó."

"Không, không ma túy, chỉ thỉnh thoảng hút cần sa. Và không có ma quỷ nào cả – huống chi là ban ngày. Có lẽ tôi có thể đưa anh ta đi bằng ghế của tôi? Chúng ta phải đưa anh ta ra khỏi đây trước khi ai đó phát hiện và gọi cảnh sát.

"Đồng ý. Tôi không biết họ sẽ nói gì với cảnh sát nếu gọi họ. Có một người trong cửa hàng của chúng ta đang bắt chước búp bê! "Nhanh lên."

"Thật buồn cười," E-Z nói. "Anh đi kiểm tra đi, tôi ở lại đây. Chúng ta nghĩ cách đưa anh ta ra khỏi đây mà không gây chú ý quá."

Uncle Sam đi thanh toán trong khi E-Z ở lại với Parker. Khách hàng đi lên lối đi, gặp khó khăn khi di chuyển qua họ. E-Z đẩy ghế sang trái, rồi sang phải để nhường đường cho khách.

Cuối cùng, khi có nhiều khách hàng cùng lúc, anh đẩy Parker vào tường. Ít nhất anh ta đã ra khỏi đường. Rồi ngồi đợi Sam.

"Chúng tôi ở đây!" E-Z gọi to khi thấy anh ta.

"Tại sao anh ta lại quay mặt vào tường? Và sao anh lại ở đây xa thế?"

"Có nhiều khách hàng, và chúng ta cản đường. Anh có nghĩ cách nào để đưa anh ta ra khỏi đây không?"

"Đúng, tôi sẽ đi lấy một chiếc xe tải   Sam nói.

"Sao không lấy một chiếc xe đẩy?" E-Z hỏi. "Ít nổi bật hơn."

"Chúng ta không thể đưa anh ta vào xe đẩy. Trừ khi cậu muốn dùng cánh của mình, nhấc anh ta lên và thả vào đó."

"Tôi cần suy nghĩ." Sau vài phút, anh nhận ra gọi xe tải phẳng là ý tưởng tốt nhất. "Đúng, gọi xe tải phẳng và tôi sẽ giúp anh đưa anh ta vào. Khi ra khỏi cửa hàng, tôi có thể bay anh ta về khách sạn. Vấn đề duy nhất là, khi đến đó, chúng ta sẽ làm gì với anh ta?"

"Chúng ta sẽ nghĩ ra khi ra khỏi cửa hàng." Sam đi lấy một chiếc xe đẩy. Thay vào đó, anh quay lại với một chiếc xe tải phẳng. Hóa ra đó là lựa chọn tốt hơn. Họ dễ dàng đưa Parker lên xe và trở về khách sạn.

"Chúng ta đi bộ về, chậm rãi và cẩn thận," E-Z nói. "Tôi không cần bay nữa. Chúng ta sẽ đi từ từ, lên phòng, đặt anh ta lên giường."

"Rồi tôi sẽ trả lại xe đẩy, tôi đã hứa sẽ tự mình trả lại."

"Nghe có vẻ hợp lý. Ồ."

Một nhóm người mua sắm chiếm hầu hết vỉa hè. Họ dừng lại để nhường đường, rồi tiếp tục đi và nhanh chóng quay lại khách sạn.

Khi vào trong, xe đẩy không vừa thang máy thông thường, nên họ phải dùng thang máy dịch vụ. Điều đó đòi hỏi một chút thuyết phục, tức là hối lộ nhân viên lễ tân. Sau khi tiền đổi chủ, anh ta thậm chí còn giúp họ đưa xe đẩy ra khỏi thang máy. Anh ta còn đề nghị trả lại xe đẩy cho cửa hàng khi họ xong việc. Đề nghị này bị Sam từ chối lịch sự.

Bây giờ, bên ngoài phòng của E-Z và Parker, thang máy mở ra và Lia cùng mẹ cô bước ra. Mỗi người đều mang theo nhiều túi xách khi họ nhận ra các chàng trai và chiếc xe đẩy.

"Ôi không! Có chuyện gì vậy?! Lia hỏi.

"Không biết," E-Z nói. 'Anh ta rẽ sai đường."

"Hãy đưa anh ta vào trong,' Sam nói.

Sau khi đặt túi xuống, các cô gái giúp E-Z và Sam đưa Parker lên giường.

"Có lẽ anh ấy bị yểm bùa?" Lia đề nghị.

"Đó là một suy luận khá kỳ lạ," Samantha nói. "Em xem quá nhiều tập cũ của Charmed."

Lia cười. "Đúng vậy, đó là một trong những bộ phim yêu thích của em. Ý tôi là phiên bản cũ, cái có cô gái từ Who's the Boss."

"Thật tốt khi biết cậu cũng xem kênh phim cũ ở Hà Lan," E-Z nói. Rồi anh ta tiến lại gần Parker. 'Chờ đã. Anh ấy còn thở không?"

Họ quan sát sự lên xuống của ngực Parker. Không có gì xảy ra.

"Kiểm tra nhịp tim – hoặc mạch,' Samantha đề nghị.

"Có nhịp tim," Sam nói. 'Và anh ấy đang thở, nhưng rất yếu."

Samantha cúi xuống và sờ trán Parker. 'Ôi trời, anh ấy sốt cao quá!"

"Lấy đá lạnh!" Sam hét lên, rồi theo lệnh của chính mình, chạy ra hành lang với xô đá theo sau.

"Chúng ta nên gọi bác sĩ không?" Samantha hỏi.

23

❚❚ Tôi đồng ý với mẹ. Chúng ta cần gọi xe cấp cứu, hoặc có thể khách sạn có bác sĩ ở đây," Lia nói.

E-Z nhăn mặt, gửi tin nhắn cho Lia qua ESP – chúng ta cần loại bỏ chú Sam và mẹ cậu.

Sam quay lại, mang theo một xô đá. 'Chúng ta cần đưa anh ấy vào bồn tắm.' Anh ta và Samantha bắt đầu nhấc Parker lên.

"Chờ đã!" Lia nói. 'À, Sam và Mẹ, sao hai người không đi lấy thật nhiều đá? Ý tôi là, chúng ta cần đổ đầy bồn tắm trước khi đưa anh ta vào, đúng không?"

"À, tôi nghĩ họ đang cố đuổi chúng ta đi,' Sam nói.

"Xin lỗi," E-Z nói. "Các bạn có thể cho chúng tôi vài phút để thử giải quyết tình huống của Parker không?"

Samantha và Sam gật đầu, rồi rời khỏi phòng.

E-Z niệm những lời thần chú triệu hồi Eriel:

Roch-Ah-Or, A, Ra-Du, EE, El.

Vẫn không có thiên thần xuất hiện. Việc bị phớt lờ khiến E-Z vô cùng bực bội, đặc biệt là khi anh biết mình đang bị Eriel theo dõi liên tục.

Lia thử gọi Haniel nhưng không nhận được phản hồi.

E-Z và Lia không biết phải làm gì khi trái tim Parker bắt đầu đập chậm lại và gần như ngừng hẳn.

Không được triệu hồi hay có tiếng động nào, Ariel xuất hiện. Cô bay thẳng đến Parker. Cô đặt tay lên trán anh. Họ nhìn thấy những giọt nước mắt rơi từ mắt cô và rơi xuống má anh. Cô niệm chú, hát một bài hát nhẹ nhàng và chờ đợi. Khi anh ta không cử động hay tỉnh lại, cô quay đi. Nhưng trước khi rời đi, cô than thở: "Anh ấy đã ra đi." Và chỉ vài giây sau, cô cũng biến mất.

Mặc dù họ đang ở tầng 45 và mặc dù Alfred/Parker đã chết. Lại một lần nữa. E-Z nhấc anh ta khỏi giường và mang anh ta đến cửa sổ. Anh liếc nhìn Lia qua vai.

Cô đang khóc khi anh và Parker rơi xuống.

Rơi, rơi. Cho đến khi cánh xe lăn của E-Z mở ra. Họ bay đi, anh ta và Alfred, anh ta và Parker. Họ đều giống nhau. Hai trong một.

Anh ta đang trở nên mê sảng khi bay cao hơn và cao hơn. Các bộ phận kim loại của ghế ngồi ngày càng nóng lên.

Anh ta sợ chúng sẽ tự bốc cháy.

Anh ta phải sửa chữa điều này. Anh ta phải làm được. Anh ta phải tìm Eriel.

Chiếc xe lăn bắt đầu co giật, khiến E-Z và Alfred/Parker rơi xuống.

Họ đáp xuống silo mà không có xe lăn, E-Z ôm chặt cơ thể vô hồn của bạn mình.

Không lâu sau, Eriel xuất hiện, lơ lửng giữa không trung trước mặt họ và gọi: "Ta đã nói với các ngươi điều này sẽ xảy ra. Ta đã nói và hắn đã đồng ý. Thỏa thuận đã được thực hiện."

E-Z biết điều đó là sự thật, nhưng vẫn hỏi: "Tại sao anh lại cho anh ta hy vọng, và tại sao lại trích dẫn câu nói của Shakespeare về việc cho anh ta một cơ hội thứ hai?"

Eriel nhìn vào cơ thể vô hồn mà E-Z đang ôm chặt. 'Đó không phải là việc của tôi."

"Vậy tôi phải nói chuyện với ai?' E-Z hỏi. "Đưa anh ta đến gặp tôi. Chúa, hoặc bất kỳ ai đang điều khiển mọi thứ. Tôi đòi được gặp anh ta!"

24

E riel thở dài, rồi biến mất.

E-Z và Alfred/Parker còn lại. Tên Parker không có nghĩa lý gì với anh ta. Alfred là bạn của anh ta, và bây giờ anh ta đã ra đi, anh ta sẽ nhớ anh ta như Alfred và chỉ là lfred.

Chờ đợi điều gì đó và không có gì cùng một lúc. E-Z ôm lấy thi thể của người bạn đã chết, mong anh ta sống lại.

"Anh có muốn uống gì không?" giọng nói từ tường hỏi.

"Tôi muốn bạn tôi sống lại. Anh có thể mang anh ấy trở lại không? Anh có thể giúp tôi cứu anh ấy không?"

"Xin hãy ngồi yên."

PFFT.

Mùi hương dịu dàng của oải hương tràn ngập không gian. Anh chìm vào trạng thái mơ màng, nơi anh đang sống lại một ký ức, một ký ức đã thay đổi để phù hợp với tình huống hiện tại của anh.

Ở đó là mẹ và cha của E-Z, còn sống và khỏe mạnh, nhưng trẻ hơn. Họ đang trở về từ bệnh viện trong một chiếc xe mà anh chưa từng thấy trước đây. Cha anh, Martin, vội vàng bước ra khỏi ghế lái để giúp mẹ anh, Laurel, ra khỏi xe.

Và cùng nhau, họ với tay vào ghế sau và nhấc ra một ghế trẻ em. Họ nhìn đứa bé trong đó với ánh mắt đầy yêu thương, đứa bé đang ngủ say.

"Nó giống anh trai nó," Martin nói.

"Đúng vậy, E-Z luôn ngủ thiếp đi trong xe," Laurel nói.

"Vào trong đi," Martin thì thầm.

"Và gặp anh trai của con," Laurel nói, khi em bé mở mắt ra một lát rồi lại ngủ tiếp.

E-Z, người đang nhìn ra cửa sổ, bên cạnh chú Sam. Cậu bé muốn ra ngoài chào em bé mới của mình.

"Chờ họ vào trong đã," chú Sam nói.

"Được rồi," E-Z, bảy tuổi, nói, mặt áp vào cửa sổ, hai tay ôm lấy.

Cửa trước mở ra, "Chúng ta về rồi!" mẹ Laurel gọi.

E-Z chạy đến cửa trước, nơi mẹ và cha anh ôm chặt anh. Họ quỳ xuống để giới thiệu thành viên mới nhất của gia đình Dickens.

"Nó nhỏ quá," E-Z nói.

"Đó là con trai," cha anh nói.

"À."

"Con có muốn bế nó không?" mẹ anh hỏi.

"Được," E-Z nói, giơ hai tay để mẹ đặt em trai nhỏ vào. 'Nhưng con không muốn đánh thức nó. Nó có phiền không?"

"Không, nó sẽ không thức dậy,' Laurel nói.

"Nếu nó thức dậy, đó là vì nó muốn gặp anh trai lớn của mình."

"Nó có tên chưa?" E-Z hỏi, ôm em bé vào lòng và ôm đầu nó.

"Chưa, con có muốn đặt tên cho nó không?" mẹ anh hỏi. 'Tốt, giữ cổ nó, như vậy... rất tốt. Con biết làm thế nào à? Con là một anh trai tốt quá."

"Làm tốt lắm, bạn nhỏ,' bố anh nói.

E-Z nhìn xuống khuôn mặt của con vịt con và nói: "Nó trông giống Alfred đối với con."

Nước mắt lăn dài trên má E-Z khi hai thế giới va chạm. Trong một thế giới, anh ôm em trai Alfred trong lòng. Trong thế giới kia, anh ôm thi thể Alfred trong silo.

"Thời gian chờ còn bảy phút," giọng nói từ tường vang lên.

"Bảy phút," E-Z lặp lại.

Anh nghĩ về Alfred, về sức mạnh của mình. Về cách anh có thể chữa lành các sinh vật khác, bao gồm cả con người. Anh tự hỏi liệu Alfred có chữa lành cho chàng trai trẻ không. Liệu anh ta có tự mình thực hiện việc hoán đổi không? Điều đó có thể xảy ra không?

"Alfred," E-Z nói. 'Alfred, cậu có nghe thấy tớ không?' Anh lắc cơ thể người bạn. 'Alfred!' anh lặp đi lặp lại, hy vọng người bạn có thể nghe thấy anh bằng cách nào đó.

Khi đồng hồ trên tường đếm ngược, Ariel xuất hiện. "Anh không thể đối xử với cơ thể như vậy. Đó là một sự sỉ nhục." Cô dang rộng đôi cánh và định nhấc cơ thể mềm nhũn của Alfred khỏi tay E-Z để mang đi.

"Không!" E-Z nói. "Anh không được mang anh ấy đi."

Ariel lắc cánh, rồi chỉ ngón tay trỏ về phía E-Z.

"Alfred đã rời khỏi tòa nhà, ngươi đang giữ dạ thịt, bộ áo giáp đã từng chứa đựng anh ta. Alfred đang ở nơi anh ta thuộc về. Hãy để cơ thể anh ta đi."

E-Z ngồi dậy. Nếu Alfred đang ở bên gia đình ở đâu đó, nếu điều đó là sự thật, thì vâng, anh có thể để anh ta đi. Cho đến lúc đó, anh sẽ không buông tay.

"Anh ta đang ở đâu chính xác? Anh ta có ở bên gia đình không?"

Ariel bay gần lại, rất gần, gần như đậu trên mũi E-Z. "Điều đó tôi không thể nói."

"Vậy tôi sẽ không để anh ta đi."

"Được," Ariel nói. Cô thở hắt ra và biến mất.

Trên cao, trong silo xuất hiện hai hình bóng, một người đàn ông và một người phụ nữ. Họ di chuyển về phía anh và lơ lửng xuống. Gần hơn và gần hơn.

Anh dụi mắt. Lại mơ sao? Đó là mẹ và cha anh. Martin và Laurel. Những thiên thần đến đón anh. Anh lắc đầu. Không thể là họ. Không thể. Anh đã mơ về họ – họ mang về một em trai. Bây giờ họ ở đây, cùng anh trong silo. Rõ ràng như ban ngày – nhưng anh vẫn đang ngủ sao? Mơ sao?

"E-Z," mẹ anh nói. 'Người này, bạn của con, Alfred đã chết. Con phải để anh ấy đi và tiếp tục công việc của mình. Con phải hoàn thành các thử thách và đồng hồ đang tick. Con đang hết thời gian."

Cha E-Z, Martin, nói: 'Đó là cách duy nhất chúng ta có thể đoàn tụ lại."

"Nhưng họ đã nói dối anh ấy," E-Z nói. 'Họ nói với anh ấy rằng anh ấy sẽ được ở bên gia đình. Anh ấy không thể ở bên gia đình bây giờ, không phải như thế này. Làm sao tôi biết họ không nói dối tôi về việc ở bên anh? Làm sao tôi biết anh không phải là một trò lừa đảo của Eriel để buộc tôi làm theo ý hắn?"

"Eriel là ai?' mẹ anh hỏi.

"Chúng ta không biết Eriel," cha anh nói.

Điều này không có ý nghĩa gì. Đây là nơi của Eriel. Dù họ có biết anh ta hay không cũng không quan trọng, anh ta là người chịu trách nhiệm đưa họ đến đây. Anh ta biết cách lay động trái tim E-Z. Anh ta biết cách khiến anh làm những gì anh ta muốn.

Hắn muốn gì? Và tại sao hắn lại dùng cha mẹ hắn để đạt được điều đó? Thật là vô liêm sỉ. Trên không trung, cha mẹ hắn lơ lửng, nở nụ cười rồi tắt đi như những con rối. Đó là lúc hắn chắc chắn rằng hai bóng ma, hoặc bất cứ thứ gì chúng là, không phải là cha mẹ hắn. Họ chỉ là sản phẩm của trí tưởng tượng của anh ta, hoặc có thể là của Eriel. Điều anh ta không thể hiểu được là tại sao. Tại sao anh ta lại bị thao túng một cách tàn nhẫn và vô liêm sỉ như vậy?

"Dậy đi, E-Z!"

Anh ta trở lại giường của mình. Trong ngôi nhà của mình.

Anh ta lăn người và tiếp tục ngủ... và lại rơi vào silo - lần nữa.

25

Ba vật thể hình silo lơ lửng trong phòng như đang chơi trò "Theo dấu người dẫn đầu".

Chúng không phải là silo. Đó là những nơi an nghỉ vĩnh hằng đích thực được gọi là "Soul Catchers".

Mỗi khi một sinh vật chết đi, miễn là cơ thể mà nó từng sống đã được sinh ra với một linh hồn, thì linh hồn đó sẽ tiếp tục tồn tại. Có rất nhiều Soul Catchers, nhiều đến mức không thể đếm xuể. Số lượng của chúng vượt xa sự hiểu biết của con người. Hơn cả một googolplex, con số lớn nhất được biết đến.

Khi E-Z đến, như trước đây, anh ta được đặt vào Soul Catcher đang chờ sẵn.

Alfred đến tiếp theo, vẫn còn chết, thi thể anh ta được đặt vào Soul Catcher của mình.

Lia đến cuối cùng, vẫn còn ngủ, được đặt vào Soul Catcher của cô.

Không lâu sau, E-Z bắt đầu cảm thấy ngột ngạt.

"Anh có muốn uống gì không?" giọng nói từ tường hỏi.

"Không, cảm ơn," anh nói, gõ ngón tay lên tay vịn xe lăn, khi một thiên thần xuất hiện. Một thiên thần mới, người mà anh chưa từng thấy trước đây.

Thiên thần này là một phụ nữ. Cô mặc một chiếc váy đen dài thướt tha và đội mũ – trông như đang tham dự lễ tốt nghiệp. Trên khuôn mặt nghiêm nghị của cô là một cặp kính. Tương tự như cặp kính Marilyn Monroe đeo trên poster ở quán cà phê. Sự khác biệt là khung kính của cô nhấp nháy ánh đỏ như máu.

"E-Z," cô nói bằng giọng run rẩy. Tiếng nói của cô vang dội. "Chào mừng trở lại Hộp Đựng Linh Hồn của bạn."

"Soul Catcher?" anh ta nói. 'Đó là tên của thứ này sao? Với tôi trông nó giống một silo hơn. Vậy Soul Catcher là gì?"

"Đó là nơi an nghỉ vĩnh hằng cho linh hồn,' cô ta nói, như thể đã trả lời câu hỏi đó hàng triệu lần.

"Nhưng đó không phải là nơi dành cho người chết sao? Tôi không chết." Anh ta hy vọng mình không chết!

"Chờ đã!" cô hét lên.

Lại một lần nữa, cô rung chuyển tường khi nói. Răng anh cũng rung lên. Đến mức anh thà ra ngoài tuyết còn hơn phải nghe cô nói thêm một lời nữa.

"Tôi không nói đây là thời gian hỏi đáp. Theo tôi thấy, anh đã hoàn thành hầu hết các thử thách thành công. Mặc dù Alfred đã giúp trong thử thách thứ hai. Như anh biết, sự trợ giúp không được phép."

E-Z mở miệng định bênh vực Alfred, nhưng lại đóng lại. Anh không muốn mạo hiểm khiến cô ta lại hét lên. Anh thà rằng họ tăng nhiệt độ trong đây. Nhưng mà, đây là nơi dành cho linh hồn. Có lẽ linh hồn thích nơi lạnh lẽo.

TICK-TOCK.

Một tấm chăn được phủ lên vai anh.

"Cảm ơn."

"Anh nói đúng, khi chết linh hồn anh sẽ nghỉ ngơi ở đây. Hoặc đã nghỉ ngơi ở đây, nếu chúng tôi để anh chết. Nhưng chúng tôi đã giữ anh sống. Chúng tôi có lý do chính đáng để làm vậy. Tuy nhiên, mọi thứ đã thay đổi. Kế hoạch không thành công. Vì vậy, chúng tôi muốn hủy bỏ thỏa thuận ban đầu."

"Ý anh là hủy bỏ sao? Anh thật to gan! Cố gắng hủy bỏ một thỏa thuận, chỉ vì tôi là một đứa trẻ sao? Có luật chống lao động trẻ em mà. Hơn nữa, tôi đã làm mọi thứ được yêu cầu. Đúng, tôi phải học mọi thứ trong lúc làm. Nhưng dù khó khăn đến đâu, tôi cũng đã làm. Tôi đã giữ lời hứa của mình, và anh cũng phải giữ lời hứa của anh!"

"Ồ, đúng vậy, anh đã làm những gì được yêu cầu. Đó chính là vấn đề – anh thiếu sự chủ động."

"Thiếu sự chủ động!" E-Z hét lên khi đập hai nắm đấm xuống tay vịn xe lăn. "Thỏa thuận là anh gửi cho tôi các thử thách và tôi sẽ tìm cách vượt qua chúng. Tôi đã cứu sống nhiều người. Anh không thể thay đổi quy tắc giữa chừng."

"Đúng, đó là thỏa thuận ban đầu. Nhưng sau đó mọi chuyện trở nên tồi tệ với Hadz và Reiki – họ quên xóa trí nhớ – và Eriel phải can thiệp."

"Anh ta gửi cho tôi thử thách, tôi đã hoàn thành. Tôi thậm chí còn đánh bại anh ta trong một trận đấu."

"Đúng, anh đã làm được. Tôi đã yêu cầu anh ta đánh giá mối liên kết giữa anh và Uncle Sam."

"Để đánh giá chúng tôi?"

"Đúng. Một thiên thần trưởng không được phép TẠO RA thử thách cho một thiên thần đang huấn luyện. Do sự thiếu chủ động của anh, Eriel đã phải can thiệp nhiều hơn mức cần thiết."

"Chờ đã! Vậy anh đang nói là tôi phải tự đi tìm thử thách của mình? Tại sao không ai thông báo cho tôi về những yêu cầu này?"

"Chúng tôi hy vọng bạn sẽ tự mình nhận ra. Đã có những manh mối. Manh mối về bức tranh lớn. Những điểm chung. Chúng tôi hy vọng nếu bạn có người khác để thảo luận về những thử thách. Những thử thách bạn đã hoàn thành. Rằng bạn sẽ tập trung vào vấn đề. Đến cùng một kết luận.

Giúp chúng tôi. Có thể thậm chí chinh phục nó – mà không cần chúng tôi phải chỉ cho bạn từng bước. Chúng tôi đã cho bạn mọi cơ hội, nhưng bạn không làm. Vì vậy, chúng tôi sẽ đi theo hướng khác."

"Điểm chung? Tôi có thể hiểu ý bạn."

"Nếu bạn hiểu ra và chọn tùy chọn Siêu anh hùng… Điều đó sẽ hiệu quả. Miễn là mọi thứ rõ ràng như ban ngày. Bạn có bức tranh toàn cảnh. Biết rõ rủi ro."

"Vậy chúng ta vẫn là một đội? Tại sao bạn không nói rõ ra? Làm cho nó dễ hiểu hơn cho tôi?"

"Trong quá khứ, dù đồng đội của bạn được trao sức mạnh mà bạn không có – bạn đã không sử dụng chúng. Thay vào đó, ba người các bạn ngồi đó – lãng phí thời gian – chờ đợi mọi thứ xảy ra.

Anh không thấy kỳ lạ khi Eriel xuất hiện trong công viên giải trí sao? Anh ta đang nâng cao The Three's. Đó không phải là công việc của một thiên thần. Đó là công việc của a nh."

Anh lắc đầu. "Tôi không hoàn toàn chắc chắn đó là Eriel cho đến khi anh ta tự giới thiệu mình vào cuối cùng. Trước đó, tôi đã có nghi ngờ. Ai khác sẽ ăn mặc như Abraham Lincoln?

"Hơn nữa, tôi nghĩ không ai được biết. Đến lúc đó, tôi nghĩ các thử thách là bí mật. Tôi sợ vi phạm thỏa thuận với anh. Ophaniel nói nếu tôi tiết lộ cho ai, tôi sẽ mất cơ hội gặp lại cha mẹ. Tôi đã tuân theo quy tắc được đặt ra. Tôi không nghĩ anh hiểu khái niệm công bằng."

"Đây không phải là trò chơi. Các thiên thần có thể làm bất cứ điều gì chúng ta muốn!" cô hét lên, tiến gần đến chỗ E-Z đang ngồi. Cô đưa cằm về phía trước. "Chúng tôi quyết định bạn phù hợp hơn với trò chơi Siêu anh hùng hơn là trò chơi Thiên thần. Lúc đó, bạn đã được hỗ trợ trong bộ phận quan hệ công chúng. Để khuyến khích bạn tìm những người của riêng mình để giúp đỡ. Chúa biết Trái Đất đầy rẫy những người như vậy. Shakespeare gọi họ là gì nhỉ, những kẻ khóc lóc và nôn mửa trong vòng tay của người vú em?"

"Tôi chưa từng đọc Shakespeare, nhưng tôi có họ hàng với Charles Dickens. Không phải là điều đó liên quan. Nhưng, được rồi, vậy các người muốn tôi tiếp tục, với tư cách là Siêu anh hùng cùng Alfred, nếu anh ta còn sống, và có Lia bên cạnh. Chúng ta có thể dễ dàng nhận được sự ủng hộ và quảng bá từ truyền thông.

"Tôi vẫn cam kết với anh. Nếu anh cho chúng ta tự do hành động, trời sẽ là giới hạn. Chúng ta biết nhiều trẻ em ở trường và trong ngành thể thao. Chúng ta có thể thiết lập một đường dây nóng Siêu anh hùng và một trang web. Chúng ta có thể sử dụng mạng xã hội để kết nối với mọi người trên toàn thế giới. Mọi người sẽ xếp hàng để chúng ta giúp đỡ họ. Đó sẽ là một trò chơi hoàn toàn mới."

"À, cuối cùng anh cũng nói đến sự chủ động... nhưng con trai yêu quý của tôi, điều đó quá muộn màng. Như tôi đã nói trước đây, chúng tôi muốn thoát khỏi nghĩa vụ với các anh. Các anh không còn bị ràng buộc với chúng tôi. Các anh không còn nợ gì chúng tôi nữa."

"Nhưng..."

"Cả ba người các ngươi đã chứng minh rằng các ngươi chỉ làm điều này vì bản thân mình. Khi các thiên thần lần đầu đề nghị các ngươi có thể giúp chúng ta, đại diện cho chúng ta trên trái đất này – chúng ta đã có một kế hoạch. Với Alfred, cũng vậy. Rồi Lia xuất hiện. Từ đó, chúng ta đã có một số thành công với hai người các ngươi. Chúng ta đã đưa cô ấy vào bộ ba… nhưng bây giờ các ngươi đã trở nên thừa thãi."

"Chúng ta cứu người, chúng ta giúp đỡ người."

"Đừng nói với tôi như vậy. Nếu tôi cho các ngươi cơ hội được ở bên cha mẹ mình ngay bây giờ, ở đây, các ngươi sẽ bỏ cuộc. Các ngươi sẽ ra đi mà không quan tâm hay nghĩ đến những mạng sống có thể được cứu nếu thử thách tiếp tục.

"Cũng như Alfred, tôi nghĩ vậy – nếu anh ta còn sống. Anh ta sẽ ra đi trong một cánh đồng hoa cúc cùng gia đình mà không chớp mắt. Và nói về mắt, nếu Lia lấy lại thị lực – cô ấy cũng sẽ ra đi.

"Sau khi cân nhắc kỹ lưỡng, chúng tôi nhận ra không ai trong số các anh cam kết với bất cứ điều gì ngoài bản thân mình, vì vậy chúng tôi đã chuyển sang Kế hoạch B."

"Chờ đã. Hãy định nghĩa lại công việc." Anh ta tra Google và vui mừng khi thấy mình có bốn vạch. "Theo từ điển trực tuyến: thực hiện công việc hoặc hoàn thành nghĩa vụ đều đặn để nhận lương hoặc tiền công. Tôi đã làm việc cho các người mà không nhận tiền. Ngoại trừ lời hứa bồi thường. Chúng ta có một thỏa thuận bằng miệng.

"Tôi không chắc chi tiết thỏa thuận của Alfred hay Lia, nhưng tôi cá là các thiên thần của họ cũng đề nghị những ưu đãi tương tự. Tôi đã giữ lời hứa của mình, và anh cũng nên làm vậy. Tôi mười ba tuổi và," anh ta tra Google. "Đúng như tôi nghĩ, theo Bộ Lao động Hoa Kỳ, mười bốn tuổi là độ tuổi tối thiểu để làm việc."

Cô ta cười và chỉnh lại kính. Anh ta nhận thấy cô ta có máu trên tay. Cô ta lau chúng vào bộ đồ đen. "Các luật lệ cũ không áp dụng cho thiên thần hay đại thiên thần. Thật ngây thơ khi anh nghĩ nó sẽ áp dụng." Cô ta dừng lại. "Chúng tôi sẵn sàng đề nghị anh hai lựa chọn. Lựa chọn số một: Anh sẽ ở lại đây trong Cái Bẫy Linh Hồn này cho đến hết đời."

"Cái gì?"

Nền móng của Cái Bẫy Linh Hồn anh rung chuyển. Ý nghĩ bị chôn sống trong cái hộp kim loại này khiến anh buồn nôn.

"Cuộc đời anh sẽ sống, từng ngày thở, sẽ được sống lại như lời hứa của những thiên thần ngu ngốc đó. Cùng với cha mẹ anh. Tức là anh sẽ sống lại cuộc đời mình cùng cha mẹ từ ngày anh chào đời cho đến khoảnh khắc họ qua đời. Anh sẽ không bao giờ ngồi xe lăn, và họ sẽ không bao giờ chết." Cô ta dừng lại. "Bây giờ, ngươi có thể nói."

"Ngươi có nghĩa là ta sẽ sống lại cuộc đời mình cùng cha mẹ, từng ngày từng ngày chúng ta đã ở bên nhau, mãi mãi, lặp đi lặp lại?"

"Đúng."

"Lựa chọn thứ hai là gì?"

"Ngươi không đoán được sao?" cô ta hỏi với nụ cười nham hiểm.

Nụ cười của cô ta không chân thành đến mức anh phải quay đi.

Anh chờ đợi.

"Lựa chọn thứ hai có nghĩa là anh sẽ quay lại sống cuộc đời của mình với chú Sam." Cô ngập ngừng, tiến lại gần E-Z. Anh đã lạnh cóng, và giờ cô khiến anh càng lạnh hơn với mỗi lần vỗ cánh. Anh trùm chăn kín người. Cô tiếp tục. "Như anh có thể đã đoán, anh sẽ không bao giờ, cũng như không bao giờ được đoàn tụ với cha mẹ mình trong bất kỳ lựa chọn nào. Chúng tôi sẽ tái tạo quá khứ. Sẽ giống như anh đang sống trong một vở kịch hoặc chương trình truyền hình."

"Cái gì! Đó không phải là điều tôi đã đồng ý!" E-Z thốt lên. "Anh đang nói Hadz, Reiki, Eriel và Ophaniel đã nói dối tôi?"

"Nói dối là từ quá nặng, nhưng đúng vậy. Hãy nhìn xung quanh. Các linh hồn được đặt vào các ngăn riêng biệt. Mỗi linh hồn đã có một ngăn được chuẩn bị sẵn."

"Vậy, anh đang nói cha mẹ tôi mỗi người ở trong một trong những thứ này?"

"Đúng, linh hồn của họ ở đó."

"Vậy sau đó họ sẽ ra sao?"

"Tại sao, họ sẽ trôi nổi trong thiên đàng."

"Điều đó thật buồn. Tôi luôn nghĩ cha mẹ tôi sẽ ở bên nhau, ở đâu đó. Tôi biết đó là điều duy nhất mang lại chút an ủi cho Alfred. Rằng vợ và con anh ấy ở bên nhau ở đâu đó. Không ai muốn nghĩ đến việc người thân yêu của mình chết một mình. Huống chi là phải dành cả vĩnh hằng trong một hộp kim loại trôi dạt từ nơi này sang nơi khác."

"Tình cảm con người. Linh hồn chỉ tồn tại. Chúng không sống, không thở, không ăn, cũng không cảm thấy nóng hay lạnh. Con người không hiểu khái niệm đó."

Anh ta khịt mũi.

"Tôi không có ý xúc phạm loài của anh. Nhưng khi cơ thể chết đi, thứ còn lại, linh hồn, là một khái niệm khó hiểu. Não bộ con người quá nhỏ bé để có thể nắm bắt được sự phức tạp của vũ trụ. Vì vậy mới có sự ra đời của các giáo lý tôn giáo. Được viết bằng ngôn ngữ đơn giản. Dễ dàng để dạy và tuân theo mà không cần bằng chứng."

"Vì linh hồn được coi trọng hơn con người như tôi, làm sao tôi có thể sống phần đời còn lại trong một trong những cái hộp này?"

"Chúng tôi đã điều chỉnh, như bây giờ và trước đây. Bạn không gặp vấn đề gì khi tồn tại ở đây khi chúng tôi đưa bạn vào, phải không?"

"Ngoài chứng sợ không gian hẹp," anh ta nói. "Và những lúc họ phải xịt nước hoa oải hương để làm dịu tôi."

"À, đúng rồi. Tần suất tái phát chứng sợ không gian hẹp tất nhiên sẽ phụ thuộc vào lựa chọn của bạn. Nếu bạn chọn Lựa chọn số một, môi trường sẽ duy trì sự sống cho bạn theo mọi cách cho đến khi linh hồn bạn sẵn sàng. Sau đó, hình dạng trần thế của bạn có thể được tiêu hủy. Con người có khả năng thích nghi, và bạn sẽ quen với điều đó. Hơn nữa, bạn sẽ được ở bên cha mẹ, hồi tưởng lại ký ức. Điều này sẽ giúp thời gian trôi qua. Bây giờ, hãy chọn lựa chọn của bạn!"

"Chờ đã, còn đôi cánh của tôi và đôi cánh của ghế thì sao? Chúng sẽ ra sao?" Anh ta do dự, "Còn sức mạnh của Alfred và Lia thì sao? Nếu chúng ta chọn tùy chọn số một, chúng ta có quay lại như trước khi các ngài và các thiên thần khác can thiệp vào cuộc đời chúng ta không?"

"Tất nhiên, chúng tôi sẽ không lấy đi đôi cánh của con, con trai yêu quý, hay tước đi bất kỳ sức mạnh nào mà các con đã được ban cho. Chúng tôi là thiên thần, không phải kẻ độc ác."

"Thế thì tốt, vậy chúng ta có thể tiếp tục làm siêu anh hùng."

"Các con có thể, nhưng các con sẽ phải tự tạo ra sự nổi tiếng cho mình – vì khi chúng tôi ra đi, chúng tôi sẽ ra đi mãi mãi."

"Xin hãy ngồi yên," giọng nói trong tường nói, mặc dù E-Z không có nhiều lựa chọn.

Thiên thần không nói gì. Thay vào đó, cô ta phân tâm bằng cách lau kính rồi đeo lại.

"Một điều nữa," E-Z hỏi, "về Alfred."

"Nói đi nhưng nhanh lên. Một khái niệm khác mà con người không hiểu là thời gian tồn tại khắp vũ trụ. Tôi còn nhiều nơi phải đến và nhiều thiên thần trưởng khác phải gặp."

"Được rồi, tôi sẽ nói. Alfred hiện đang ở trong một cơ thể con người khác. Nếu linh hồn vẫn ở lại với cơ thể, thì có hai linh hồn trong đó không? Người bắt linh hồn có đang chờ hai linh hồn không?"

Thiên thần quay lưng lại với anh. Cô ho khan trước khi nói: "Chúng tôi hy vọng anh không hỏi câu đó. Anh thông minh hơn chúng tôi tưởng." Cô nhắm mắt, gật đầu: "Ừm." Mắt cô vẫn nhắm chặt. E-Z nhìn xem cô có đeo nút tai không vì cô dường như đang nghe ai đó. Hay có lẽ anh đang tưởng tượng. Cô gật đầu. "Đồng ý," cô nói.

"Có ai khác ở đây với chúng ta không?" anh hỏi.

Một giọng nói vang lên từ mọi phía xung quanh anh. Tại sao tất cả các thiên thần đều có giọng nói to như vậy?

"Ta là Raziel, Người Giữ Bí Mật. E-Z Dickens, ngươi phải nghe lời ta. Một khi lời ta đã được nói ra, ngươi sẽ không nhớ chúng. Cũng như không nhớ rằng ta đã ở đây. Những Kẻ Bắt Linh Hồn và mục đích của họ không phải là việc của ngươi. Ngươi đã vượt quá giới hạn của mình, và chúng ta sẽ không dung thứ cho điều đó! Chúng ta đã hào phóng cho ngươi hai lựa chọn. Quyết định NGAY LẬP TỨC, hoặc người bạn thông thái của ta sẽ quyết định thay ngươi."

E-Z định nói, nhưng rồi tâm trí anh trống rỗng. Họ đang nói về điều gì?

Thiên thần hộ mệnh nhắm mắt lại, lẩm bẩm "Cảm ơn," và giọng nói của Raziel im bặt.

✳ ✳ ✳

Đó như thể thời gian đã quay ngược lại. "Anh mong tôi quyết định ngay lập tức, mà không cho tôi thời gian để suy nghĩ? Không nói chuyện với chú Sam hay bạn bè của tôi? Nói đến chuyện đó, còn Alfred thì sao? Anh ta được hứa sẽ đoàn tụ với gia đình. Còn Lia, cô ấy được hứa sẽ lấy lại thị lực."

"Vì Alfred đã ra đi, quyết định của anh – liệu anh ta có sống sót trên Trái Đất hay không – sẽ là quyết định của anh ta. Lựa chọn hàng đầu của anh ta sẽ giống như của anh. Anh ta có muốn sống lại cuộc đời mình với gia đình nhiều lần không? Vì anh ta đã ra đi, có thể anh ta đang mơ những giấc mơ đẹp về họ. Tuy nhiên, ai mà biết được tâm trí có thể chơi trò gì. Anh ấy có thể đang trong vòng lặp ác mộng và chỉ có bạn mới có thể cứu anh ấy và gia đình anh ấy bằng cách đưa ra quyết định đúng đắn cho anh ấy."

"Bạn đang nói anh ấy sẽ không bao giờ thoát ra được? Chắc chắn?"

"Điều đó tôi không thể nói. Tất cả những gì tôi biết là, kẻ bắt hồn chưa sẵn sàng để thu hồn anh ấy...chưa."

"Còn Lia thì sao?"

"Mắt người của cô ấy đã mất trong kiếp này, giống như đôi chân của anh. Cô ấy có thể hồi tưởng lại những ngày còn nhìn thấy, nhưng cô ấy có thể muốn anh chọn giúp cô ấy. Dù sao, cô ấy chưa có thời gian để trưởng thành như một đứa trẻ bình thường. Cô ấy đã mất ba năm cuộc đời và giai đoạn lão hóa này, chúng tôi không chắc liệu đó là trường hợp duy nhất hay sẽ xảy ra lại."

"Ý anh là, anh cũng không biết điều gì sẽ xảy ra với cô ấy sao?"

"Không, chúng tôi không biết. Hơn nữa, cô ấy vẫn đang ngủ."

"Tôi không thể quyết định điều này cho cả ba chúng ta trong thời gian giới hạn. Đây là một quyết định lớn và tôi cần thời gian."

"Vậy anh sẽ có nó." Một chiếc đồng hồ xuất hiện, đếm ngược từ sáu mươi phút. "Thời gian của anh bắt đầu từ bây giờ. Hãy cho tôi câu trả lời trước khi đồng hồ về zero. Nếu không, mọi thứ chúng ta đã thảo luận sẽ vô hiệu. Và các anh sẽ trở lại khách sạn với thi thể của bạn mình." Cánh của cô ấy đập mạnh và cô ấy bay lên cao hơn.

"Chờ đã, trước khi đi," anh ta hét lên.

"Còn gì nữa?"

"Có những người khác không, ý tôi là những đứa trẻ khác như chúng ta?"

"Thật vui được gặp anh," cô ấy nói.

"Cảm giác đó chắc chắn không phải là của tôi," anh ta trả lời.

26

Khi những phút trôi qua, E-Z lặp lại mọi thứ vừa được nghe. Anh ước gì thùng chứa rộng hơn để có thể di chuyển thoải mái hơn. Ít nhất anh đang ngồi thoải mái trên xe lăn. Cả hai trông như cặp đôi hoàn hảo.

"Anh có muốn ăn gì không?" giọng nói từ tường hỏi.

"Có chứ," anh đáp. "Một quả táo, ít bỏng ngô – vị phô mai sẽ ngon và một chai nước."

"Đang mang đến ngay," giọng nói đáp, khi một chiếc bàn kim loại đẩy qua khe hở trên tường mà anh chưa từng để ý. Nó dừng lại trước mặt anh. Từ khe hở, một móc kim loại xuất hiện, mang theo chai nước. Tiếp theo là móc thứ hai mang ly thủy tinh. Móc thứ ba mang theo quả táo. Trước khi đặt xuống, móc kim loại lau chùi quả táo bằng khăn. Cuối cùng, móc thứ tư xuất hiện, mang theo bát bỏng ngô.

"Cảm ơn," anh nói khi bốn móc sắt vẫy tay và biến mất trở lại vào tường.

"Không có gì."

"À, có thể lấy máy tính của tôi được không? Nó bị hỏng trong đám cháy. Tôi muốn lập danh sách những thứ cần làm để đưa ra quyết định."

"Được thôi. Cho tôi một hoặc hai phút."

Khi anh ta đang ăn xong quả táo và suy nghĩ về bắp rang, từ một khe khác trên tường đối diện, laptop của anh ta xuất hiện. Móc treo giữ nó lơ lửng, chờ E-Z di chuyển các vật dụng khác để tạo không gian. Khi anh ta không làm vậy, các móc treo khác xuất hiện từ phía bên kia. Một cái móc nhặt vỏ táo và biến mất vào tường. Một cái khác đổ nước còn lại trong ly vào tường. Sau đó, nó mang chai rỗng trở lại qua khe trên tường. Vì muốn giữ bỏng ngô và ly nước, anh ta lấy chúng khỏi bàn. Móc treo đặt laptop xuống, rồi trở lại qua khe trên tường.

E-Z nghĩ những cái móc thật là phụ kiện cool. Anh ta có thể dễ dàng bán chúng cho một chuỗi cửa hàng lớn của Thụy Điển.

Giờ thì móc treo đã hết, anh mở nắp máy tính xách tay và bật nó lên. Đầu tiên, anh kiểm tra tập tin Hình xăm thiên thần, mọi thứ vẫn còn đó! Anh rất hạnh phúc; nếu đồng hồ không đang tích tắc, anh đã khóc rồi.

"Cảm ơn rất nhiều," anh nói, nhét một nắm bỏng ngô phô mai vào miệng. Rồi anh bắt đầu gõ bàn phím. Anh quyết định nghĩ về bản thân mình sau cùng. Đầu tiên, ghi lại những ưu và nhược điểm về Alfred. Ngay lập tức, anh biết Alfred sẽ không phiền khi phải sống lại quá khứ với gia đình mình nhiều lần. Anh sẽ chọn lựa chọn đó ngay lập tức.

"Tuy nhiên, E-Z cảm thấy đó không phải là lựa chọn mà gia đình anh muốn anh chọn. Bởi vì anh sẽ phải sống lại những gì đã xảy ra, không tiến về phía trước. Trong cuộc sống, con người được sinh ra để tiến về phía trước. Để tiếp tục học hỏi và phát triển.

Càng nghĩ, anh càng nhận ra điều đó giống như xem lại cuộc đời mình liên tục. Hãy tưởng tượng cuộc đời bạn được phát lại 24/7, không bao giờ biết khi nào kết thúc. Hoặc liệu nó có bao giờ kết thúc không. Điều đó có thể trở thành một loại địa ngục khác. Một thứ mà anh không dám nghĩ đến.

Trừ khi anh chắc chắn Alfred sẽ luôn ở trong trạng thái hôn mê. Điều mà thiên thần đã ám chỉ. Với anh, việc đưa ra lựa chọn sẽ xua tan mọi ác mộng. Alfred sẽ ở bên gia đình anh mãi mãi. Dù đó không phải là sự thật... nhưng có thể đủ. Anh có chọn không?

Anh liếc nhìn đồng hồ, còn 50 phút. Anh bắt đầu nghĩ về trường hợp của Lia. Ước mơ trở thành một vũ công ballet nổi tiếng của cô đã bị cắt đứt. Cô ấy có muốn sống lại tuổi thơ, biết rằng giấc mơ đó sẽ không bao giờ thành hiện thực? Đối với cô ấy, việc mạo hiểm với tương lai có thể đáng giá. Đôi mắt trong lòng bàn tay cô khiến cô trở nên đặc biệt, duy nhất... và cô rất đáng mến. Cô có thể trở thành phiên bản mới nhất của Wonder Woman, nếu cô có thể kiểm soát tất cả sức mạnh.

"E-Z?" Lia nói. "Tôi nghe thấy anh đang nghĩ, nhưng anh ở đâu?"

Ôi không! Bây giờ cô ấy đã tỉnh, anh phải giải thích mọi thứ cho cô ấy, và điều đó sẽ mất thời gian, mà thời gian đang cạn kiệt. Anh phải làm điều đó, nhanh chóng. "Nghe này, Lia," anh bắt đầu, "tôi có một câu chuyện dài để kể cho em, xin đừng ngắt lời tôi cho đến khi câu chuyện kết thúc. Chúng ta đang hết thời gian." Anh giải thích tất cả, mất mười phút. Mười phút nữa trôi qua. Còn bốn mươi phút.

"Được rồi, E-Z, anh nghĩ về anh, còn em sẽ nghĩ về em. Chúng ta nghỉ năm phút, sau đó sẽ nói chuyện lại. Thời gian bắt đầu từ bây giờ."

"Kế hoạch hay."

Năm phút sau, đồng hồ chỉ còn ba mươi lăm phút. E-Z hỏi Lia xem cô đã quyết định chưa.

"Em đã quyết định rồi," cô nói. "Còn anh?"

"Tôi cũng vậy," anh nói. "Cậu trước, trong năm phút hoặc ít hơn nếu có thể."

"Đối với tôi, đó là một quyết định khá dễ dàng, E-Z. Tôi không muốn ở lại đây và sống cuộc đời mình ở đây. Khi Soul Catcher đưa tôi đến đây khi tôi chết. Điều đó ổn. Nhưng tôi không muốn bị ép buộc phải ở lại không gian này. Không khi tôi có thể ra ngoài cảm nhận ánh nắng ấm áp, nghe tiếng chim hót, gió thổi qua tóc. Chưa kể được ở bên mẹ và chú Sam, và hy vọng là cả cậu nữa. Cuộc đời quá ngắn để lãng phí, và tôi thích đôi mắt mới của mình phần lớn thời gian." Cô cười.

"Tôi đồng ý và nếu là cậu, tôi cũng sẽ làm như vậy."

"Cảm ơn, E-Z. Còn bao nhiêu thời gian nữa?"

"Còn hai mươi lăm phút nữa," anh xác nhận. "Bây giờ đây là suy nghĩ của tôi, hy vọng trong vòng năm phút. Tôi không phiền ở đây, nó không khác lắm so với ở ngoài kia. Tôi đã học được rằng ngồi trên xe lăn không phải là hết thế giới. Thực tế, tôi đã quen với nó. Tôi có thể làm những việc tôi từng làm trước đây như chơi bóng chày, và tôi không tệ lắm trong việc đó. Thậm chí họ còn chơi nó ở Paralympics.

"Bố mẹ tôi không muốn tôi lãng phí cuộc đời sống trong quá khứ. Cũng không phải Uncle Sam. Tôi không sẵn sàng từ bỏ mọi thứ chỉ vì những thiên thần ngu ngốc đó đã hứa hẹn vài điều không đáng tin. Vì vậy, tôi đồng ý với anh. Chúng ta sẽ thoát khỏi những thứ bắt hồn này. Chúng ta sẽ sống cuộc đời mình cho đến khi kết thúc. Và rồi nó có thể đến và bắt chúng ta. Nhiều năm sau, hy vọng rằng chúng ta đã đóng góp cho nhân loại và sống một cuộc đời tốt đẹp. Chúng ta có thể tìm thấy những người như chúng ta. Chúng ta có thể thành lập một đường dây nóng Siêu anh hùng và hợp tác trên toàn thế giới. Chúng ta có thể sử dụng sức mạnh của mình để làm cho thế giới tốt đẹp hơn. Chúng ta có thể sống trọn vẹn cuộc đời mình; tạo ra những cuộc đời truyền cảm hứng mà chúng ta có thể tự hào, và gia đình chúng ta cũng vậy."

"Bravo!" Lia reo lên. 'Nhưng có những người khác như chúng ta không?"

"Tôi đã hỏi thiên thần đã giải thích mọi thứ cho tôi, nhưng cô ấy không trả lời. Điều đó khiến tôi nghĩ rằng có thể có.' Anh liếc nhìn đồng hồ. "Chỉ còn hai mươi mốt phút nữa."

"Còn Alfred thì sao? Anh ấy có bao giờ tỉnh dậy không?"

"Thiên thần nói cô ấy không biết, chỉ có người bắt hồn mới biết... nhưng cô ấy có nói anh ấy có thể đang gặp ác mộng. Nếu có cơ hội, anh ấy đang ở trong địa ngục sống, thì chúng ta nên để anh ấy đi. Lựa chọn số một, anh ấy được sống lại cuộc đời với gia đình mình lặp đi lặp lại, đó là lựa chọn dành cho anh ấy?"

"Tôi không đồng ý. Không ai trong chúng ta biết chắc chắn khi nào người bắt hồn sẽ đến. Alfred không muốn lãng phí cuộc đời ở đây vì những cơn ác mộng có thể tìm đến anh ấy. Không phải nơi có cơ hội anh ấy có thể giúp đỡ hoặc truyền cảm hứng cho ai đó. Chúng ta đã vào đây cùng nhau và chúng ta nên ra khỏi đây cùng nhau. Theo tôi, đó là quyết định cuối cùng."

Mười bốn phút và đồng hồ vẫn tick tick.

Cô đã tiếp cận vấn đề của Alfred theo cách độc đáo. Liệu cô có đúng không? Liệu Alfred thực sự muốn từ bỏ gia đình mình trong tình huống này để đổi lấy một tương lai chưa biết? Chúng ta chẳng phải đều tồn tại trong một thế giới chưa biết sao? Thay đổi hướng đi, né tránh, lặn ngụp. Mở cửa sổ, đóng cửa. Để cảm xúc dẫn lối rồi lại quay về. Tất cả đều là cuộc sống. Đúng, Lia đã đúng. Đó là quyết định đã được đưa ra.

Còn tám phút trên đồng hồ.

"Tôi nghĩ cô đúng, Lia. Tất cả vì một và một vì tất cả," E-Z nói. 'Thiên thần đã bảo tôi phải nói những lời này trước khi đồng hồ hết giờ. Sau đó, chúng ta sẽ trở lại khách sạn... như thể đoạn   Soul Catcher' chưa từng xảy ra."

"Anh có nghĩ chúng ta vẫn sẽ nhớ về những kẻ bắt hồn không? Đó là điều quan trọng chúng ta cần học từ trải nghiệm này. Dù chúng ta không chia sẻ nó. Hãy nhớ rằng nó phá vỡ mọi thứ chúng ta biết về thiên đàng và cuộc sống sau cái chết."

Còn năm phút.

"Đúng vậy, nhưng chúng ta sẽ thảo luận điều này ở bên kia." Anh siết chặt nắm đấm khi đồng hồ điểm bốn phút. 'Chúng ta đã quyết định!' anh hét lên. 'Hãy đưa ba chúng ta ra khỏi những thứ này, những kẻ bắt hồn – NGAY BÂY GIỜ!"

Tường của silo E-Z bắt đầu rung chuyển. 'Cậu có sao không, Lia?" anh hét lên. Cô không trả lời. Đất dưới chân anh dường như rung chuyển và gầm rú. Rồi nó bắt đầu xoay, trước tiên theo chiều kim đồng hồ, rồi ngược chiều kim đồng hồ, rồi lại theo chiều kim đồng hồ.

Bụng anh quặn thắt. Anh nôn ra bỏng ngô béo ngậy và những mảnh táo đỏ khắp nơi.

Đó là những kỷ vật duy nhất mà Cái Bẫy Linh Hồn sẽ có của anh. Hy vọng là trong một thời gian rất dài.

E-Z 2 XONG

Kính gửi quý độc giả,

Cảm ơn quý vị đã đọc cuốn sách đầu tiên và thứ hai trong series E-Z Dickens. Tôi hy vọng quý vị thích những nhân vật mới này và háo hức muốn biết điều gì sẽ xảy ra tiếp theo.

Hai cuốn sách tiếp theo trong series sẽ sớm được phát hành!

Một lần nữa, xin chân thành cảm ơn các độc giả beta, biên tập viên và biên tập viên hiệu đính. Lời khuyên và sự động viên của quý vị đã giúp tôi duy trì tiến độ cho dự án này, và sự đóng góp của quý vị luôn được trân trọng.

Xin cảm ơn gia đình và bạn bè đã luôn ở bên cạnh tôi.

Và như thường lệ, chúc các bạn đọc sách vui vẻ!

Cathy

Cathy

Cathy McGough Sống và làm việc tại Ontario, Canada cùng chồng, con trai, mèo và chó.

ETC!

TIỂU THUYẾT
TRẺ TRƯỞNG THÀNH

E-Z DICKENS SIÊU ANH HÙNG:
SÁCH THỨ BA: PHÒNG ĐỎ

E-Z DICKENS SIÊU ANH HÙNG:
SÁCH THỨ TƯ: TRÊN BĂNG